D1763901

ப.சரவணன் - தமிழ் இலக்கியத்தில் முனைவர் பட்டம் பெற்றவர். பொதுவாசிப்புக்கு உரிய நாவல்கள், சிறுகதைகள், கவிதைகள், வரலாறுகள் போன்றன சார்ந்து 75க்கும் மேற்பட்ட புத்தகங்களை எழுதியுள்ளார். இவர் 'மேகன்' என்ற புனைபெயரிலும் 'டாக்டர் ப.சரவணன்' என்ற பெயரிலும் எழுதி வருகிறார்.

கல்லூரியில் தமிழ் இலக்கியம் பயின்றதால் மரபார்ந்த தமிழ் இலக்கியத்தின் மீது ஈடுபாடு கொண்டிருந்தார். பின்னர், எழுத்தாளர் ஜெயமோகனின் எழுத்துகளின் வழியாக நவீனத் தமிழ் இலக்கியத்தின் மீது விருப்பம் கொண்டு, விரிவாக வாசிக்கத் தொடங்கினார். தொடர்ந்து விமர்சனக் கட்டுரைகளை எழுதினார்.

'சொல்புதிது' சிற்றிதழ், 'மருதம்' இணைய இதழ் ஆகியவற்றில் சிலகாலம் பணியாற்றினார். தொடர்ந்து சில இலக்கியக் கூட்டங்களை மதுரையில் நடத்தினார். தற்போது 'தமிழ் விக்கி'யின் கல்வித்துறை சார்ந்த ஆசிரியர் குழுவில் உள்ளார்.

நவீனத் தமிழ்ப் படைப்புகளின் மீது மரபார்ந்த தமிழ் ரசனை சார்ந்த விமர்சனங்களை முன்வைத்தவர் என்ற முறையில் இவர் தமிழ் இலக்கியப் பெரும்பரப்பில் அடையாளம் காணப்படுகிறார்.

இவர் பெற்றுள்ள விருதுகள்

1. செந்தமிழ்த் திலகம் விருது - ஜூலை 23, 2011

2. இலக்கியச் சுடர் விருது - ஜூலை 21, 2012

3. எழுத்துலகத் தேனீ - 2022

வ.உ.சி.

ப.சரவணன்

வ.உ.சி
ப.சரவணன் ©

சுவாசம் பதிப்பகம்

முன்னட்டை ஓவியம்: ஓவியர் ஜீவா

V.O.C.
by P.Saravanan ©

First edition: Dec 2023

ISBN: 978-93-95272-83-4
Title Number: Swasam 096

Published by:
Swasam Publications Private Limited,
52/2, Near B.S Mahal, Ponmar,
Chennai, Tamil Nadu – 600127
Email: swasam.publications@gmail.com

Printed by: Adyar Students Xerox, Chennai – 600 002

To buy the book: Swasam Bookart - +91-8148066645
Website: https://www.swasambookart.com/

Copyright © Swasam Pathippagam - All rights reserved.

No part of this publication may be reproduced, distributed, or transmitted in any form or by any means, including photocopying, recording, or any other electronic or mechanical methods, without prior written permission of the publisher, except in the case of brief quotations embodied in reviews and certain other non-commercial uses permitted by copyright law.

உள்ளே...

1. தியாகி / 07
2. புரட்சி / 26
3. கைதி / 37
4. விரக்தி / 64
5. போராளி / 84
6. படிப்பாளி / 123
7. படைப்பாளி / 129
8. வ.உ.சி.யின் திருக்குறள் பற்று / 152
9. உயர்நீதிமன்றத் தீர்ப்பு / 165

1

தியாகி

‘நமது தேசம் மற்ற தேசங்களைப் பார்க்கிலும் மேலான நிலைமைக்கு வருவதற்கு, நாம் இவ்வுலகில் காணும் துறைமுகங்களுக்கு எல்லாம் நமது சுதேசிக் கப்பல்கள் சென்று வரும்படி இருக்கச் செய்ய வேண்டியது அவசியமாயிருக்கிறது. நாம் பல வருஷங்களாக இழந்துவிட்ட தொழில்களை எல்லாம் ஒவ்வொன்றாக மெல்ல மெல்லக் கைக்கொள்ள வேண்டும்.’

(வ.உ.சி. தன்னுடைய சுதேசிக் கப்பலுக்காக விடுத்த பொது அழைப்பு அறிக்கை)

வ.உ.சி. மிதவாதியா அல்லது தீவிரவாதியா?

இந்தியச் சுதந்திரப் போராட்டக்காரர்களைப் பற்றி அறிந்துகொள்ளும்போது அவர்கள் மிதவாதியா, தீவிரவாதியா என்றதொரு வகைப்பாடு நமக்குத் தேவைப்படுகிறது. ஆயுதத்தை எடுத்தால் அது ‘தீவிரவாதம்’ என்றும் ஆயுதத்தை எடுக்காவிட்டால் அது ‘மிதவாதம்’ என்றும் பொதுவாகக் கூறப்படுகிறது.

‘மிகப்பெரிய வன்முறையே அமைதியாக இருப்பதுதான்’ என்றும் கூறப்படுகிறதே! அப்படியானால், அமைதிதான் உலகின் மிகப் பெரிய ஆயுதமோ!

சரி, ஆயுதத்தைக் கையில் ஏந்தி பின்னர் அதைப் பயன்படுத்தாமல் கையைத் தாழ்த்திவிட்டால் அது ‘தீவிரவாதம் இல்லை’ என்று ஆகிவிடுமா? ஆயுதத்தை எடுக்காமல் அமைதியாக மிக மிக அமைதியாக, விடாப்பிடியாக ஒன்றை மறுத்தாலோ அல்லது செய்தாலோ அது மிதவாதமாகிவிடுமா?

அப்படிச் செய்வது ஒருவகையில் பிடிவாதம்தானே? மிதவாதிகளைப் 'பிடிவாதவாதிகள்' என்று கூறலாமா? அப்படிக் கூற நேர்ந்தால் நாம் தீவிரவாதிகளையும் 'பிடிவாதவாதிகள்' என்றுதானே கூற வேண்டும்? அவர்களும் தங்களின் குறிக்கோள்களில் பிடிவாதமாகத்தானே இருக்கிறார்கள்!

ஒவ்வொருவருக்கும் ஒரு கொள்கைப் பிடிப்பு இருக்கத்தானே செய்கிறது? ஒவ்வொருவரும் தத்தமது கொள்கையில் பிடிவாதமாக இருப்பதில் என்ன தவறு இருக்கிறது? ஒருவர் தன்னுடைய கொள்கைப்பிடிப்பில் மிதவாதத்தையோ அல்லது பிடிவாதத்தையோ அல்லது தீவிரவாதத்தையோ காட்டுவதால் அவர் மற்றவர்களைவிட எந்த நிலையில் உயர்ந்துவிடுகிறார் அல்லது எந்த நிலையில் தாழ்ந்துவிடுகிறார்?

ஒருவருக்கு ஒரு கொள்கை இருப்பதும் அதில் அவர் நிலையாக, விடாப்பிடியாக இருப்பதும் ஒரு தீரம் அல்லவா? அவர்களைத் தீரர்கள் என்று கூறலாமே!

காந்தியும் தீரர்தான், நேதாஜியும் தீரர்தான். என்னுடைய தராசில் இருவருக்கும் சம மதிப்புத்தான். அவர்களின் போராட்ட வழிமுறைகள் வேறுபட்டவை. ஆனால், இலக்கு ஒன்றுதான். எல்லோரும் சாப்பிடத்தான் செய்கிறோம். சிலர் கைவிரல்களால், சிலர் கரண்டியால்.

பொதுவாக நாம் மிதவாதிகளைத் 'தியாகிகள்' என்றும் தீவிரவாதிகளை 'வீரர்கள்' என்றும் குறிப்புணர்த்திக் கொள்கிறோம். தியாகி, வீரர் என்ற இருதரப்பினரையும் நான் 'தீரர்' என்று அழைக்க விரும்புகிறேன்.

இந்த மிதவாதம், தீவிரவாதம் ஆகிய இரண்டு வழிமுறைகளுள் வ.உ.சி மேற்கொண்ட வழிமுறை எது என்பதில் பெரும் குழப்பம் எனக்கு இருக்கிறது. சுதந்திரப் போராட்டக்காரர்களுள் சிலரை மட்டும் அந்த இரண்டு வகைக்குள்ளும் வகைப்படுத்த முடியாது. அவர்களுள் ஒருவர் வ.உ.சி.

பிரிட்டிஷ்காரர்களை விரட்டியடிக்க வ.உ.சி. தேர்ந்தெடுத்த பாதை 'மிதவாதம்' என்ற பனிப் பாதையும் அல்ல, 'தீவிரவாதம்' என்ற ரத்தப் பாதையும் அல்ல. இரண்டுக்கும் இணையாகச் செல்லும் ஒரு புதுப்பாதை. அது பணப்பாதை. ஆனாலும் அது மிதவாதப் போக்குதான். வ.உ.சி. மிதவாதிதான்.

பெருமளவிலான பணமுதலீட்டில் பிரிட்டிஷாருக்குப் போட்டியாக வணிகம் செய்து, வணிகத்திற்காக இந்தியாவுக்கு

வந்த அவர்களை வணிகத்தாலே விரட்டியடிக்கப் பணக்காரரான வ.உ.சி. திட்டமிட்டார்.

தன்னுடைய பெருஞ்சொத்துகளை விற்றும் பல வகையில் பணத்தைத் திரட்டியும் பங்குகளை விற்பனை செய்தும் கப்பலை வாங்க முயன்றார். பிரிட்டிஷாரைப் பணத்தால் அடித்த வ.உ.சி. யை 'மிதவாதி' என்பதில் எந்த அளவுக்கு உண்மை இருக்கிறது?

வ.உ.சி. இந்திய விடுதலையில் தீவிரம் காட்டினார். அந்நியர்களை அடக்குவதில் தீவிரத்தைக் காட்டினார். அந்நியர்களுடன் வணிகத்திலும் பல தரப்பான வளர்ச்சியிலும் போட்டியிட்டு, இந்தியாவைத் தலைநிமிரச் செய்வதற்காகவும் தீவிரமாகப் பணத்தைத் திரட்டிச் செலவழித்தார்.

அவர் இந்தச் செயல்களில் காட்டிய அதி தீவிரத்தை அடிப்படையாகக் கொண்டு நாம் அவரைத் 'தீவிரமான தேசபக்தர்' என்ற பொருளில் 'தீவிரவாதி' என்று அவரைக் குறிப்பிட முடியுமா?

தமிழரின் கடல் வணிகச் செயல்பாடுகள்

கப்பலைக்கொண்டு கடல் வாணிகம் புரிவதும் கடற்போர் புரிவதும் இந்தியர்களுக்குப் புதிதல்ல. குறிப்பாகத் தமிழர்களுக்கு.

பொ.யு.மு. ஏழாம் நூற்றாண்டு முதல் இந்தியர்கள், குறிப்பாகத் தமிழர்கள் கடல் வாணிகத்தில் கொடிகட்டிப் பறந்தனர். கிழக்கு, மேற்காகச் சில நாடுகளைத் தங்களின் கடல் வாணிபப் பொருட்களுக்கு அடிமையாக்கியிருந்தனர். கடல்வழித் தாக்குதல்களால் பல நாடுகளை வென்றனர்.

'கடம்பர்' என்ற கடற்கொள்ளையர்களை ஒடுக்கியவர்கள், தமிழர்கள் ஆவர். இதற்குச் சங்க இலக்கியங்களில் உள்ள சில பாடல்கள் சான்றுகளாக உள்ளன.

வடக்கே வேங்கட மலையும் தெற்கே தென்குமரியும் பண்டைத் தமிழகத்தின் எல்லைகளாக இருந்தன. தமிழகம், ஆந்திராவின் சில பகுதிகள், கர்நாடகாவின் சில பகுதிகள், கேரளம் உள்ளிட்ட பரந்த தமிழகத்தைச் சேர, சோழ, பாண்டிய மன்னர்கள் ஆட்சி செய்தனர். இவர்களுள் சேரர் என்பவர் இன்றைய கேரளப் பகுதிகளை ஆண்டவர்கள் எனப் புரிதலுக்காகக் குறிப்பிடலாம்.

சேர மன்னர்களின் வரலாற்றை அறிவிக்கும் நூல்போல் விளங்குவது பதிற்றுப்பத்து என்னும் சங்க இலக்கியமாகும். இதில் பத்துப் புலவர்கள் பத்துச் சேர மன்னர்களைப் பற்றிப் பாடிய பத்துப் பத்துப் பாடல்களின் தொகுதியான நூறு பாடல்கள் உள்ளன.

முதற் பத்தும் இறுதிப் பத்தும் நீங்கலாக எண்பது பாடல்கள்தான், அதாவது எட்டுப் பத்துகள்தான் இன்று கிடைத்துள்ளன. இவற்றுள் இரண்டாம் பத்து என்னும் பகுதியைப் பாடிய புலவர் குமட்டூர்க் கண்ணனார் ஆவார். இவர் இமயவரம்பன் நெடுஞ்சேரலாதனைச் சிறப்பித்துப் பாடியுள்ளார்.

இப்புலவரைச் சிறப்பிக்க நினைத்த மன்னன் இமயவரம்பன் உம்பற்காட்டுப் பகுதியில் (மேற்குத் தொடர்ச்சி மலைக்குக் கிழக்குப் பகுதி) ஐந்நூறு ஊர்களையும் தென்னாட்டு வருவாயில் முப்பத்தெட்டு ஆண்டுகள் வரை பாதியையும் வழங்கினான் என அறிய முடிகிறது.

'கடம்பர்' என்ற கடற்கொள்ளையரை அழித்து வெற்றியுடன் மீண்ட இமயவரம்பன் நெடுஞ்சேரலாதனை நாட்டு மக்கள் பாராட்டி வரவேற்றனர். அக்காட்சியைக் கண்ட புலவர் பெருமானுக்குக் கடலுள் மாமர வடிவில் இருந்த சூரபத்மனை அழித்து மீண்ட முருகன் நினைவுக்கு வருகின்றான். அம்முருகனாகவே புலவர் இமயவரம்பனை எண்ணிப் பாடியுள்ளார்.

கடம்பர்கள் என்பவர்கள் கடலிடை உள்ள தீவுகளை வாழிடமாகக் கொண்டு அவ்வழிச் செல்லும் கலங்களைக் (கப்பல்களைக்) கொள்ளையடிப்பதை வழக்கமாகக் கொண்டிருந்தனர். இக்கொடியவர்களால் தம் நாட்டில் நடைபெற்று வந்த கடல் வணிகம் பாதிக்கப்பட்டதை அறிந்த இமயவரம்பன் அக்கடம்பர் பகுதி மீது (அரபிக்கடல் பகுதியில்) படையெடுத்தான்.

சேரநாட்டுப் படை மறவர்கள் கடம்பர்களின் கலத்தையும் நாட்டையும் பாழ்படுத்தினர். சேரர் படையுடனான போரில் வெற்றிபெற முடியாது என உணர்ந்த கடம்பர்கள் தங்கள் காவல் மரத்தை மட்டுமாவது காத்துக்கொள்ள நினைத்தனர். அவர்களின் காவல் மரமான கடம்ப மரத்தை அழிக்கும் முன் கடம்பர்களையும் சேரர் படை அழித்தது. கடம்ப மரத்தை அடியோடு வெட்டி வீழ்த்தி, வீழ்ந்த கடம்ப மரத்தைக் குடைந்து முரசாக்கி மறவர்கள் முழக்கம் செய்தனர். அம்முழக்கம் கேட்ட சேரநாட்டுப் படை மறவர்களும் மக்களும் ஆர்ப்பரித்து மகிழ்ந்தனர். இதனைக் கண்ட குமட்டூர்க் கண்ணனார்,

'வரைமருள் புணரி வான்பிசிர் உடைய,
வளிபாய்ந்து அட்ட துளங்கு இரும் கமஞ்சூல்
ஒளிஇரும் பரப்பின் மாக்கடல் முன்னி
அணங்குடை அவுணர் ஏமம் புணர்க்கும்
சூருடை முழுமுதல் தடிந்த பேரிசைக்
கடுஞ்சின விறல்வேள் களிறு ஊர்ந்தாங்கு
. . .

பலர்மொசிந்(து) ஓம்பிய அலர்பூங் கடம்பின்
கடியுடை முழுமுதல் துமிய ஏஎய்
வென்று எறி முழங்குபணை செய்த வெல்போர்
நார்அரி நறவின் ஆர மார்பின்,
போர்அடு தானைச் சேர லாத!'

(பதிற்றுப்பத்து 11: 1-16)

எனவும்

'துளங்கு பிசிர்உடைய மாக்கடல் நீக்கிக்
கடம்பறுத்து இயற்றிய வலம்படு வியன்பணை'

(பதிற்றுப்பத்து 17: 4-5)

எனவும்

'இருமுந்நீர்த் துருத்தியுள்
முரணியோர்த் தலைச்சென்று
கடம்புமுதல் தடிந்த கடுஞ்சின முன்பின்
நெடுஞ்சேர லாதன்'

(பதிற்றுப்பத்து 20: 2-5)

எனவும் பாடியுள்ளார்.

அகநானூற்றுப் புலவர் மாமூலனார் பொ.யு.மு. மூன்றாம் நூற்றாண்டைச் சார்ந்தவர். அவர்,

'சால்பெரும் தானைச் சேரலாதன்
மால்கடல் ஓட்டிக் கடம்பறுத்து இயற்றிய
பண்அமை முரசின் கண்அதிர்ந்தன்ன'

(அகநானூறு - 347)

என்கிறார். அதாவது, பெரும் படையுடையவன் சேரலாதன். அவன் பெரிய கடலில் பகைவர்களை அழித்து அவர்களின் கடம்ப மரத்தை அறுத்து முரசு செய்தான். அம்முரசு முழங்கியது போல என்கிறார். மேலும் அவர்,

'வலம்படு முரசிற் சேரலாதன்
முந்நீர் ஓட்டிக் கடம்பறுத்து'

(அகநானூறு - 127)

என்கிறார். அதாவது, வெற்றி தரும் முரசத்தை உடையவன் சேரலாதன். அவன் கடலில் பகைவரை வென்று, அவரது காவல் மரத்தை (கடம்ப மரம்) வெட்டினான் எனவும் பாராட்டியுள்ளார்.

முன்பு கிரேக்க, ரோம் நாடுகளுக்குச் சேரநாட்டு யானைத் தந்தங்கள், மிளகு முதலிய பொருள்களும் பாண்டியநாட்டு முத்து உள்ளிட்டவையும் மேலைக்கடற்கரை வழிச் சென்றமையும் அந்நாட்டின் செல்வம்,பொருள்கள் தமிழகம் வந்ததையும் வரலாற்றால் அறிகிறோம். அவற்றைக் கடம்பர்கள் கொள்ளையடித்ததையும் ஒருவாறு உய்த்துணர முடிகிறது. இப்பாடலடிகளின் வழியாக இன்று சோமாலிய கடற்கொள்ளையர்கள் செய்யும் வேலைகளைப் பண்டைய கடம்பர்கள் செய்தனர் போலும். இவை பற்றி விரிவாக ஆராய இடம் உள்ளது.

கடம்பர்களைக் 'கதம்பர்கள்' எனப் பொருள்கொள்ளும் அறிஞர்களும் உள்ளனர். இக்கதம்பர்கள் மைசூர் சார்ந்த பகுதிகளில் வாழ்ந்தவர்கள் எனவும் அறியமுடிகிறது. (நன்றி - முனைவர் மு.இளங்கோவன்)

சுதேசி இந்தியரின் கடல் வணிகச் செயல்பாடுகள்

பிரிட்டிஷாருக்கு நிகராக வணிகம் செய்து லாபம் ஈட்ட நினைத்த இந்தியப் பணக்காரர்கள் சிலர், பிரிட்டிஷாரைப் போலத் தாமும் கப்பல் கம்பெனி நடத்தத் திட்டமிட்டனர். அவர்களுள் சிலர் சுதேசி சிந்தனையாளர்களாகவும் இருந்தனர்.

1884ம் ஆண்டு, வங்கத்தில் தொடங்கப்பட்ட உள்நாட்டு நதிவழி நீராவிக் கப்பல் போக்குவரத்துப் பணி முதல் சுதேசிக் கப்பலோட்டும் முயற்சியாகும். தனுஷ்கோடி ராசு என்ற இந்திய கிறித்துவப் பணக்காரர் பொதுமக்கள் நலனுக்காக 1890ம் ஆண்டு பிரிட்டிஷ் கப்பலுக்கு எதிராகத் தமிழ்நாட்டில் கப்பல் செலுத்தினார்.

பிரிட்டிஷ் கடல் ஏகாதிபத்தியத்தை எதிர்த்து ஆதங்குடி செட்டியார் குடும்பத்தினர் தமிழ்நாட்டுக்கும் ஆந்திராவிற்கும் இடையில் ந.மு.கம்பெனி என்ற பெயரில் சரக்குக் கப்பல் கம்பெனி நடத்தினர்.

பிரிட்டிஷார் இந்த முயற்சியைத் தோறகடித்த பின்னர், 1905ம் ஆண்டு சுதேசி இயக்கம் சுடர்விட்டுப் பிரகாசித்தபோது 'பெங்கால் ஸ்டீம் நேவிகேஷன் கம்பெனி' உருவாயிற்று.

1905ம் ஆண்டு முதல் 1930ம் ஆண்டு வரை ஏறத்தாழ இருபதுக்கும் மேற்பட்ட சுதேசிக் கப்பல் கம்பெனிகள் இந்தியாவில் உருவாகின. ஆனால், அவை பிரிட்டிஷாரின் சதிச் செயல்களால் செயல்படுத்தப்பட முடியாமல் மூடப்பட்டன.

தூத்துக்குடி முதல் இலங்கை வரையிலான 152 கடல்மைல் தூரத்தைக் கடந்து, கடல்வழி வணிகம் செய்ய உதவும்

கப்பல்களை பிரிட்டிஷாரின் இந்தியன் ஸ்டீம் நேவிகேஷன் கம்பெனி இயக்கி வந்தது. அவர்கள் நிர்ணயித்த கட்டணத்தில் விதித்த விதிமுறைகளுக்குக் கட்டுப்பட்டு இந்தியர்கள் கடல் வணிகம் செய்ய வேண்டியிருந்தது. அவர்களுக்குப் போட்டியாகக் கப்பல் கம்பெனி நடத்த இந்தியர்களுள் சிலர் விரும்பினர். அவர்களுள் சிலர் இந்திய விடுதலையை விரும்பிய சுதேசி இயக்கத்தவர்களாகவும் இருந்தனர். அவர்களின் விருப்பம் 1905ம் ஆண்டு கைக்கூடியது.

சிவபுரம் நிலக்கிழார் சி.வ.நல்லபெருமாள் பிள்ளை என்பவர் 'சி.வ.கம்பெனி' என்ற பெயரில் கப்பல் நிறுவனம் ஒன்றைத் தொடங்கினார். நாகப்பட்டினத்திற்கும் காக்கிநாடாவிற்கும் இடையில் இந்தக் கப்பல் போக்குவரத்து நடைபெற்றது. 'தமிழகத்தில் முதல் கப்பல் கம்பெனித் தமிழர்' இவர்தான்.

இந்திய வணிகர்கள் சி.வ.கம்பெனிக்கு ஆதரவு அளித்து, பிரிட்டிஷாரின் இந்தியன் ஸ்டீம் நேவிகேஷன் கம்பெனியைப் புறக்கணித்தனர். இந்தக் கப்பல் கம்பெனியின் படகுகள் மீது தொடர்ச்சியாகத் தங்கள் கம்பெனியின் படகுகளை மோதவிட்டு நஷ்டம் ஏற்படுத்தும் வேலையை பிரிட்டிஷ் கப்பல் கம்பெனி செய்தது. இன்னும் பல இடைஞ்சல்களைத் தொடர்ந்து செய்தனர்.

பிரிட்டிஷாரின் இத்தகைய சதிகளால் அந்நிறுவனத்தின் குத்தகை ஒப்பந்தக் காலம் முடிவடைவதற்குள் அந்நிறுவனம் முடக்கப்பட்டது.

சி.வ.கம்பெனிக்கு ஆதரவு அளித்த இந்திய வணிகர்களை மீண்டும் பிரிட்டிஷ் கம்பெனிக் கப்பல் வழியாக வணிகம் செய்ய பிரிட்டிஷ் அரசு தடைவிதித்தது. இதனால் இந்திய வணிகர்களின் தொழில் பாதித்தது. இந்த நிலையில் இந்திய வணிகர்களுக்கு உதவுவதற்காகவும் பிரிட்டிஷ் அரசினை வணிகத்தால் அச்சுறுத்துவதற்காகவும் வ.உ.சி. இந்திய கம்பெனிச் சட்டப்படி 'சுதேசிக் கப்பல் கம்பெனி' (சுதேசி ஸ்டீம் நேவிகேஷன் கம்பெனி - சுதேசி நாவாய்ச் சங்கம்) என்ற பெயரில் ஒரு புதிய கப்பல் கம்பெனியை எண் – 4, கடற்கரைச் சாலை, தூத்துக்குடி என்ற முகவரியில் 16.10.1906ம் நாள் பதிவு செய்தார். அந்த நாள் வீரபாண்டிய கட்டபொம்மனின் நினைவு நாள் என்பது குறிப்பிடத்தக்கது. காரணம், வ.உ.சி.யின் கொடிவழியினருள் சிலர் வீரபாண்டிய கட்டபொம்மனிடம் பணியாற்றியவர்கள்.

இக்கப்பல் நிறுவனம் ஆதாயம் ஈட்டுவதை மட்டுமே குறிக்கோளாகக் கொண்ட வணிக நிறுவனமாக அமைக்கப்படவில்லை. இந்நிறுவனத்தின் நோக்கங்கள் குறித்த விவர அறிக்கை இவ்வுண்மையைப் புலப்படுத்துகிறது.

1. இந்தியர்களையும் இலங்கையர்களையும், ஆசியா கண்டத்து ஜாதியார்களையும் கப்பல் நடாத்துந் தொழிலில் பழக்குவித்து அதன் மூலம் வரும் லாபத்தை அடையும்படி செய்தல்.
2. கப்பல் நடாத்துந் தொழிலையும் கப்பல் நிர்மாணஞ் செய்யும் தொழிலையுஞ் செய்துகாட்டிக் கற்பித்தல்.
3. மாணவர்க்குக் கப்பலோட்டுந் தொழிலையும் கப்பல் நிர்மாணஞ் செய்யும் தொழிலையும் சாஸ்திர சம்பந்தமாகக் கற்பிக்கும் கலாசாலைகளை ஏற்படுத்தல்.
4. ஸ்டீமர்கள், ஸ்டீம் லாஞ்சுகள், படகுகள் முதலியன நிர்மாணஞ் செய்வதற்கும் அவைகளைச் செப்பனிடுவதற்கும் துறைகளை ஏற்படுத்தல்.
5. கம்பெனியார் தீர்மானிக்கும் சுதேசியக் கைத்தொழில்களையும் வியாபாரங்களையும் நடத்துதல்.

சுதேசிக் கப்பல் நிறுவனத்தின் இக்குறிக்கோள்கள் வ.உ.சி.யின் தொலைநோக்கான பார்வையை வெளிப்படுத்துபவை. வ.உ.சி. தன் அரசியல் குருவாக திலகரை ஏற்றுக்கொண்டவர். 1907ம் ஆண்டு நடந்த 'சூரத் காங்கிரஸ் மாநா'ட்டில் திலகரைத் தலைவராகத் தேர்வுசெய்ய பாரதியாருடன் இணைந்து செயல்பட்டதைப் பற்றி வ.உ.சி. எழுதியுள்ளார்.

சிறையிலிருந்து 1912ம் ஆண்டு விடுதலையாகி வந்த பின்னர், கொழும்பு நகரிலிருந்து வெளிவரும் நாளேடு ஒன்றில் 'திலக மகரிஷி' என்கிற தலைப்பில் அவரது வாழ்க்கை வரலாற்றைத் தொடராகவும் எழுதிவந்தார்.

ஜெர்மனியில் இயங்கிவந்த இந்தியப் புரட்சிக் குழு ஒன்றிடமிருந்து வந்த ரகசியச் செய்தி ஒன்று குறித்து விவாதிக்க வ.உ.சி.யை திலகர் அழைத்துள்ளார். வ.உ.சி.யும் அந்த அழைப்பை ஏற்று திலகரைச் சந்தித்துள்ளார். இந்த அளவுக்கு இருவருக்கும் இடையே நெருக்கமான நட்பு இருந்துள்ளது.

வ.உ.சி. சென்னையில் வாழ்ந்தபோது திலகரைச் சென்னைக்கு வரவழைத்து, அவரை ஊர்வலமாக அழைத்துச் சென்றோரில் வ.உ.சி.யும் உண்டு. இந்த அளவுக்குத் திலகரின் மீது அன்பும் நெருக்கமும் கொண்டிருந்தாலும் பண்பாடு குறித்த திலகரின் அணுகுமுறையிலிருந்து வ.உ.சி. இறுதிவரை மாறுபட்டே இருந்தார்.

திலகர் - அறிமுகம்

லோகமான்ய பாலகங்காதர திலகர் விடுதலைப் போராட்ட வீரரும் தேசியவாதியும் சமூகச் சீர்திருத்தவாதியும் ஆவார். இந்தியாவிற்குத் தன்னாட்சி கோரியவர்களுள் திலகரும் ஒருவர். 'சுதந்திரம் எனது பிறப்புரிமை அதை அடைந்தே தீருவேன்' என முழங்கியவர். 'இந்திய தேசிய இயக்கத்தின் தந்தை' எனக் கருதப்படுகிறார்.

இவர் *23.07.1856*ம் நாள் இந்தியாவின் மகாராஷ்டிரா மாநிலத்திலுள்ள 'ரத்தினகிரி' என்ற இடத்தில், கங்காதர் ராமச்சந்திர திலக் என்பவருக்கும், பார்வதி பாய் கங்காதருக்கும் மகனாக மராத்தி சித்பவன் பிராமணக் குடும்பத்தில் பிறந்தார். திலகரின் தந்தை ஆசிரியராகவும், சமஸ்கிருதத்தில் புலமை பெற்றவராகவும் விளங்கினார்.

பாலகங்காதர திலகர்

திலகர் தன்னுடைய பள்ளிப்படிப்பை, புனேவில் உள்ள ஓர் ஆரம்பப் பள்ளியில் தொடங்கினார். சமஸ்கிருதத்திலும், கணிதத்திலும் சிறந்து விளங்கிய அவர் 'டெக்கான் கல்லூரியில்' சேர்ந்து கல்வி கற்று, *1877*ம் ஆண்டு இளங்கலைப் பட்டம் பெற்றார். பின்னர், சட்டம் படிக்க முடிவுசெய்து, சட்டக் கல்லூரியில் விண்ணப்பித்தார். அவருடைய தகுதியை ஆராய்ந்தறிந்த கல்லூரி முதல்வரும், பேராசிரியரும், "நீ கணிதத்தில் சிறப்பாக உள்ளாய். எனவே, அதையே சிறப்புப் பாடமாகப் படித்தால், நல்ல எதிர்காலம் உனக்கு உண்டு" என்றனர். அதற்கு திலகர், "என்னுடைய நாடு, அடிமைப்பட்டுத் துன்புற்றுக் கிடக்கிறது.

சுதந்திரப் போராட்டத்தில் ஈடுபடுவோர் அடிக்கடி கைது செய்யப்பட்டுச் சிறையில் வாடுகின்றனர். அவர்களுக்காக வாதாடி அவர்களைக் காப்பாற்ற வேண்டும். அத்தகைய தேசப்பற்று மிகுந்த வழக்கறிஞர்களை என் நாடு எதிர்பார்க்கிறது. எனவேதான், நான் சட்டம் படிக்க விரும்புகிறேன்!" என்றார். அவர் நினைத்தது போலவே, சட்டம் பயின்று பல தேச பக்தர்களுக்காக வாதாடி, அவர்களைச் சிறையிலிருந்து மீட்டார்.

திலகர் கோபால் கணேஷ் அகர்கர், விஷ்ணுசாஸ்திரி உள்ளிட்டோருடன் இணைந்து 1881ம் ஆண்டு 'கேசரி' என்ற மராத்தி இதழையும் 'மராட்டா' என்ற ஆங்கிலப் பத்திரிகையையும் தொடங்கினார். இவற்றின் தலையங்கங்கள் பிரிட்டிஷ் ஆட்சியைக் கதிகலங்க வைத்தன.

இரண்டே ஆண்டுகளில் 'கேசரி' இந்தியாவிலேயே அதிகம் விற்பனை கண்ட பத்திரிகையாக மாறியது. இந்தப் பத்திரிகைகளில் மக்களுக்குச் சுதந்திர விழிப்புணர்வை ஊட்டும் விதமாகப் பல கட்டுரைகளை வெளியிட்டதோடு மட்டுமல்லாமல், ஆங்கில அடக்குமுறை மற்றும் சுரண்டல்களைப் பற்றியும் எழுதப்பட்டது. இதனால், இவர் பிரிட்டிஷ் அரசால் கைது செய்யப்பட்டுச் சிறையில் அடைக்கப்பட்டார்.

திலகர் இந்தியத் தேசிய காங்கிரஸில் இணைந்தார். மக்களிடம் ஒற்றுமை, நாட்டுப்பற்றை ஏற்படுத்த கணபதி உற்சவம், சத்ரபதி சிவாஜி உற்சவங்களைத் தொடங்கி வைத்தார்.

1896ம் ஆண்டு பஞ்சாபில் மிகப்பெரிய பஞ்சம் ஏற்பட்டது. அதற்கு அடுத்த ஆண்டே 'பிளேக் நோய்' தீவிரமாகப் பரவியது. பம்பாய், புனேயில் 'பிளேக் நோய்' பரவியபோது நிவாரணப் பணிகளில் திலகர் அயராது ஈடுபட்டார்.

அதனைத் தடுப்பதற்கு, எந்தவித நடவடிக்கையும் எடுக்காமல் இருந்த இரக்கமற்ற பிரிட்டிஷ் அரசு, விக்டோரியா மகாராணியின் வைர விழா கொண்டாட்டத்தில் ஈடுபட்டது. இதைத் திலகர் எதிர்த்ததோடு மட்டுமல்லாமல், கண்டித்துப் பத்திரிகைகளிலும் எழுதினார்.

மக்களைக் காப்பாற்றாமல் கொண்டாட்டங்களில் இருந்த பிரிட்டிஷ் அதிகாரிகள் இரண்டு பேர் கொல்லப்பட்டனர். அதற்குத் திலகர் எழுதிய தலையங்கமே காரணம் என்று கூறி பிரிட்டிஷ் அரசு அவரைச் சிறையில் அடைத்தது. விடுதலைக்குப் பின், சுதந்திரப் போராட்டத்தில் தீவிரம் காட்டிய திலகர் 1898 சென்னை மற்றும் 1899 லக்னோ காங்கிரஸ் மாநாட்டில் கலந்துகொண்டார்.

வங்கப் பிரிவினை எதிர்ப்பு, சுதேசிப் பொருட்களுக்கு ஆதரவு, அந்நியப் பொருட்கள் புறக்கணிப்பு எனப் பல போராட்டங்களை முன்னின்று நடத்தினார். 1907ம் ஆண்டு நாக்பூரில் நடந்த காங்கிரஸ் மாநாட்டில் 'மிதவாதிகள்' என்றும், திலகரின் தலைமையில் 'தீவிரப்போக்குக் கொண்டவர்கள்' என்றும் அக்கட்சியில் இரு பிரிவுகள் உருவாகின.

திலகரின் தலைமையில் உருவான தேசப்பற்றாளர்கள், தீவிரக் கருத்துடையவர்களாக அந்நிய ஆட்சியை எதிர்த்துத் தீவிரமாகச் செயல்பட்டனர்.

தனது பத்திரிகையில் இளம் புரட்சியாளர்களை ஆதரித்து எழுதியதால், மீண்டும் கைது செய்யப்பட்டு ஆறு ஆண்டு காலம் சிறையில் அடைக்கப்பட்டார். அங்கு 'கீதா ரகசியம்' என்ற நூலை எழுதினார். நீரிழிவு நோயால் அவதிப்பட்ட இவரை விடுவிக்கக் கோரி, விக்டோரியா மகாராணிக்கு மாக்ஸ் முல்லர் கடிதம் எழுதினார்.

1914ம் ஆண்டு விடுதலையானதும் ஊர் ஊராகச் சென்று சுயாட்சி குறித்து விழிப்புணர்வு ஏற்படுத்தினார். 1919ம் ஆண்டு இங்கிலாந்து சென்று இந்திய சுயாட்சிக்கு ஆதரவு திரட்டினார். தன்னுடைய இறுதிக் காலம் வரை, பாரத மக்களைக் காப்பாற்றி விடுதலை பெற வேண்டும் எனப் போராடிய பால கங்காதர திலகர் அவர்கள், 01.08.1920ம் ஆண்டு 64வது வயதில் காலமானார்.

திலகரின் மறைவு, இந்திய விடுதலைப் போராட்டத்தில் ஒரு பேரிழப்பு என்றாலும் அவர் விட்டுச் சென்ற கொள்கைகள் மற்றும் தேசப்பற்றாளர்கள் இந்தியாவின் விடுதலைக்காக உறுதியுடன் போராடினர்.

பிரிட்டிஷ் ஆட்சியை எதிர்த்துத் தீவிரமாகப் போராடி, 'சுதந்திரம் எனது பிறப்புரிமை; அதை அடைந்தே தீருவேன்' என முழங்கிய திலகர், கல்வி, தேசத்தொண்டு, பத்திரிகை எனப் பல வழிகளில் இந்திய மக்கள் அனைவரின் மனத்திலும் விடுதலை நெருப்பைப் பற்றவைத்தவர். ஒவ்வொரு இந்தியனையும் தன்னுடைய உரிமைக்காகவும், விடுதலைக்காகவும் போராடத் தூண்டிய திலகரின் கொள்கைகள் போற்றத்தக்கவை.

வ.உ.சி.யின் 'சுதேசிக் கப்பல் கம்பெனி' பற்றி அறிந்த பாலகங்காதர திலகர், 'திருநெல்வேலியில் உத்தம தேசாபிமானியாகிய சிதம்பரம் பிள்ளை, தூத்துக்குடிக்கும் சிலோனுக்கும் சுதேசிக் கப்பல் போக்குவரத்து ஸ்தாபித்திருப்பது சுதேசியத்திற்கு

அவர் செய்திருக்கும் பெரும் பணிவிடையாகும்' என்று பாராட்டியதை 24.10.1906ம் நாள் சுதேசமித்திரன் இதழ் செய்தியாக வெளியிட்டது.

வ.உ.சி. கொழும்பிலுள்ள ஒரு கப்பல் கம்பெனியிடமிருந்து 'இப்ஸ்விக்' என்ற பெரிய கப்பலைக் குத்தகைக்கு வாங்கி, தூத்துக்குடிக்குக் கொண்டுவந்தார். துவக்கத்தில் கப்பல் நிறுவனத்திற்குச் சொந்தமாகக் கப்பல் இல்லை. 'ஷாலேன் ஸ்டீமர்ஸ் கம்பெனி'யிடமிருந்து கப்பல்களை வாடகைக்கு எடுக்க வேண்டியதாக இருந்தது.

சுதேசிக் கப்பல் நிறுவனத்தை ஆரம்பத்திலேயே ஒடுக்க நினைத்த 'பிரிட்டிஷ் இந்திய ஸ்டீம் நேவிகேஷன் கம்பெனி'யானது 'ஷாலேன் ஸ்டீமர்ஸ் கம்பெனி'யை வாடகைக்குக் கப்பல் தரவிடாமல் தடுத்தது. அந்த நிறுவனம் கப்பல்களை வாடகைக்குக் கொடுக்கும் ஒப்பந்தத்தையும் ரத்து செய்தது. உடனடியாக வ.உ.சி கொழும்பு சென்று வேறு ஒரு கப்பலை வாடகைக்கு எடுத்து வந்தார்.

கூடுதலாக ஒரு கப்பல் தேவைப்பட்டதால் வ.உ.சி. வேறு இடத்தில் கப்பலைக் குத்தகைக்கு வாங்க நினைத்தார். பம்பாயில் எஸ்ஸிஜி டாஜ்பாயி என்பவர் ஷாலைன் ஸ்டீமர்ஸ் என்ற கப்பல் கம்பெனி நடத்தி வந்தார். அவரிடமிருந்து சூசான் என்ற கப்பலைக் குத்தகைக்கு வாங்கி, அதனைத் தூத்துக்குடிக்குக் கொண்டு வந்தார். ஆனால், பிரிட்டிஷார் பம்பாயில் எஸ்ஸிஜி டாஜ்பாயியை மிரட்டி, குத்தகையை ரத்துசெய்ய வைத்து, கப்பலைத் திரும்பப் பெற வைத்தனர்.

குத்தகைக் கப்பல் முறை இனிச் சரிவராது என்று கருதிய வ.உ.சி. சொந்தக் கப்பல் வாங்கத் தீர்மானித்தார்.

25 ரூபாய் விலை வைத்து 40,000 பங்குகள் வழியாகப் பத்து லட்சம் ரூபாய் நிதி திரட்டத் திட்டமிட்டனர். சென்னையில் அலுவலகம் எடுத்து, கப்பல் நிறுவனம் இயங்கியது. பாலவனத்தம் ஜமீன்தார் பாண்டித்துரைத் தேவர் 2000 பங்குகளை வாங்கினார். கே.வி. ராகவாச்சாரி, கந்தசாமி கவிராயர் என்று பலரும் தீவிரமாகப் பங்குகளைத் திரட்டினர். பம்பாயிலும் கல்கத்தாவிலும் பங்குகள் திரட்டப்பட்டன.

பம்பாய் பெரும் வணிகர் ஜனாப் ஹாஜி கே.ஜெ.முகம்மது பக்கீர் சேட், கப்பல் நிறுவனத்தின் 8000 பங்குகளை வாங்கினார். சுதேசிக் கப்பல் நிறுவனத்தின் முதலீட்டில் மூன்றில் ஒரு பங்கு இசுலாமியர்கள் கொடுத்தது என்பதும் குறிப்பிடத்தக்கது.

பொன்.பாண்டித்துரைத்தேவர்

மதுரை நான்காவது தமிழ்ச்சங்கத்தை நிறுவிய பொன். உக்கிரபாண்டியன் என்ற பொன்.பாண்டித்துரைத்தேவர் சுதேசிக் கப்பல் கம்பெனியில் ஒரு லட்ச ரூபாய் முதலீடு செய்ததால் அதன் தலைவரானார். ஜனாப் ஹாஜி முகம்மது பக்கீர் சேட் இரண்டு லட்ச ரூபாய்க்கான பங்குகளை வாங்கியதால் கப்பல் கம்பெனியின் செயலாளரானார்.

பாண்டித்துரைத் தேவரைத் தலைவராகக் கொண்டு கப்பல் நிறுவனம் இயங்கத் தொடங்கியது. பிரிட்டிஷ் ஏகாதிபத்திய எதிர்ப்பை முதல் நோக்கமாகக் கொண்டு கூட்டுறவு முறையில் உருவாக்கப்பட்ட முதல் கப்பல் நிறுவனமான இது வ.உ.சி.யின் அரும்பெரும் முயற்சியில் விளைந்ததுதான்.

காரணம், ‘நமது சுதேசத்தை அந்நிய நாட்டார் கைப்பற்றிக் கொள்வதற்கு ஏதுவாக இருந்ததும், நம் தேசத்துப் பொருட்களையெல்லாம் அந்நிய நாட்டான் கொண்டு போவதற்கு ஏதுவாய் இருந்ததும், நமக்கு மிக்க லாபத்தைத் தரக்கூடிய கைத்தொழில் வியாபாரம் எல்லாம் அந்நிய நாடுகளுக்குக் கொண்டுபோகப்படுவதற்கு ஏதுவாக இருந்ததும், அந்நிய நாட்டார் நம் தேசத்தின் மீது பிரவேசித்து நாம் நீடித்த நாளாகக் கைக்கொண்டிருந்த கப்பல் தொழிலை நம்மிடமிருந்து கைப்பற்றிக் கொண்டதொன்றே. ஆதலால், நாம் அதி சீக்கிரமாகவும் அதிகமாகவும் கைக்கொள்ளத்தக்கதும் கைக்கொள்ள வேண்டியதுமான தொழில் கப்பல்கள் நடத்துவதே’ என்று அறைகூவல் விடுத்து, இந்தச் செயலைச் செய்து முடித்தவர் அவரே.

வ.உ.சி. தன் சொத்தின் பெரும்பகுதியை விற்று, கம்பெனியின் பெரும் பகுதிப் பங்குகளை வாங்கி, கம்பெனியின் துணைச் செயலாளரானார். தூத்துக்குடி வக்கீல் எஸ்.டி.கிருஷ்ண ஐயங்கார் கௌரவச்

செயலாளராகவும் சேலம் வக்கீல் சி.விஜயராகவாச்சாரியார், எம்.கிருஷ்ணன் நாயர் உள்பட நால்வர் கம்பெனியின் சட்ட ஆலோசகர்களாகவும் தேர்வு செய்யப்பட்டனர்.

தூத்துக்குடி கோபால்சாமி நாயுடுவும் சி.வ.நல்லபெருமாள் குடும்பத்தினரும் சென்னை மண்டபம் ஸ்ரீநிவாச்சாரியார் குடும்பத்தினரும் தென்னாப்பிரிக்காவில் வசித்துவந்த எஸ். வேதமூர்த்தி முதலியாரும் பங்குகளை வாங்கினர். சென்னை, மதுரை, ராமநாதபுரம், திருநெல்வேலி பகுதியைச் சேர்ந்த பலரும் பங்குகளை வாங்கினர்.

சி.வ.நல்லபெருமாள் பிள்ளை, கொழும்பு எம்.எம்.சையத் இப்ராஹிம், வைத்தீஸ்வரன் கோவில் எ.சோலைமலைத்தேவர், சீர்காழி முத்துச்சாமி செட்டியார் முதலான 31 பேர் கம்பெனி டைரக்டர் குழுவில் இருந்தனர்.

மகாகவி பாரதியார் 20.10.1906ம் நாளிட்ட 'இந்தியா' இதழில், 'இந்த கம்பெனியின் பிரசிடெண்ட் மிஸ்டர் பாண்டித்தேவர் (பாலவனத்தம் ஜமீன்தார்), மெஸர்ஸ் ஹாஜி.பக்கீர் முகம்மது சேட் கம்பெனியாரே செக்ரடெரிகள், அஸிஸ்டெண்ட் செக்ரடெரியாகத் தூத்துக்குடி வக்கீல் மிஸ்டர் சிதம்பரம் பிள்ளை நியமிக்கப்பட்டிருக்கிறார்' என்று செய்தியாக வெளியிட்டார். (நன்றி - சீனி.விஸ்வநாதன், 'சுதேசியத்தின் வெற்றி'. குறிப்பு உதவி நன்றி - ஹாஜா மொய்னுதீன், ராஜகிரி).

புதிய கப்பல் வாங்கும் வரை கம்பெனியைச் செயல்படுத்த வேண்டியுள்ளதால் வ.உ.சி. 'மாங்கு சீட்டன்' என்ற கப்பலை வாடகைக்கு வாங்கிக் கடல் போக்குவரத்தைத் தொடங்கினார். பால கங்காதர திலகரின் உதவியுடன் மேலும் ஒரு கப்பலை ஏற்பாடு செய்து கப்பல் சரக்குப் போக்குவரத்தைத் தொடங்கினார். வ.உ.சி. இயக்கிய கப்பல் நிறுவனத்தால் பிரிட்டிஷ் நிறுவனத்திற்கு மாதத்திற்கு ரூபாய் 40 ஆயிரம் வரை இழப்பு ஏற்பட்டது.

பிரிட்டிஷார் தங்களின் கப்பல் சரக்குப் போக்குவரத்துக் கட்டணத்தைக் குறைத்தனர். மலிவு விலையை விரும்பும் தமிழர்கள் அன்றும் இருந்ததால், வ.உ.சி.யின் கப்பலுக்குச் சரக்கு ஏற்றுமதி சற்றுக் குறைந்தது. குறைந்த சரக்கு ஏற்றுமதியோடு வாடகைக் கப்பலை ஓட்டுவது கம்பெனிக்கு நஷ்டத்தை ஏற்படுத்தும் என்பதனை வ.உ.சி. உணர்ந்தார்.

வ.உ.சி. கம்பெனி பங்குகளை அதிக அளவில் விற்றுப் புதிய கப்பல் வாங்கும் திட்டத்துடன் வட இந்தியாவிற்குப் புறப்பட்டார். புறப்படும்முன், 'திரும்பினால் கப்பலுடன் திரும்புவேன்; இல்லையெனில் கடலில் விழுந்து மாண்டு போவேன்' என்று சபதமிட்டார் வ.உ.சி.

1907ம் ஆண்டில் இந்தியாவின் பல இடங்களில் பல பணக்காரர்களைச் சந்தித்து, அவர்களுக்குக் கப்பல் வணிக ஆசையையும் சுதேசி உணர்வையும் ஊட்டித் தன் கப்பல் கம்பெனியின் பங்குதாரர்களாக அவர்களை மாற்றினார். வ.உ.சி. பம்பாய் சென்றிருந்தபோது, அவரது மகன் உலகநாதன் நோய்வாய்ப்பட்டு இறந்த செய்தி அவரை எட்டியது. அப்போது வ.உ.சி.யின் மனைவி நிறைமாதக் கர்ப்பிணி.

வ.உ.சி.யை உடனே ஊருக்குத் திரும்புமாறு உறவினர்கள் வலியுறுத்தினர். ஆழ்ந்த கவலைக்குள்ளான வ.உ.சி. தகவல் தந்தவர்களுக்கு ஆறுதல் கூறிவிட்டு, சுதேசிக் கப்பல் பணியை அங்கிருந்தவாறே தொடர்ந்து மேற்கொண்டார்.

சொந்தமாகக் கப்பல் வேண்டும் என்பதால் வ.உ.சி வட இந்தியாவிற்குப் பயணம் மேற்கொண்டார். பம்பாய்க்குச் (மும்பை) சென்று இரண்டு கப்பல்களை விலைக்கு வாங்கினார். 'எஸ்.எஸ்.காலியோ', 'எஸ்.எஸ்.லாவோ' என்கிற பெயரிலான இரண்டு கப்பல்களும் தூத்துக்குடிக்கு 1907 மே மாதம் வந்துசேர்ந்தன. 42 முதல் வகுப்பு இருக்கைகள், 24 இரண்டாம் வகுப்பு இருக்கைகள் மற்றும் 1300 சாதாரண இருக்கைகள் ஆகியவற்றைக் கொண்டிருந்தன. 4000 சாக்கு மூட்டைகளை ஏற்றிச் செல்லும் வசதியுடனும் இருந்தன.

இவ்விரு கப்பல்களின் வருகையால் மகிழ்ச்சியடைந்த மகாகவி பாரதியார், தாம் நடத்திவந்த 'இந்தியா' இதழின் (மே 26, 1927) முகப்பில் கருத்துப் படம் வெளியிட்டதுடன், 'வெகு காலமாய்ப் புத்திரப் பேறின்றி அருந்தவம் செய்துவந்த பெண்ணொருத்தி ஏக காலத்தில் இரண்டு புத்திரர்களைப் பெற்றால், எத்தனை அளவற்ற ஆனந்தத்தை அடைவாளோ, அத்துனை ஆனந்தத்தை நமது பொது மாதாவாகிய பாரததேவியும் இவ்விரண்டு கப்பல்களையும் பெற்றமைக்காக அடைவாளென்பது திண்ணமே. ஸ்ரீவ.உ.சிதம்பரம் பிள்ளையும் அவருடனின்றுதவிய மற்ற நண்பர்களும் தாம் பிறந்து வளர்ந்த தாய் நாட்டிற்குச் செய்ய வேண்டிய கடமைகளைச் செய்துவிட்டார்கள்' என்று குறிப்பும் எழுதினார்.

சுதேசி கப்பல் நிறுவனம் மெதுமெதுவாக வளர்ந்தது. மக்கள் சுதேசிக் கப்பலிலேயே பயணம் செய்தனர். வணிகர்கள் தங்கள் சரக்குகளைச் சுதேசிக் கப்பலிலேயே அனுப்பினர். பிரிட்டிஷ் இந்தியக் கப்பல் நிறுவனம், சுதேசிக் கப்பலுடனான போட்டியை எதிர்கொள்ள முடியாமல் கட்டணத்தைக் குறைக்க முடிவு செய்தது.

அன்றைய பிரிட்டிஷ் அரசானது 'பிரிட்டிஷ் - இந்தியா' கப்பல் நிறுவனத்திற்கு ஆதரவாக மட்டுமல்ல, சுதேசிக் கப்பலுக்கு

எதிராகவும் பல சதிகளில் ஈடுபட்டது. கடற்சுங்க அதிகாரிகள், சுகாதார முறைகளை மேற்கொள்ளும் டாக்டர்கள், துறைமுக அதிகாரிகள் அனைவரும் ஒட்டுமொத்தமாகவும் தனித்தனியாகவும் சுதேசிக் கப்பலில் பயணம் செய்யும் பயணிகளுக்குப் பல வழிகளில் தொல்லைகளைக் கொடுத்து, அவர்களது பயணத்தில் தொடர்ந்து வெறுப்புணர்வை உருவாக்கி வந்தார்கள்.

எஸ்.வேதமூர்த்தி பிரான்ஸ் நாட்டுக்குச் சென்று 'வேோலா எஸ் எஸ்' என்ற கப்பலை வாங்கி வந்தார். நீராவி இயந்திரம் பொருத்தப்பட்ட இரு படகுகளையும் வ.உ.சி.யின் கப்பல் கம்பெனி வாங்கியது. கம்பெனியில் கப்பல்கள் பெருகின. ஆனால், பயணிகள் மற்றும் சரக்குப் போக்குவரத்தில் லாபம் ஈட்ட பிரிட்டிஷார் முட்டுக்கட்டை போட்டனர்.

பிரிட்டிஷ் கப்பல் நிறுவனம் சுதேசிக் கப்பல் கம்பெனியின் வர்த்தகப் புயலை எதிர்கொள்ள முடியாமல் பயணிகள் மற்றும் சரக்குப் போக்குவரத்துக் கட்டணத்தைக் குறைக்க முடிவுசெய்து, தூத்துக்குடியிலிருந்து கொழும்பு செல்வதற்கான பயணக் கட்டணத்தைத் தடாலடியாக 16 அணாவாகக் (ஒரு ரூபாய்) குறைத்தது.

இந்தக் கட்டணப் போட்டியை எதிர்கொள்வதற்காக, வ.உ.சி. யும் தன்னுடைய கப்பல் கட்டணத்தை எட்டு அணாவாகக் (50 காசுகள்) குறைத்தார். பிரிட்டிஷ் கப்பல் நிறுவனம் மக்களையும் சரக்குகளையும் இலவசமாக அழைத்துச் செல்வதாகக் கூறியது. அவர்களின் கப்பல்களில் பயணிப்போருக்குக் குடையைப் பரிசாக அளித்தது. இவ்வாறு பல சலுகைகளையும் அறிவித்தது.

பிரிட்டிஷ் கப்பல் நிறுவனத்தின் தந்திரம் குறித்து வ.உ.சி. மக்களிடையே, 'சுதேசி கப்பல் நிறுவனத்தை அழித்த பின்னர் அவர்கள் தங்கள் கட்டணத்தை விருப்பம் போல் ஏற்றிவிடுவார்கள். அப்போது இந்தியர்களால் ஒன்றும் செய்ய இயலாமல் போகும். அதனால் இந்தியர்கள் இலவசப் பயணத்திட்டத்தை நம்ப வேண்டாம்' என்று விளக்கினார். மக்கள் வ.உ.சியின் கருத்திற்கு உடன்பட்டனர்.

அரசாங்கம் பிரிட்டிஷ் கப்பல் நிறுவனத்திற்குப் பலவிதங்களிலும் உதவி செய்தது. அது, 'பிரிட்டிஷ் கப்பலில் மட்டுமே பயணம் செய்ய வேண்டும்' என்று இந்திய அரசு அதிகாரிகளுக்கு ரகசியக் கடிதம் அனுப்பியது.

சுங்க அதிகாரிகள், மருத்துவர்கள், அரசு அலுவலர்கள் எனப் பலரும் பல விதமான தொல்லைகள் ஏற்படுத்தினர். 'இந்தியக் கப்பல் பிரிட்டிஷ் கப்பலுடன் மோத வந்தது' என்று நீதிமன்றத்தில் குற்றம் சாட்டப்பட்டு இந்தியக் கப்பலின் போக்குவரத்தைத்

தடைப்படுத்தியது. அது பொய்க் குற்றச்சாட்டு என்பதனை வ.உ.சி. நிரூபித்து, இந்தியக் கப்பல் செல்ல அனுமதி பெற்றார்.

சுதேசிக் கப்பல் நிறுவனத்தை விட்டு விலகினால் லட்ச ரூபாய் கொடுப்பதாக வ.உ.சி.யிடம் பிரிட்டிஷ் கப்பல் நிர்வாகம் பேரம் பேசியது. வ.உ.சி. அதற்கு இணங்கவில்லை. பிரிட்டிஷ்காரரர்களால் வ.உ.சி.க்கு எதிராகக் கடலில் குழிப்பறிக்க முடியவில்லை. அவர்கள் செய்த சதிகள் சரிப்பட்டு வரவில்லை. தமிழகப் பத்திரிகைகளும் இந்திய மொழிப் பத்திரிகைகளும் வ.உ.சி.யின் கப்பல் போக்குவரத்துச் சாதனையை வியந்து பாராட்டிச் செய்திகளை வெளியிட்டன.

தூத்துக்குடி சப்-கலெக்டராக இருந்த ஆஷ் துரை, அவ்வப்போது வ.உ.சி.யின் கப்பல் கம்பெனியின் அலுவலகத்துக்குச் சென்று, கணக்கு வழக்கு சரியில்லை என்று கூறிச் சோதனை செய்து வந்தார்.

பிரிட்டிஷாரின் இந்த விலைக் குறைப்பு, விலை ஒழிப்பு ஆகிய சதிகளால் ஒரு கட்டத்தில் வ.உ.சி.யின் கப்பல்கள் பயணிகளும் சரக்குகளும் இன்றி இலங்கைக்குச் சென்றுவந்தன. வ.உ.சி. கப்பல் கம்பெனியில் பங்குதாரர்களாக இருந்த அனைவருமே சுதேசிப் பற்றாளர்கள் அல்லர். அவர்களுள் சிலர் வணிக நோக்கத்திற்காகவே பங்குதாரர்களாக இருந்தனர். அவர்கள், கப்பல் கம்பெனிக்கு எதிராக பிரிட்டிஷ் ஆட்சியினர் கட்டவிழ்த்துவிட்ட அடக்குமுறையைக் கண்டு அஞ்சினர். தங்களது கம்பெனி நிர்வாகக்குழுக் கூட்டத்தை அவசர அவசரமாகக் கூட்டினர்.

‘கம்பெனி திவாலாகாமல் தப்பிக்க வேண்டுமானால் வ.உ.சி. தனது அரசியல் நடவடிக்கையைக் கைவிட வேண்டும்’ என்று வலியுறுத்தினர். அவர்கள் கேட்டுக்கொண்டவாறு அரசியலில் இருந்து விலகுவதற்குப் பதிலாக, சுதேசிக் கப்பல் கம்பெனியின் நிர்வாகப் பொறுப்பிலிருந்து உடனடியாக விலகி, தீவிரமாக அரசியலில் வ.உ.சி. ஈடுபட்டார். வ.உ.சி. சிறையில் இருக்கும்போதே பிரிட்டிஷ் நிர்வாகம் சுதேசிக் கப்பல் கம்பெனியை ஒழிக்கப் பல வழிகளில் சதித் திட்டம் தீட்டி வெற்றியும் கண்டது.

சுதேசிக் கப்பல் கம்பெனியின் பங்குதாரர்களே நட்டம் குறித்து வ.உ.சி.க்கு நோட்டீஸ் அனுப்பினர். சிறையில் இருந்த வ.உ.சி. பங்குதாரர்களுக்கு வரும் லாபத்திலும் நட்டத்திலும் சமபங்கு உண்டு என்பதை வலியுறுத்திச் சிறையில் இருந்தே நட்டத்தை ஈடுசெய்வதாகக் கூறினார்.

பிரிட்டிஷாரின் சலுகைச் சதிகளால் சுதேசிக் கப்பல்கள் கடனால் தரைதட்டின. கடனைச் சமாளிக்க முடியாத சுதேசிக் கப்பல் கம்பெனி நிர்வாகிகள், கப்பல்களை விற்றுவிட முடிவெடுத்தனர்.

கப்பல்கள் ஏலத்திற்கு வந்தன. அக்கப்பல்களை பிரிட்டிஷ் கம்பெனியினரே ஏலத்தில் எடுத்தனர்.

இதைக் கேட்டுச் சினமடைந்த மகாகவி பாரதியார், 'சிதம்பரம், மானம் பெரிது! மானம் பெரிது! ஒரு சில ஓட்டைக் காசுகளுக்காக எதிரியிடமே அக்கப்பலை விற்றுவிட்டார்களே, பாவிகள்! அதைவிட அதைச் சுக்கல் சுக்கலாக நொறுக்கி, வங்காள விரிகுடாக் கடலில் மிதக்கவிட்டாலாவது என் மனம் ஆறுமே! இந்தச் சில காசுகள் போய்விட்டாலா தமிழ்நாடு அழிந்துவிடும்? பேடிகள்!' என்று ஆவேசத்தோடு எழுதினார்.

ஆனால், வ.உ.சி.யோ, 'அந்தக் கப்பல் கம்பெனி முறிந்து போனாலும் அதனால் தேசத்துக்கு எவ்வித நஷ்டமும் இல்லை. குறைந்த சார்ஜை வசூலித்ததினாலும் கம்பெனிக்கு 15 லட்சம் ரூபாய் நஷ்டம் ஏற்பட்டது. ஆயினும் அந்தப் பணம் நம்முடைய தேசத்தை விட்டுப் போய்விடவில்லை. நாங்கள் குறைந்த சார்ஜுக்கு விடுவதை உத்தேசித்து பிரிட்டிஷ் கம்பெனியார்களும் குறைந்த சார்ஜில்விட, ஆரம்பத்தில் அவர்களுக்கு 95 லட்ச ரூபாய் நஷ்டம் ஏற்பட்டது. இந்தப் பணமும் நமது தேசத்தில்தான் இருந்திருக்கிறது. ஆகவே, அந்த கம்பெனி முறிந்து போனாலும் இந்தியாவுக்கு லாபமே தவிர நஷ்டமில்லை' என்று 1919ம் ஆண்டு வெளியான சுதேசமித்திரனில் எழுதினார்.

தன்னுடைய சுதேசிக் கப்பல் அழிவு குறித்து வ.உ.சி. 'சுதேசி நாவாய் புலம்பல்' என்ற தலைப்பில் மனத்தைக் கசக்கிப் பிழியும் வெண்பா பாடல் ஒன்றை எழுதினார்:

'என் மனமும் என்னுடம்பும் என் சுகமும் என்னறமும்
என் மனையும் என் மகவும் என் பொருளும் – என் மணமுங்
குன்றிடினும் யான் குன்றேன் கூற்றுவனே வந்திடினும்
வென்றிடுவேன் காலால் மிதித்து.'

'தன் குழந்தையைத் தானே கொன்ற பழி'க்கு ஆளாகிவிட்டனர் தமிழர்கள். இந்தக் கொலையில் போலிச் சுதேசிக்காரர்களின் பங்களிப்பு அதிகம். பிரிட்டிஷாருக்குப் போட்டியாக வ.உ.சி. கப்பல் ஓட்டியதற்காக ஒன்றே ஒன்றுதான் அவருக்கு மிஞ்சியது. அது, வ.உ.சி.க்குக் கிடைத்த 'கப்பலோட்டிய தமிழன்' என்ற பட்டம். சிலம்புச்செல்வர் மா.பொ.சிவஞானம் முதன்முதலில் வ.உ.சி.யை 'கப்பலோட்டிய தமிழன்' என்று குறிப்பிட்டார்.

ம.பொ.சி.க்கு வ.உ.சி. மீது பக்தியே இருந்திருக்கிறது. சிதம்பரத்தின் தியாகங்களை இந்தியாவும் தமிழகமும் மறந்துவிடக்கூடாது என்று அவர் படாதபாடு பட்டிருக்கிறார்.

மா.பொ.சிவஞானம்

ம.பொ.சி. ஏழைக் குடும்பத்தில் பிறந்தவர். பெரிய படிப்பு இல்லை. 1944ல் 'கப்பலோட்டிய தமிழன்' என்ற தலைப்பிலான ஒரு புத்தகத்தை எழுதி, அதன் முதல் பதிப்பைக் கொண்டு வந்திருக்கிறார். புத்தகம் விற்கவில்லை. சில ஆண்டுகளுக்குப் பின் சின்ன அண்ணாமலை என்ற காங்கிரஸ்காரரைச் சந்தித்தார். அவர் பதிப்பகம் நடத்தி வந்திருக்கிறார். அவர் இந்தப் புத்தகத்தை நல்ல முறையில் பதித்துப் பெரிதாக விளம்பரம் செய்திருக்கிறார்.

புத்தகம் விற்றது. 'கப்பலோட்டிய தமிழன்' என்ற பெயர் நிலைத்துவிட்டது. சிதம்பரம் பிள்ளையை யாரும் மறந்துவிட முடியாது என்ற நிலை உருவாகியது.

2

புரட்சி

'சுதேசி இயக்கத்தை வெற்றியடையச் செய்யும் எந்த முயற்சியும் தொழிலாளர்கள் கையில்தான் உள்ளது.'

- வ.உ.சி.

பிராங் ஹார்வி என்ற பிரிட்டிஷ்காரரர் நெல்லை மாவட்டத்தில் பாபநாசம் அருவி நீரைக்கொண்டு மின் உற்பத்தி செய்யவும் அந்த மின்சக்தியைக் கொண்டு மலையடிவாரத்தில் பருத்தி ஆலை அமைக்கவும் 1883ம் ஆண்டு அரசிடம் அனுமதி பெற்றார்.

திட்டமிட்டபடி 1885ம் ஆண்டு திருநெல்வேலி மில்ஸ் கம்பெனி லிட் என்ற நிறுவனத்தை 10,000 கதிர்களுடன் தொடங்கினார். மூன்று ஆண்டுகளில் 16,000 கதிர்களைக் கொண்ட நிறுவனமாக வளர்ந்தது.

இதனைத் தொடர்ந்து, 1888ம் ஆண்டு தூத்துக்குடி கடற்கரைச்சாலையில் 'கோரல்மில்' என்ற பெயரில் 15 லட்சரூபாய் முதலீட்டில் பருத்தி ஆலையைத் தொடங்கினார். பின்னாளில் இது 'ஹார்வி மில்' என்றானது. இதில் 1800 தமிழகத் தொழிலாளர்கள் பணியாற்றினர்.

இங்கிலாந்து நாட்டை சேர்ந்த ஹார்வி சகோதரர்களால் (ஹார்வி பிரதர்ஸ் எனப்படும் ஆண்ட்ரு ஹார்வி, பிராங்க் ஹார்வி) திருநெல்வேலி, விக்கிரமசிங்கபுரம், தூத்துக்குடி, மதுரை ஆகிய இடங்களில் தொடங்கப்பட்ட நூற்பாலைதான் ஹார்வி மில். இந்த ஆலை தென்மாவட்டங்களைச் சேர்ந்த ஆயிரக்கணக்கான தொழிலாளர்களுக்கு வேலை அளித்தது.

அம்பாசமுத்திரம் (1885), தூத்துக்குடி (1889) ஆகிய ஊர்களில் அவர்கள் ஆரம்பித்த நெசவாலைகளைவிட, பரப்பளவிலும் உற்பத்தியிலும் தொழிலாளர் எண்ணிக்கையிலும் மிகப் பெரியது மதுரையில் அமைந்த ஹார்வி மில்ஸ்தான். மின்சார வசதி இல்லாத அக்காலத்தில், நீராவி மூலம் ராட்சத டர்பனைச் (சக்கரம்) சுற்றவைத்து இயந்திரங்களை இயக்கியிருக்கின்றார்கள்.

மில்லில் இருக்கும் இயந்திரங்கள் எல்லாம் மேலை நாட்டில் தயாரிக்கப்பட்டவை. ஆனால், அந்த ராட்சத டர்பனை (சக்கரம்) மதுரையிலேயே தயாரித்திருக்கின்றார்கள். இச்சக்கரம் இன்றும் மில்லில் நினைவுச் சின்னமாகக் காட்சி அளிக்கிறது.

இச்சக்கரம் இயங்கியபோது வெளியேற்றப்பட்ட சுடுதண்ணீர் சென்ற வாய்க்காலை இன்றும் 'சுடுதண்ணீர் வாய்க்கால் தெரு' என்றே அழைக்கின்றனர். இந்தச் சுடுதண்ணீர் வாய்க்காலில் நீராடியும் துணிகளைத் துவைத்தும் மதுரை மக்கள் பெற்ற சிலிர்ப்பைப் பூரித்துச் சொல்லும் பெரியவர்கள் சிலர் இன்றும் உள்ளனர்.

தொடக்க காலத்தில் தமுக்கடித்துக் கூவி அழைத்து ஆண்களையும் பெண்களையும் வேலைக்கு அமர்த்திய இந்நிறுவனத்தில் 18,000 பேருக்கு மேல் வேலை செய்தனர். 18 ஆயிரம் பேருக்கு வேலையென்றால், 18 ஆயிரம் குடும்பங்கள் – ஒரு குடும்பத்திற்கு ஐவர் என்று வைத்துக்கொண்டால், 85 ஆயிரம் பேர்கள். அவர்களுக்குத் தேவையான பொருட்கள், சேவையைத் தர கடை கன்னிகள் என அப்போதைய மதுரையின் பாதி ஜனத்தொகையை மதுரை மில்லே பேணியது.

தொழிலாளர்கள் குடியிருக்க 'ஹார்வி பட்டி' என்று தனி நகரியம். அங்கிருந்து மில்லுக்கு நேரடியாக ரயில் வசதி. அது மதுரையின் வசந்தகாலம். ஆடி, சித்திரை, ஆவணி, வெளி வீதிகளில் அடங்கியிருந்த மதுரையை ஹார்வி மில் சிறிது சிறிதாக விரித்தது, பரப்பளவில் வளர்த்தது.

ஹார்வி மில்ஸ், மெஜூரா மில்ஸ், மெஜூரா கோட்ஸ், கோட்ஸ் வயலா எனக் காலத்திற்குக் காலம் மாறிய இந்நிறுவனம் பல தலைமுறையைக் கண்டுவிட்டது. ஹார்வி சகோதரர்களுக்குப் பின் வந்த தொழிலகங்கள் - தொழிலதிபர்கள் தங்களுடைய சமூகப் பொறுப்புகளால் மதுரையை வளமாக்கினார்கள்.

குறைந்த ஊதியம், விடுமுறையற்ற வேலை, கைரேகை தெரியும் வெளிச்சத்தில் வேலையைத் தொடங்கி, கைரேகை மறையும் வெளிச்சத்தில் வேலையை முடிக்க வேண்டும் –இதற்கு கை ரேகை

பார்த்து ஒட்டுதல் என்று பெயர் – என்ற கட்டாயம் (அதாவது, காலை ஆறு மணிமுதல் மாலை ஆறு மணி வரையிலான பணி நேரம்), சிறு தவறுகளுக்குப் பெரியளவிலான தண்டனைகள் என அந்த நிறுவனம் தமிழகத் தொழிலாளர்களைக் கீழ்த்தரமாக நடத்தி அதன் வழியாக 60 சதவிகித லாபம் அடைந்து வந்தது.

வ.உ.சிதம்பரனார்

இவர்களுக்கு உதவுவதற்காகவும் இவர்களின் மனத்தில் சுதேசிச் சிந்தனையை விதைப்பதற்காகவும் வ.உ.சி. போராட நினைத்தார். தன் துணைக்குச் சுப்பிரமணிய சிவாவையும் பத்மநாப ஐயங்காரையும் வைத்துக்கொண்டு தொழிலாளர்களைத் திரட்டி, 'சுதேசி இயக்கத்தை வெற்றியடையச் செய்யும் எந்த முயற்சியும் தொழிலாளர்கள் கையில்தான் உள்ளது' என்று தொடங்கி, இந்த ஆலையினால் பிரிட்டிஷார் அடையும் லாபம், தொழிலாளர்கள் அடையும் நஷ்டம் போன்றன குறித்து உணர்ச்சிகரமாகப் பேசினார்.

வ.உ.சி.யின் பேச்சில் ஈர்க்கப்பட்ட 1800 தொழிலாளர்கள் 27.02.1908ம் நாள் முழு வேலைநிறுத்தத்தில் ஈடுபட்டனர். அதனைத் தொடர்ந்து பொதுக்கூட்டங்கள் நடத்தப்பட்டன. அதனைத் தடைசெய்ய தூத்துக்குடி டிவிஷனல் மாஜிஸ்ட்ரேட் 144 தடையுத்தரவைப் பிறப்பித்தார்.

மாவட்ட ஆட்சித்தலைவர் இருபது காவலர்களையும் இரண்டு அதிகாரிகளையும் திருநெல்வேலியிலிருந்து தூத்துக்குடிக்கு அனுப்பினார். சிவகாசியிலிருந்து முப்பது போலிஸார் தூத்துக்குடிக்கு வரவழைக்கப்பட்டனர். ஆனால், பயனில்லை. தொழிலாளர்களின் தளராத முடிவினால் வேலைநிறுத்தம் தொடர்ந்தது.

அவர்களின் குடும்ப உணவுக்காக வ.உ.சி. தன் வீட்டு நகைகளை அடகு வைத்துப் பணம் கொடுத்தார். பல முனைகளிலிருந்து நிதி திரட்டப்பட்டது. அதன் வலிமையால் போராட்டம் வெற்றிகரமாகத் தொடர்ந்தது. இவர்களுக்கு ஆதரவாக மதுரைப் பஞ்சாலைத் தொழிலாளர்களும் வேலைநிறுத்தத்தில் ஈடுபட்டனர்.

வேறு வழியின்றி நிர்வாகம் பணிந்தது. தொழிலாளர்களுக்கு ஊதிய உயர்வளிக்கவும் வேலை நேரத்தைக் குறைக்கவும் வாரத்தில் ஒருநாள் விடுமுறை தரவும் நிர்வாகம் ஒப்புக்கொண்டது. அதனைத் தொடர்ந்து 07.03.1908ம் நாள் மதியம் தொழிலாளர்கள் பணிக்குத் திரும்பினர்.

அரவிந்தர் 'வந்தே மாதரம்' என்ற இதழில் 13.03.1908 'தூத்துக்குடி வெற்றி' என்ற தலைப்பில் இப்போராட்டம் குறித்து, 'வ.உ.சி., சுப்பிரமணிய சிவா என்ற பொருத்தமான தலைவர்களின் தலைமையில் நடைபெறும் போராட்டம் உறுதியோடும் கண்ணியத்தோடும் அமைதியான சுய கட்டுப்பாட்டோடும் நடந்து வருகிறது. இது தொழிலாளர்கள் போராட்டம் மட்டுமின்றி, சென்னை மாகாணம் வெளிப்படுத்தும் தேசிய உணர்வே ஆகும். மேலும் இப்போராட்டம் பிரிட்டிஷாரின் ஆட்சியை அழிக்கும் நோக்கம் கொண்டது' என்று எழுதினார்.

ரஷ்ய நாட்டு ஜார் மன்னரின் இந்தியத் தூதராகப் பணியாற்றிய செக்கின் தம் நாட்டுக்கு அனுப்பிய குறிப்பில், 'இது திறமையாக நடத்தப்படும் ஒரு வேலை நிறுத்தப் போராட்டமாகும். வேலைநிறுத்தத்தில் ஈடுபட்டுள்ள தொழிலாளர்களுக்கு வேலைநிறுத்தத்தை நடத்தும் தலைவர்கள் உணவு படைக்க ஏற்பாடு செய்துள்ளனர்' என்று தெரிவித்திருந்தார்.

தொழிலாளர்கள் பொது அரசியலில் வேலை நிறுத்தம் நிகழ்த்தியதில் இந்தியாவிலேயே முதன் முதலில் வெற்றி பெற்ற போராட்டம் என்ற வகையில் இப்போராட்டம் வரலாற்றில் அழுத்தமாகப் பதிவானது.

வங்காளத்தில் பிறந்த பிபின் சந்திர பால் என்பவர் தமிழகத்தில் வ.உ.சி., பாரதி, சுப்பிரமணிய சிவா ஆகியோருக்குத் துணைநின்றவர். அந்நியத் துணிகளை வெறுத்தல் - எரித்தல், சுதேசிச் சிந்தனையை வளர்த்தல் போன்றன அவரது போதனைகளாக இருந்தன. விதவையைத் திருமணம் செய்து கொண்டதற்காகத் தன் குடும்பத்தினரால் வெறுக்கப்பட்டவர்.

காந்தி காங்கிரஸின் நாயகனாக அவதரிக்கும் வரை காங்கிரஸின் தூணாக இருந்தவர். தாம் நடத்திய 'வந்தே மாதரம்' பத்திரிகையில்

பணியாற்றிய அரவிந்தர் செய்த புரட்சிக்காக அவரை பிரிட்டிஷ் அரசு கைதுசெய்தது. அரவிந்தருக்கு எதிராகச் சாட்சி சொல்ல பிபின் சந்திர பாலரை பிரிட்டிஷ் அரசு கட்டாயப்படுத்தியது. அவர் மறுத்தார். அதற்காக பிரிட்டிஷார் நீதிமன்றம் அவருக்கு ஆறு மாதகாலம் சிறைத்தண்டனை விதித்தது.

பிபின் சந்திர பாலர் 09.03.1908ம் நாள் விடுதலையானார். அவரது விடுதலை நாளினை 'சுயராஜ்ஜிய தினமாக' வ.உ.சி. அறிவித்தார். தூத்துக்குடியில் பொதுக்கூட்டத்திற்கும் விழாவிற்கும் ஏற்பாடு செய்தார்.

அவ்வாறு கொண்டாடக் கூடாது என்பதற்காகச் சுப்பிரமணிய சிவா, வ.உ.சி., பத்மநாப ஐயங்கார் ஆகியோருக்கு நெல்லை மாவட்ட ஆட்சியர் விஞ்ச் துரை தடையுத்தரவு (144) பிறப்பித்தார். மூவரும் விஞ்ச் துரையைச் சந்தித்து உரையாடினர். பேச்சுவார்த்தை தோல்வியில் முடிந்தது. மறுநாள் தடையை மீறிப் பொதுக்கூட்டத்தை நடத்தினர்.

தடையை மீறிய குற்றத்திற்காகக் குற்றவியல் சட்டம் 107ன் கீழ் 12.03.1908ம் நாள் மூவரையும் பிரிட்டிஷார் கைதுசெய்து பாளையங்கோட்டைச் சிறைக்குக் கொண்டு சென்றனர். அதனைக் கண்டித்து மக்கள் கொந்தளித்தனர். இதனால் 13.03.1908ல் 'நெல்லைக் கலவரம்' ஏற்பட்டது.

சிதம்பரனாரும் சிவாவும் கைது செய்யப்பட்ட செய்தி, நெல்லை நகரில் அதிவேகமாகப் பரவியது. அடுத்த நாள் மார்ச் 13ம் தேதி நெல்லையில் கடைகள் அடைக்கப்பட்டன. பள்ளி, கல்லூரி மாணவர்கள் வகுப்புகளைப் புறக்கணித்தனர். இருவரையும் விடுதலை செய்யக்கோரி, ஊர்வலம் நடந்தது.

வ.உ.சி. கைது செய்யப்பட்டதை அறிந்தவுடன் தூத்துக்குடி மக்கள் கொந்தளித்தனர். போக்குவரத்து நிறுத்தப்பட்டது. பள்ளிகளும் கல்லூரிகளும் சேதப்படுத்தப்பட்டன. மண்ணெண்ணெய்க் கிடங்கு தீ வைக்கப்பட்டது. இரண்டு நாட்கள் இந்த நிலை நீடித்தது. அஞ்சல் நிலையமும் தீ வைக்கப்பட்டது. காவல் நிலையமும் நகராட்சி அலுவலகமும் தாக்கப்பட்டன.

மக்கள் இரவு முழுவதும் தூங்கவில்லை. கடைகள் மூடப்பட்டன. கோரல் நூற்பாலை மற்றும் 'பெஸ்ட் அண்ட் கம்பெனி' தொழிலாளர்கள் வேலை நிறுத்தத்தில் ஈடுபட்டனர். நகராட்சி ஊழியர்கள், முடி திருத்துபவர்கள், துணி வெளுப்பவர்கள், குதிரை வண்டி ஓட்டுபவர்கள் போன்றோரும் வேலை நிறுத்தத்தில் ஈடுபட்டனர். இதுவே இந்தியாவில் முதல் அரசியல்

வேலை நிறுத்தம். 1908ம் ஆண்டு மார்ச் 14ம் நாள் முதல் மார்ச் 19ம் நாள் வரை நடைபெற்றது.

பொதுமக்களும் அதில் கலந்துகொண்டனர். பொதுக்கூட்டங்களும் ஊர்வலங்களும் நடைபெற்றன. காவல்துறையினரின் துப்பாக்கிச் சூட்டில் நான்கு பேர் பலியானார்கள். இந்த நிகழ்வைத் 'திருநெல்வேலி எழுச்சி' என்று கூறுகிறார்கள்.

வ.உ.சி. சிறையிலிருந்தபோது அவரது நண்பர்கள் அவரை ஜாமீனில் வெளிவரும்படி கேட்டுக் கொண்டனர். சிவாவும் பத்மநாப ஐயங்காரும் அவருடன் சிறையில் இருந்தனர். அவர் தனது நண்பர்களை விட்டுவிட்டுத் தனியாக வெளிவர விரும்பவில்லை. இந்நிகழ்ச்சியில் இருந்து அவரது தைரியத்தையும் நேர்மையையும் நாம் அறிந்து கொள்ளலாம்.

பாளையங்கோட்டை சிறையைத் தகர்த்து இருவரையும் மீட்டு வருவதென நெல்லை இந்துக்கல்லூரி மாணவர்கள் சிலர் ஆவேசத்துடன் புறப்பட்டனர். சார் பதிவாளர் அலுவலகம், எண்ணெய்க் கிடங்கு, நகராட்சி அலுவலகம் ஆகியவற்றுக்குத் தீ வைக்கப்பட்டது. காவல் துறையினர் நிலைமையை எதிர்கொள்ள முடியாமல் தடுமாறினர்.

கலெக்டர் ஆஷ் - அறிமுகம்

ஆஷ், ஐ.சி.எஸ். படிப்பில் மாவட்டப் பொறுப்பேற்பதற்கெனத் தெலுங்கை முதல் மொழியாகவும் தமிழை இரண்டாம் மொழியாகவும் அவர் தேர்ந்தெடுத்துப் பயின்றார். 1892ம் ஆண்டு ஐ.சி.எஸ். தேர்வில் தேர்ச்சி பெற்ற 61 பேரில் 40வது இடத்தை ஆஷ் பெற்றார். 1895ம் ஆண்டு நவம்பர் மாதத்தில் பணியில் சேர்ந்து, 04.12.1895ம் நாள் இந்தியாவில் கால் வைத்தார்.

ராபர்ட் வில்லியம் ஆஷ்

பிரிட்டிஷ் அரசு அவரைச் சென்னை மாகாணத்தின் வடகிழக்கு மூலையான கஞ்சம் (இன்றைய ஒரிசா மாநிலத்திலுள்ளது) மாவட்டத்தில் பணியமர்த்தியது. மூன்றாண்டுக்குப் பின்னர் சென்னை நகரில் சிறப்பு அலுவலராகப் பணியாற்றினார்.

பெஞ்சமின் தாமஸ் பாட்டர்சன் - மேரி சூசன்னா தம்பதியினருக்கு 07.01.1877ம் நாள் பிறந்த மேரி லிலியன் என்ற தன்னைவிட ஒரு வயது மூத்த பெண்மணியை ஆஷ் காதலித்து 06.04.1898ம் நாள் திருமணம் செய்துகொண்டார்.

1899ம் ஆண்டு ஜனவரியில் வட ஆர்க்காடு மாவட்டத்தில் துணை ஆட்சியரானார். சிறிது காலம் மீண்டும் சென்னைத் தலைமையகத்தில் பணியாற்றிய பின் 1900ம் ஆண்டு மாவட்டப் பணிக்குத் திருப்பி அனுப்பப்பட்டார். நவம்பர் 1905ல் விடுப்பில் அயர்லாந்து திரும்பினார்.

பின்னர் இந்தியா வந்து கிருஷ்ணா, ஓங்கோல், நெல்லூர் என்று 1907 வரை தெலுங்கு மொழி பேசும் பகுதிகளிலேயே பணியாற்றினார். பின்னர் சென்னை மாகாணத்தின் தென்மூலையான திருநெல்வேலியில் பணியமர்த்தப்பட்டார். ஆனால், சில மாதங்களிலேயே மனைவி மேரியின் உடல்நிலைச் சீர்கேட்டின் காரணமாகத் 'தனிப்பட்ட அவசர விடுப்பில்' ஆகஸ்டு 1907 முதல் ஆறு மாதங்களுக்கு அயர்லாந்து சென்றார்.

17.02.1908ம் நாள் மீண்டும் ஆஷ் திருநெல்வேலிக்குத் திரும்பினார். சேரன்மாதேவியில் தலைமை உதவிக் கலெக்டராக அமர்த்தப்பட்டிருந்தாலும், தூத்துக்குடிப் பிரிவின் துணைக் கலெக்டராகவும் ஆஷ் கூடுதல் பொறுப்பேற்றிருந்தார். பின்னர், ஆஷ் கோதாவரி மாவட்டத்திற்குப் பணியிடம் மாற்றப்பட்டார்.

டிசம்பர் 1908 முதல் திருநெல்வேலியிலும் சாத்தூர் துணைப் பிரிவிலும் பணியாற்றிய பின் ஆகஸ்டு 1910ல் திருநெல்வேலியின் பொறுப்பு ஆட்சியரானார். தன் நேரடி மேலதிகாரியான எல்.எம். விஞ்ச் என்பாருடன் கைகோர்த்துக்கொண்டு பிரிட்டிஷ் அரசுக்குச் சாதகமாகவும் இந்திய மக்களுக்குப் பாதகமாகவும் பணியாற்றினார்.

வங்காளம், பஞ்சாப், மகாராஷ்டிரம் ஆகிய பகுதிகளில் வலுப்பெற்ற சுதேசி இயக்கம், சென்னையிலும் காலூன்றியது. டிசம்பர் 1906ல் சென்னை அரசு, சுதேசி இயக்கத்தின் நிலை குறித்து ஆய்வு செய்ததில் பிற மாவட்டங்களில் அது வெறும் பேச்சளவில் உள்ளது என்றும் தூத்துக்குடியில் அது செயலளவில் குடிகொண்டுள்ளதாகவும் அறியப்பட்டது.

'பிரிட்டிஷ் எதிர்ப்புணர்வு நிலவுவதாக ஐயுறும் நிலையிலுள்ளது திருநெல்வேலி மாவட்டம் மட்டுமே. அதிலும் குறிப்பாகத் தூத்துக்குடி நகரம் மட்டுமே' என்று அதன் கலெக்டர் கூறினார்.

காரணம், உள்ளூர் நீதிமன்றத்தில் 'பிளீடர்' என்ற எளிய வழக்குரைஞராக இருந்த வ.உ.சி., குறுகிய கால அளவில் திலகர் தலைமையில் தூத்துக்குடி நகர வணிகர்களை அணிசேர்த்து ஒரு கப்பல் கம்பெனியைத் தொடங்கினார். இரண்டு பெரிய நீராவிக் கப்பல்களை விலைக்கு வாங்கினார். பிரிட்டிஷ் - இந்தியா ஸ்டீம் நேவிகேஷன் கம்பெனிக்குக் கடும் போட்டியாக விளங்கினார்.

மகான் அரவிந்தரால் 'பிரதம ஆரிய புருஷன்', 'கர்மவீரன்' என்று பாராட்டப்பட்ட வ.உ.சி. அவர்களை, 1907ம் ஆண்டு நடந்த சூரத் காங்கிரஸ் மாநாட்டில் தென்னிந்திய பிரதிநிதிகள் தங்கிய இடத்துக்கு நேரே தேடிவந்த அரவிந்தர், 'எங்கே என் மிஸ்டர் பிள்ளை?' என்று விசாரிக்கும் அளவுக்கு முக்கியத்துவம் பெற்றார்.

'வ.உ.சி. தமது மனையில் ஒரு வாரம் தங்கியபோது வ.உ.சி. யை மிகவும் உயர்வாக நடத்தியுள்ளார் திலகர். அவரது மனையில் மிகவும் கட்டுப்பாடான சூழலில் இருவர் மட்டுமே உணவு அருந்தியவர்கள். ஒருவர் வ.உ.சி., மற்றொருவர் சுவாமி விவேகானந்தர்' என்கிறார் கி.ஆ.பெ.விசுவநாதம்.

1885ம் ஆண்டு ஆரம்பிக்கப்பட்ட காங்கிரஸ் துவக்கத்தில் பிரிட்டிஷ் - இந்தியாவில் இந்தியர்களின் உரிமைக்காக பிரிட்டிஷ் ஆட்சியாளர்களிடம் மனுக் கொடுத்தல், கோரிக்கை வைத்தல் போன்ற மிதவாத செயல்களில் ஈடுபட்டு வந்தது. ஆனால் காலப்போக்கில் தேசியவாத உணர்ச்சிகள் மிகுந்ததால் குடியேற்றவாத அரசுக்கு எதிரான போராட்டங்கள் தீவிரமடைந்தன.

1906ம் ஆண்டு நடந்த வங்காளப் பிரிவினையை எதிர்க்க காங்கிரஸ், சுதேசி இயக்கத்தைத் தொடங்கியது. மேலும் காலனிய அரசுக்கு வங்காளத்தில் எவ்வித ஒத்துழைப்பும் தரக்கூடாது என்று 1906ம் ஆண்டு கல்கத்தா மாநாட்டில் தீர்மானிக்கப்பட்டது.

காங்கிரஸின் தீவிர தேசியவாத உறுப்பினர்கள் சுதேசி இயக்கத்தையும், ஒத்துழையாமையையும் நாடு முழுவதும் விரிவுபடுத்தவேண்டும் என எண்ணினர். ஆனால், மிதவாதிகள் அதனை விரும்பவில்லை; அந்நியப் பொருட்களை மட்டும் புறக்கணித்தால் போதுமானது, நேரடியாகக் காலனிய அரசுடன் மோத வேண்டாம் எனக் கருதினர்.

இந்தக் கருத்து வேறுபாடு 1907ம் ஆண்டு சூரத்தில் நடைபெற்ற காங்கிரஸ் மாநாட்டில் வெளிப்படையாக வெடித்தது. கோபால கிருஷ்ண கோகலே, தாதாபாய் நௌரோஜி, ஃபிரோஸ்ஷா மேத்தா ஆகியோர் தலைமையிலான மிதவாதிகள் பிரிவு இம்மோதலில் வெற்றி பெற்றது. பால கங்காதர திலகர் தலைமையிலான தீவிரவாதிகள் கட்சியினைவிட்டு வெளியேறினர்.

இப்பிளவினால் இரு பிரிவினரும் பலவீனமடைந்தனர். திலகரின் சுதேசி இயக்கம் வலுவிழந்து காலனிய அரசால் ஒடுக்கப்பட்டுவிட்டது. அரசுடன் இணக்கமாகச் செயல்பட்டதால் இளைய தலைமுறை காங்கிரஸ் தொண்டர்களின் நம்பிக்கையையும் ஆதரவையும் மிதவாதிகள் இழந்துவிட்டனர்.

இரு பிரிவினருக்கிடையேயான மோதலில் மிதவாதிகளின் நிலையைப் பலப்படுத்த, பிரிட்டிஷ் அரசு அவர்களுக்காகச் சில சலுகைகளை அளித்தது. இந்திய அரசுச் சட்டம் – 1909 என்பதனை இயற்றி, அவர்களது சில கோரிக்கைகளை நிறைவேற்றியது. மேலும் 1911ல் வங்காளப் பிரிவினையை ரத்து செய்து மீண்டும் அம்மாநிலத்தை ஒன்றிணைத்தது. இப்பிளவின் பின்னடைவிலிருந்து மீள காங்கிரஸுக்குப் பல ஆண்டுகள் பிடித்தது.

விடுதலைப் போராட்டத்தில் காங்கிரஸ் விட்டுச் சென்ற வெற்றிடத்தைப் பல புரட்சி இயக்கங்கள் ஆக்கிரமிக்க முயன்றன. 1916ல் அன்னி பெசண்டின் ஹோம் ரூல் இயக்கம் தொடங்கப்படும் வரை காங்கிரஸால் எந்தப் பெரிய போராட்டத்தையும் நடத்த முடியவில்லை.

டிசம்பர் 1907ல் நடந்த சூரத் மாநாட்டில் காங்கிரஸ் பிளவுபட்டதைத் தொடர்ந்து தென்னகத்துத் தீவிரவாதிகளின் தலைவராகத் தூத்துக்குடிக்குத் திரும்பினார் வ.உ.சி. அவர் தூத்துக்குடிக் கடற்கரையிலும் திருநெல்வேலிப் பொருநைக் கரையிலும் ஏராளமான தேசிய அரசியல் கூட்டங்களை முன்னின்று நடத்தினார்.

சுப்பிரமணிய சிவாவின் உரைவீச்சில் பிரிட்டிஷாரின் 'தலைப்பாகைகள்' அவிழ்ந்தன. பொதுவெளிகளில் தமிழில் அரசியல் சொற்பொழிவுகள் முதல் முறையாக நிகழ்த்தப்பட்டன. இக்கூட்டங்களில் நடுத்தர வர்க்கத்தினர், வணிகர்கள் மட்டுமல்லாமல், சாதாரண மக்களும் உழைக்கும் வர்க்கத்தினரும் அணிதிரண்டனர்.

1908ம் ஆண்டு திருநெல்வேலியில் சுதேசி இயக்கம் வேரூன்றித் தழைத்திருந்தது. ஆதலால், பிரிட்டிஷ் அரசுக்குச் சிக்கலான மாவட்டமாக நெல்லை இருந்துள்ளது. பின்னாளில் 'ராஜ துரோகத்தின் நாற்றங்கால்' என்ற அவப்பெயர் பெற்றிருந்த மாவட்டம் நெல்லை என்று அதன் கலெக்டர் ஜே.சி.மலோனி கூறியதிலிருந்து அக்காலத்தில் நெல்லை பெற்றிருந்த சுதந்திர வேட்கையினை அறிய முடிகின்றது.

திருநெல்வேலி மாவட்டத்தின் சேரன்மாதேவிக்கு ஆஷ் துரை சப் கலெக்டராகப் பணியாற்றினார். தூத்துக்குடியின்

துணை டிவிஷனல் மாஜிஸ்ட்ரேட்டாகவும் ஜாயிண்ட் மாஜிஸ்ட்ரேட்டாகவும் கூடுதல் பொறுப்பு வகித்ததால் தூத்துக்குடி நகரமே ஆஷ் துரையின் பணியிடமாக அமைந்தது.

ஆஷ் துரை தூத்துக்குடியில் சுதேசிக் கப்பல் கம்பெனி பங்குதாரர்களை மிரட்டி, அந்த கம்பெனியை மூடுவதற்குத் தீவிர முயற்சி செய்தார். இதனால் ஆஷ் துரையைப் பத்திரிகைகள் 'நவீன இரண்யன்' என்று சுட்டிக்காட்டின.

27.02.1908ம் நாள் தூத்துக்குடி கோரல் ஆலைத் தொழிலாளர் 1000 பேர் கூலி உயர்வு, வார விடுமுறை முதலான கோரிக்கைகளை முன்வைத்து வேலைநிறுத்தம் செய்தனர். இதன் பின்னணியில் சுதேசி இயக்கம் இருந்தது. போராட்டம் வலுப்பதைக் கண்ட பிரிட்டிஷ் அரசு நிர்வாகம் 144 தடையுத்தரவை அமலுக்குக் கொண்டு வந்தது. சிவகாசியிலிருந்து கூடுதல் காவல் படையும் வரவழைக்கப்பட்டது. கலகத்தைக் கட்டுப்படுத்தும் முழுப்பொறுப்பும் ஆஷ் துரைக்குக் கொடுக்கப்பட்டது.

தொழிலாளர் ஒற்றுமையும் சுதேசி இயக்கத்தின் முழு ஆதரவும் வ.உ.சி.யின் தலைமையும் வேலைநிறுத்தத்திற்குப் பெரும் வெற்றியை ஈட்டித் தந்தன. அனைத்துக் கோரிக்கைகளையும் நிறைவேற்றி 07.03.1908ம் நாள் வேலைக்குத் திரும்பினர். ஆஷ் துரைக்கு இது மகத்தான தோல்வி.

வங்காள சுதேசித் தலைவர் பிபின் சந்திர பாலரின் விடுதலைத் திருநாளினைச் 'சுயராஜ்ய நாளாக'க் கொண்டாட வேண்டும் எனச் சுதேசி இயக்கம் முடிவுசெய்தது. அதனைத் தடுக்க பிரிட்டிஷ் அரசு பலவகையில் முயன்றது. வ.உ.சி., சுப்பிரமணிய சிவா, பத்மநாப ஐயங்கார் ஆகியோர் கைதுசெய்யப்பட்டனர்.

இதற்கு எதிர்ப்புத் தெரிவிக்கும் விதமாக திருநெல்வேலி நகர், தூத்துக்குடி, தச்சநல்லூர் ஆகிய ஊர்களில் பெரும் மக்கள் எழுச்சி ஏற்பட்டது. இதனைப் பின்னாளில் 'நெல்லைக்கலகம்', 'நெல்லை எழுச்சி' என்று அழைத்தனர்.

இக்கலவரத்தில் சி.எம்.எஸ். கல்லூரி தாக்கப்பட்டது. நகர்மன்ற அலுவலகங்கள் சூறையாடப்பட்டன. ஆவணங்கள் எரிக்கப்பட்டன. அஞ்சல் அலுவலகம் தீக்கிரையானது. தந்திக் கம்பிகள் அறுக்கப்பட்டன. நகர்மன்றத்தின் தீ வைக்கப்பட்ட எண்ணெய்க் கிடங்கு இரண்டு நாட்கள் தொடர்ந்து எரிந்தது. காவல் நிலையமும் தகர்க்கப்பட்டது.

வ.உ.சி., சுப்பிரமணிய சிவா, பத்மநாப ஐயங்கார் விடுவிக்கப்பட்டனர். காவல்துறையினரின் துப்பாக்கிச்சூட்டில்

சுதேசி இயக்கத் தொண்டர்கள் நால்வர் மாண்டனர். தூத்துக்குடியிலும் அனைத்துக் கடைகளும் அடைக்கப்பட்டன. கோரல் ஆலைத் தொழிலாளர் மட்டுமல்லாமல், பெஸ்ட் அன் கோ பணியாளர், நகர்மன்றத் துப்புரவு ஊழியர், கசாப்புக் கடைக்காரர், ஜட்கா ஓட்டுநர், சவரத் தொழிலாளர் என அனைவரும் வேலைநிறுத்தம் செய்தனர்.

144 தடையுத்தரவு செயலில் இருந்த பொழுதும் அன்று பிற்பகல் வண்டிப்பேட்டையில் ஒரு மாபெரும் கண்டனப் பொதுக்கூட்டம் நிகழ்ந்தது. கூட்டம் கலைய மறுத்தபொழுது, கூட்டத்தைத் தாக்குமாறு குதிரைப் படையினருக்கு ஆஷ் துரை ஆணையிட்டார். காவல்துறையினர் துப்பாக்கிச்சூடு நடத்தினர். 36 பேர் கைது செய்யப்பட்டனர். அவர்களுள் 32 பேருக்குத் தண்டனை கிடைத்தது. ஆஷ் துரைக்கு இது மகத்தான வெற்றி.

தொழிலாளர் வேலைநிறுத்தப் போராட்டத்தை அடக்க முயன்று தோல்வியைத் தழுவிய ஆஷ் துரைக்கு நெல்லை எழுச்சியை ஒட்டி நடந்த கண்டனப் பொதுக்கூட்டத்தைச் சிதறடிக்கும் பணியில் முழு வெற்றி கிடைத்தது. ஒட்டுமொத்த தூத்துக்குடி, திருநெல்வேலி பொதுமக்களைத் தண்டிக்கும் வகையில் ஆஷ் துரை தண்டக்காவல் படையை நியமித்து, விரிவுபடுத்தினார். அடுத்த மூன்றாண்டுகளில் ஆஷ் கொல்லப்படுவதற்கு இந்தச் சம்பவமும் ஒரு காரணம்.

ஆஷ் துரையைக் கொல்ல மூன்று முக்கியக் காரணங்கள் பாரத மாதா சங்கத்திற்கு இருந்தன.

ஒன்று: ஆஷ் துரை வழக்கமான பிரிட்டிஷ்காரர்களைப் போலவே இந்தியர்களிடம் நடந்துகொண்டதும், நெல்லை எழுச்சியை அடக்கியமையும்.

இரண்டு: வ.உ.சி. 16.10.1906ம் நாள் பதிவுசெய்த 'சுதேசி நீராவிக் கப்பல் கம்பெனி'யை ஒழித்துக்கட்டக் கங்கணம் கட்டிக்கொண்டு, அவருக்கு 40 ஆண்டுகாலம் சிறைத் தண்டனையைப் பெற்றுத் தந்தமை.

மூன்று: சுதேசிச் சிந்தனையின் முதன்மைத் தலைவர்களை, இரண்டாம் நிலைத் தலைவர்களைச் சிறையில் அடைக்க அவர் விஞ்ச் துரையுடன் கைகோர்த்துக்கொண்டு பொய்வழக்குகளின் வழியாகச் சிறையில் அடைத்தமை.

பாரத மாதா சங்கம் ஆஷ் துரையைக் கொல்லத் தம் உறுப்பினர்களின் பெயர்களை எழுதிச் சீட்டுக் குலுக்கியது. எடுக்கப்பட்ட சீட்டில் வாஞ்சிநாதனின் புனைபெயர் இடம்பெற்றிருந்தது என்பது தனி வரலாறு.

3

கைதி

'அவன் எனைச் சணல் கிழி யந்திரம் சுற்றெனச்
சுற்றினேன். என்கைத் தோலுரிந் திரத்தம்
கசிந்தது. என்னருங் கண்ணீர் பெருகவே.
. . .
திங்கட்கிழமை ஜெயிலர் என் கைத்தோல்
உரிந்ததைப் பார்த்தான். உடன் அவன் எண்ணெய்
ஆட்டும் செக்கினை மாட்டிற்குப் பதிலாகப்
பகலெலாம் வெயிலில் நடந்து தள்ளிட
அனுப்பினன், அவனுடை அன்புதான் என்னே!'

- வ.உ.சி.

வ.உ.சி. மற்றும் சிவா மீது தொடரப்பட்ட தேசத்துரோக வழக்கை 'தூத்துக்குடி சதி வழக்கு' என்ற பெயரில், திருநெல்வேலி அமர்வு நீதிமன்றம் விசாரித்தது. கீழ்க்கண்ட காரணங்களைக் காட்டி வ.உ.சி. மீது வழக்கு தொடரப்பட்டிருந்தது. அவையாவன:

1. வ.உ.சி. ஆங்கில அரசுக்கு எதிராகச் சொற்பொழிவுகள் நிகழ்த்தினார். (பிரிவு 123 - அ)

2. வ.உ.சி. சுப்பிரமணிய சிவாவிற்கு அடைக்கலம் கொடுத்தார். (பிரிவு 153 - அ)

28.03.1908ம் நாள் சிறப்பு நீதிபதி ஏ.எம்.பின்ஹே விசாரணையைத் தொடங்கினார். காவல் துறையினர் குற்றப்பத்திரிகையைத் தாக்கல் செய்தனர். வழக்கு நேர்மையாக நடைபெறாததால் வ.உ.சி. அதில் பங்கேற்க மறுத்துவிட்டார்.

கலெக்டர் விஞ்ச் துரையால் கைது செய்யப்பட்ட சிதம்பரம் பிள்ளையும் சுப்பிரமணிய சிவாவும்

சிறையில் அடைக்கப்பட்ட பின்பு, அவர்கள் மீது தொடுக்கப்பட்ட வழக்கு, திருநெல்வேலி மாவட்ட துணை மாஜிஸ்ட்ரேட் ஈ.எச்.வாலேஸ் என்ற வெள்ளைக்காரர் தலைமையிலான நீதிமன்றம் முன்பு விசாரணைக்கு வந்தது.

சிதம்பரம் பிள்ளைக்காக, தஞ்சாவூரைச் சேர்ந்த வழக்குரைஞர் என்.கே.ராமசாமி நீதிமன்றத்தில் வாதாடினார். சிதம்பரனாரின் வக்கீலிடம் மாஜிஸ்ட்ரேட் நேர்மையாக நடந்து கொள்ளவில்லை. அதனால், அவர் எதிர் வழக்காட மறுத்து விட்டார். வாலேஸ், வழக்கை மாவட்ட செஷன்ஸ் நீதிமன்றத்திற்கு மாற்றிவிட்டார். இந்த நீதிமன்றத்தில் சிதம்பரம் பிள்ளை வழக்கு இரண்டு மாதம் நடந்தது. வழக்குரைஞர்களான சடகோபாச்சாரியார், நரசிம்மாச்சாரியார், வேங்கடாச்சாரியார் மூவரும் சிதம்பரனாருக்காக வாதாடினார்கள்.

பிரிட்டிஷ் அரசுக்காக, பாரிஸ்டர் பவல், ரிச்மண்ட் என்பவர்கள் வாதாடினார்கள். கவியரசர் பாரதியார், சிதம்பரனாருக்காகச் சாட்சி கூறினார். அவர் மட்டுமன்று மேலும் பலரும் சிதம்பரனாருக்காகச் சான்று கூறினார்கள். சிலர், சிதம்பரனாருக்காக விரோதமாகவும் சாட்சி சொன்னார்கள்!

இரண்டு மாதங்கள் நடந்த இந்த வழக்கு விவரங்களை இந்தியா முழுவதும் மக்கள் உன்னிப்பாகக் கவனித்து வந்தனர்.

குற்றப் பத்திரிகை

'1908 பிப்ரவரி 23,24,25,26 ஆகிய தேதிகளிலும் மார்ச் 1,2,3 ஆகிய தேதிகளிலும் சிதம்பரம் பிள்ளை, தூத்துக்குடி, திருநெல்வேலி ஆகிய இடங்களில் பேசிய பேச்சுகள் ராஜத்துவேஷமானவை. இந்திய மக்களை பிரிட்டிஷ் மக்களுக்கும் மன்னருக்கும் எதிராகத் தூண்டிவிட்டுப் போர்புரிய ஆயத்தம் செய்யக் கூடியவை. மேலும், ராஜத்துவேஷப் பேச்சாளரும் கலகக்காரருமான சுப்பிரமணிய சிவாவுக்குத் தங்கும் இடமும் உணவும் அளித்துக் காப்பாற்றி, இ.த.ச. 150 - ஏ பிரிவின்படி சிதம்பரம் பிள்ளை குற்றம் செய்திருக்கிறார். மொத்தத்தில் சிதம்பரமும் சிவாவும் சேர்ந்து பிரிட்டிஷ் ஆட்சிக்கு எதிராகச் சதி செய்தார்கள்' என்று குற்றப்பத்திரிகையில் கூறப்பட்டிருந்தது.

பிரிட்டிஷ் அரசுக்கு எதிரான சொற்பொழிவுக்காகச் சுப்பிரமணிய சிவா மீதும் தனிக் குற்றப்பத்திரிகை தாக்கல் செய்யப்பட்டது. இவர்கள் இருவருக்காக, தொடக்கத்தில் தஞ்சை என்.கே.ராமசாமி ஐயர் வாதாடினார். பின்னர், சென்னையிலிருந்து வந்த

பிரபல வக்கீல் ஆர்.சடகோபாச்சாரியார் முன்னிலையானார். அரசு தரப்பில் பாரிஸ்டர் ரிச்மண்ட் என்ற வெள்ளைக்காரர் வாதிட்டார்.

தன் நண்பர்களான சிதம்பரனாருக்காகவும் சிவாவுக்காகவும் மகாகவி பாரதியார் நெல்லை நீதிமன்றத்துக்கு வந்து சாட்சி சொன்னார். மகாகவி பாரதியார் முதல் முறையாக நீதிமன்றப் படியேறியது அப்போதுதான்.

திருநெல்வேலி மாவட்டத்தின் அப்போதைய கூடுதல் செஷன்ஸ் நீதிபதியாக இருந்த திரு.ஆர்தர் எஃப் பின்ஹே முன்னிலையில் நடைபெற்ற விசாரணை வரலாற்று முக்கியத்துவம் வாய்ந்தது. அந்த விசாரணையின் சுருக்கம் பின்வருமாறு:

> 'எந்த நேரத்திலும் தேசத்துரோகம் என்பது மிகக் கடுமையான குற்றம் என்று எனக்குத் தோன்றுகிறது. இந்த வழக்கு, மாகாணத்தில் இதுபோன்ற முதல் வழக்கு என்பது உண்மைதான். ஆனால் குற்றம் காலூன்றுவதாகத் தோன்றும் பிற மாகாணங்களின் தற்போதைய நிலை, சில மாதங்கள் அல்லது ஒன்று அல்லது இரண்டு ஆண்டுகள் சிறைத்தண்டனை விதிக்கப்படலாம் என்பது தவறான கருணையின் எடுத்துக்காட்டுகள் என்பதைக் குறிக்கிறது.
>
> ஒரு வாக்கியத்தின் முதல் நோக்கம், அது குற்றவாளிக்கு மட்டுமல்ல, அவரது முன்மாதிரியைப் பின்பற்ற விரும்பும் மற்றவர்களுக்கும் தடையாக இருக்க வேண்டும். கிட்டத்தட்ட கலகத்தில் முடிந்த தேசத்துரோகப் பிரசாரத்தை இங்கே நாம் கையாள வேண்டியுள்ளது. அவர்கள் கைது செய்யப்பட்டதைத் தொடர்ந்து ஏற்பட்ட கலவரங்களை அடக்குவதில் இழந்த அனைத்து உயிர்களுக்கும் குற்றம் சாட்டப்பட்டவர்கள் தார்மீக ரீதியாகப் பொறுப்பேற்க வேண்டும்.'

இந்த வழக்கில் சிவா முக்கியக் குற்றவாளியாகவும், 1906ல் ஆங்கிலேயருக்குப் போட்டியாகக் கப்பல் நிறுவனத்தைத் தொடங்கியதற்காக 'கப்பலோட்டிய தமிழன்' என்று பிரபலமாக அறியப்பட்ட வ.உ.சிதம்பரம் இரண்டாவது குற்றவாளியாகவும் இருந்தபோதிலும் நீதிபதி வியக்கத்தக்க வகையில் சிவாவுக்கு 10 ஆண்டுகள் போக்குவரத்துத் தண்டனையும் வ.உ.சி.க்கு வாழ்நாள் போக்குவரத்துத் தண்டனையும் விதித்துத் தீர்ப்பளித்தார். அத்தீர்ப்பில் நீதிபதி பின்ஹே பின்வருமாறு குறிப்பிடுகிறார்.

> 'இதுபோன்ற வழக்கில் சட்டம் அனுமதிக்கும் அதிகபட்ச அபராதம் மிகவும் கடுமையானதாகத் தெரியவில்லை.

இருப்பினும் முதல் குற்றவாளிக்கு ஆதரவாகச் சில பாகுபாடு காட்டப்படலாம் என்று நான் நினைக்கிறேன். இரண்டாவது குற்றவாளியின் கையில் அவர் ஒரு கருவி என்று எனக்குத் தோன்றுகிறது. மாவட்ட அதிகாரிகள் மீது கீழ்த்தரமான, ஆதாரமற்ற குற்றச்சாட்டுகளைக் கூறாமல் இருக்க வேண்டும் என்ற கருணையும் சுப்பிரமணிய சிவாவுக்கு உண்டு.

இரண்டாவது குற்றவாளியின் நடத்தைக்கு நான் எந்த மன்னிப்பையும் காணவில்லை. அவர் அடிப்படையில் விசுவாசமற்றவர் மற்றும் சமூகத்திற்கு மிகவும் ஆபத்தான ஒருவகை மனிதர்.'

தீர்ப்பைக் கவனமாகப் படித்தால், குற்றம் சாட்டப்பட்டவர்களின் சமூகப் பின்னணி மற்றும் சாதி போன்ற காரணிகள் சாட்சிகளின் வாக்குமூலங்களின் உண்மைத் தன்மையைச் சோதிக்கும்போது நீதிபதியால் எவ்வாறு கணக்கில் எடுத்துக் கொள்ளப்பட்டன என்பதைக் காட்டுகிறது.

1908ம் ஆண்டு பிப்ரவரி 23, 25, 26 மற்றும் மார்ச் 5 ஆகிய தேதிகளில் தூத்துக்குடியில் சிவா ஆற்றிய நான்கு பொது உரைகள் தொடர்பாக, சுதந்திர இந்தியாவில் கூட சட்டப் புத்தகத்தில் இருக்கும் பிரிவு 124 - ஏ (தேசத்துரோகத்திற்கான தண்டனை) என்ற சட்டத்தின் கீழ்க் குற்றம் சாட்டப்பட்ட இருவரும் குற்றவாளிகள் என்று தீர்ப்பளிக்கப்பட்டது. வ.உ.சி. அவையனைத்திலும் பங்கேற்கவில்லை என்றாலும், அந்தக் கூட்டங்களை ஏற்பாடு செய்ததாகக் குற்றம் சாட்டப்பட்டது. மேலும், சிவாவின் பின்னணியை விவரித்த நீதிபதி பின்வருமாறு குறிப்பிடுகிறார்.

'முதல் குற்றவாளியின் இயற்பெயர் சுப்பிரமணிய ஐயர். பாளையங்கோட்டை காவல் ஆய்வாளர் பி.டபிள்யூ.7 (வீரராகவ ஐயர்) உறவினர் மற்றும் மதுரை மாவட்டம் வத்தலக்குண்டுவைச் சேர்ந்தவர். 1902ம் ஆண்டு சிவகாசி சிறப்பு உதவி போலிஸ் சூப்பிரண்டு அலுவலகத்தில் தற்காலிகமாக மோச்சியாக (அரசுக் கடிதங்களை முத்திரையிட்டு ஒட்டுபவர்) நியமிக்கப்பட்டார். பின்னாளில் திருவிதாங்கூருக்குச் சென்று, அங்கு கல்வியை முடித்து, சந்நியாசி வேடமிட்டு, தன்னைச் சுப்பிரமணிய சிவா என்று அழைத்துக்கொண்டு, மதபோதகராக நாடமாடத் தொடங்கினார்.'

தீர்ப்பின் பிற்பகுதியில், மிக முக்கியமான அரசு தரப்புச் சாட்சியான, தமிழ் உரைகளை ஆங்கிலத்தில் குறிப்பெடுத்ததாகக் கூறப்படும் தூத்துக்குடி காவல் ஆய்வாளர் ஜாபிர் உசேன் சாஹிப் பற்றிப் பேசும்போது, திரு.பின்ஹே கூறுகிறார்:

'அவர் ஒரு முகமதியப் பெருமகனுக்குச் சிறந்த முன்மாதிரியாக இருந்தார். சாட்சிப் பெட்டியில் அவரது நடத்தை கச்சிதமாக இருந்தது. அவர் குறுக்கு விசாரணையால் அசைக்கப்படவில்லை. அவர் முழுவதும் உண்மையைப் பேசினார் என்பதில் எனக்கு எந்தச் சந்தேகமும் இல்லை. தமிழுக்குப் பதிலாக அந்த மொழியில் அவர் நினைப்பதுபோல அவரது குறிப்புகள் ஆங்கிலத்தில் உள்ளன. ஆனால், முந்தையதை நன்கு அறிந்திருந்தாலும், அதிக வசதியுடன் ஆங்கிலம் எழுதுகிறார்.'

மறுபுறம், தலைமைக் காவலர் கலியுகராம பிள்ளை கூறிய சாட்சியங்களை நிராகரித்த நீதிபதி பின்வருமாறு கூறுகிறார்:

'அவர் நிச்சயமாக போலிஸ் சாட்சிகளில் மிகவும் திருப்திகரமானவர். அவர் இரண்டாவது குற்றவாளியைப் போலவே ஒரு வெள்ளாளன் என்பதை நினைவில் கொள்ள வேண்டும். (இந்தக் குறிப்பு எடுக்கப்பட்ட உடனேயே அவர் இடமாற்றம் செய்யப்பட்டதாகத் தெரிகிறது.) அவர் நேரடியாகத் தனது பென்சிலை உடைத்தார். இரண்டாவது குற்றம் சாட்டப்பட்டவர் பேசத் தொடங்கினார். அதன் விளைவாக அந்தப் பேச்சை இழந்தார் என்பது குறிப்பிடத்தக்கது என்று நான் நினைக்கிறேன். இது அவரது இடமாற்றத்தை விளக்கக்கூடும்.'

பிரிட்டிஷ் பிரஜை ஒருவர் எழுதிய இந்தத் தீர்ப்பு, இந்தியாவில் உள்ள ஒவ்வொரு தனிநபரையும் அவர்களின் சாதி மற்றும் சமூகத்துடன் உணர்வுபூர்வமாக அடையாளம் காட்டுகிறது என்பது பின்வரும் வரிகளிலிருந்து தெளிவாகிறது.

'சப்-இன்ஸ்பெக்டரைப் போல ஓர் ஐயங்கார் மற்றும் முதல் குற்றம் சாட்டப்பட்டவரைப் போல ஒரு ஸ்மார்த்த பிராமணர் ஒரே ஹோட்டலில் ஒன்றாக உணவு சாப்பிட்டிருக்க மாட்டார்கள் என்று சாட்சிக்குப் பரிந்துரைக்கப்பட்டபோதும், சுப்பிரமணிய சிவா பிராமணராக இருந்தாலும் தூத்துக்குடியில் இரண்டாவது குற்றவாளியுடன் வசித்து வந்தார் என்பது அரசுத் தரப்பு நம்பும் சூழ்நிலை உண்மையே.'

'மன்னர் சக்கரவர்த்தி எதிர் சுப்பிரமணிய சிவா, வ.உ.சிதம்பரம் பிள்ளை' என்று அழைக்கப்படும் தீர்ப்பு நூற்றாண்டுக்கு முன்பு நாட்டில் நிலவிய சமூக நிலைமைகளைப் பற்றிய நியாயமான கருத்தைத் தரும் ஓர் உன்னதமான ஆவணமாகும்.' (நன்றி - முஹம்மது இம்ரானுல்லா, த ஹிந்து, மதுரை, ஜூலை 07, 2014)

12.03.1908 மாலை 3 மணிக்குப் பாளையங்கோட்டைச் சிறைக்குள் வ.உ.சி., சுப்பிரமணிய சிவா, பத்மநாப ஐயங்கார் மூவரும் நுழைகிறார்கள். நுழைந்ததுமே பிரச்சினை தொடங்குகிறது.

“காலையிலிருந்தே நீங்களெல்லாம் வருவீர்களென்று எதிர்பார்த்திருந்தேன். அப்பா, மகன், பேரன் மாதிரி மூணு பேரும் வந்திருக்கீங்க, புத்தியோடு இருங்க” என நக்கலாக வரவேற்கிறார் ஜெயிலர். அதற்கு, “நீ ஒத்து வந்தீன்னா சரிதான்” எனப் பதிலுக்கு நக்கல் செய்கிறார் வ.உ.சி.

சிறைக் கண்காணிப்பாளர் வ.உ.சி.யைப் பார்த்துவிட்டு, “உன்னயப் பாத்தாக் கைதி மாதிரியே தெரியலியே, கைதியாகவே நீ உன்ன நெனைக்கல போலருக்கே” என்று அதட்டலாகக் கேட்கிறார். அதற்கு, “நீ சொன்னது உண்மைதான். நான் சொல்ல வந்ததைக் கேள்” என்கிறார்.

சிறை அதிகாரிகளின் அதிகாரத் திமிருக்குப் பணிந்துவிடாமல் எதிர்த்து நிற்கும் போக்கு முதல் நாளிலிருந்தே தொடங்கிவிடுகிறது. (நன்றி - குருசாமி மயில்வாகனன்.)

‘மன்னர் சக்கரவர்த்தி எதிர் சுப்பிரமணிய சிவா, வ.உ.சிதம்பரம் பிள்ளை’ வழக்கின் விசாரணை முடிந்தது. 07.07.1908ம் நாள் தீர்ப்பளிக்கப்பட்டது. நீதிபதி திரு.பின்ஹே தீர்ப்பு வழங்கினார். அத்தீர்ப்பில் நீதிபதி திரு.பின்ஹே கூறியதாவது:

‘சிதம்பரம் பிள்ளை பெரிய ராஜதுரோகி. அவர் எலும்புக்கூடும் ராஜ விசுவாசத்திற்கு விரோதமானது. சுப்பிரமணிய சிவா, சிதம்பரம் பிள்ளையின் கையிலகப்பட்ட ஒரு கோல். திருநெல்வேலிக் கலவரத்திற்குக் காரணம் இந்த இரண்டு பேர்கள்தான். பிள்ளையின் மேடைச் சொற்பொழிவு முழக்கத்தையும் பாரதியாரின் பாட்டையும் கேட்டால், செத்த பிணம்கூட உயிர்பெற்று எழும், புரட்சி ஓங்கும்.’

தீர்ப்பு விவரம் பின்வருமாறு:

1. ஆங்கில அரசுக்கு எதிராகச் சுதந்திரப் போராட்டத்தில் ஈடுபடும்படி மக்களைத் தூண்டிவிட்டதற்காக 20 ஆண்டுகள் தீவாந்திரத் தண்டனை, சிவாவுக்கு ஆதரவு அளித்ததற்காக மற்றுமொரு 20 ஆண்டுகள் தீவாந்திரத் தண்டனை என 40 ஆண்டுகள் தீவாந்திரத் தண்டனை வ.உ.சி.க்கு விதிக்கப்பட்டது.

2. சிவாவுக்கு 10 ஆண்டுகள் சிறைத் தண்டனை விதிக்கப்பட்டது.

வ.உ.சி.க்கு விதிக்கப்பட்ட 40 ஆண்டுகள் தீவாந்திரத் தண்டனையை ‘கொடுமையான அந்தமான் சிறையில் அனுபவிக்க வேண்டும்’ என்று நீதிபதி பின்ஹே தீர்ப்பளித்தார். சிவாவுக்கு 10 ஆண்டுகள் கடுங்காவல் தண்டனை விதிக்கப்பட்டது.

40 ஆண்டு தீவாந்திரத் தண்டனை! யாருக்கும் கொடுக்கப்படாத கொடுமையான தண்டனை. பிரிட்டிஷ் அரசுக்கு வ.உ.சி.யிடத்தில் அளவு கடந்த அச்சம். இந்தக் கொடுமையான தண்டனைக்கு அந்த அச்சமே காரணம். அவரைச் சிறையில் அடைத்தால்தான் அவர்களால் தொடர்ந்து இந்தியாவில் ஆட்சி செய்ய முடியும். வ.உ.சி.க்கு அப்பொழுது 36 வயதுதான்.

இந்தக் கொடிய தீர்ப்பைக் கேட்டு இந்திய மக்கள் அனைவரும் அதிர்ச்சி அடைந்தனர். 'வங்காளி', 'அமிர்த பஜார்', 'சுதேசமித்திரன்', 'இந்தியா', 'ஸ்வராஜ்யா' மற்றும் பல செய்தித்தாள்கள் இத்தீர்ப்பைக் கண்டித்தன. ஆங்கில இதழான 'ஸ்டேட்ஸ் மேன்' இத்தீர்ப்பு நியாயமற்றது என்றும் வ.உ.சி.யின் தியாகம் போற்றத்தக்கது என்றும் குறிப்பிட்டது. பிரிட்டிஷ் அரசை ஆதரிப்பவர்கள்கூட இந்தக் கொடிய தண்டனையை ஏற்றுக்கொள்ளவில்லை.

லார்ட் மார்லி (இந்தியாவுக்கான பிரிட்டிஷ் அமைச்சர்) 'இக்குரூரமான தண்டனையை ஏற்றுக்கொள்ள இயலாது' என லார்ட் மின்டோவுக்கு எழுதினார். அந்தத் தீர்ப்பினை எதிர்த்து சென்னை உயர்நீதிமன்றத்தில் மேல்முறையீடு செய்யப்பட்டது.

மேல் முறையீடு செய்ததில் 10 ஆண்டு தீவாந்திரத் தண்டனையாகக் குறைக்கப்பட்டது. அந்தமான் அனுப்ப இயலாது என்பதால் கோயம்புத்தூர் சிறையில் அடைக்கப்பட்டார். அவரது நண்பர்கள் லண்டனில் உள்ள மன்னர் அவையில் (பிரிவியூ கவுன்சிலில்) முறையீடு செய்ததில் ஆறு ஆண்டுக் கடுங்காவல் தண்டனையாகக் குறைந்தது.

திருநெல்வேலி மாவட்டத்தில் எங்கெங்கு வெள்ளையர்கள் குடியிருந்தார்களோ, அங்கே எல்லாம் காவலர் படைகளும் ராணுவப் படைகளும் இரவு பகலாகக் காவல்கள் இருந்தார்கள்.

ஆங்கிலேயரின் இந்த அராஜகங்களைக் கண்ட குருசாமி ஐயரும் மற்றும் இரண்டு பிரமுகர்களும் சென்னை சென்று, ஆயுதங்களை ஏந்தி அலையும் ராணுவப் படைகளையும், போலிஸ் படைகளையும் உடனே திரும்பப் பெற வேண்டினார்கள். ஆனால், அவர்களது வேண்டுகோளை பிரிட்டிஷ் நிராகரித்து விட்டது.

இந்தக் கலவரத்தில் ஈடுபட்டதாக, நெல்லை நகரப் போலிஸார், திருநெல்வேலி, தூத்துக்குடி, தச்சநல்லூர் ஆகிய பகுதிகளிலே உள்ள பொதுமக்கள் 80 பேர்களைக் கைது செய்தனர். அவர்களுள் ஒரே ஒருவர்தான் விடுதலையானார். மற்ற 79 பேரும் பலவிதப் பொய் வழக்குகளால் பாதிக்கப்பட்டு, பலவித தண்டனைகள் வழங்கப்பட்டுச் சிறையில் அடைக்கப்பட்டார்கள்.

'சிதம்பரம் பிள்ளை சுதேசித் தொழில் வளர்ச்சிக்குப் பாடுபடுவதாக நடித்துக்கொண்டு பிரிட்டிஷாருக்கும் இந்தியர்களுக்கும் இடையே இனப் பகைமையைத் தூண்டிவிட்டார் என்ற குற்றச்சாட்டை மறுப்பதற்கில்லை. சிதம்பரம் பிள்ளை மிகப்பெரிய ராஜதுரோகி. அவருக்குப் பின்னர் அவருடைய எலும்பு கூட ராஜ விசுவாசத்துக்கு விரோதமாக இருக்கும். சுப்பிரமணிய சிவா இவருடைய கையில் கிடைத்த ஒரு கருவிதான். திருநெல்வேலியில் நடந்த குழப்பத்துக்கும் கலவரத்துக்கும் இவர்கள் இருவருமே காரணம்.

கைத்தொழில் வளர்ச்சிக்குப் பாடுபடுவதாகக் கூறிக்கொண்டே சிதம்பரம் பிள்ளை மக்களுக்குச் சுதந்திரப் போருக்கான வழிமுறைகளையே போதித்து வருகிறார். இந்தியாவில் அரசியல் பேச இந்தியர்களுக்கு அவசியமே இல்லை. ஏனென்றால், பிரிட்டிஷ்காரர்களுக்கு இருப்பதுபோல் இந்தியர்களுக்கு வாக்குரிமை இல்லை. அரசாங்கம் ஒரு சட்டத்தை இயற்றினால் அதை மாற்றவோ திருத்தவோ இந்தியர்களைச் சட்டம் அனுமதிக்கவில்லை. நேரடி நடவடிக்கைகளில் இறங்கவும் சட்டம் அனுமதிக்கவில்லை.

இந்தியர்கள் தனியாகக் கூடிப் பேசி அரசாங்கத்துக்கு மகஜர்கள் (மனுக்கள்) அனுப்பலாம். ஆனால், அந்த மகஜர்களையும் அரசாங்கம் கவனித்துத்தான் ஆகவேண்டும் என்ற கட்டாயம் ஒன்றும் இல்லை. இங்கிலாந்தில் அரசியல் விஷயமாகப் பேசுகிறவன், தன்னுடைய வாக்காளர்களைப் பார்த்துப் பேசுகிறான். அவர்களுக்கு வாக்களிக்கும் உரிமை இருக்கிறது. அந்த வாக்கை அடுத்த தேர்தல் வரும்போது தனக்குச் சாதகமாகப் போடும்படி தூண்டும் நோக்கத்துடன் பேசுகிறான். அதில் தவறில்லை.

ஆனால், இந்தியாவில் அந்த மாதிரி செய்யச் சந்தர்ப்பம் ஏதும் கிடையாது. அப்படியிருக்க, திருநெல்வேலியிலும் தூத்துக்குடியிலும் உள்ள சாதாரண மக்களை, வாக்குரிமையே பெறாத, இயலாத மக்களை, ஒருவன் கூட்டி வைத்துப் பேசுவது பைத்தியக்காரத்தனம்! ஏனென்றால் இவன் சொல்வதை நிறைவேற்ற அவர்களுக்குச் சக்தியில்லை. சட்டரீதியான உரிமையும் இல்லை!

பின் வேறு எதற்காக மக்களைக் கூட்டி வைத்து அரசியல் பேச வேண்டும்? மக்கள் கூட்ட சக்தியை உபயோகிக்க வேண்டும் என்பதுதான் ஒரே நோக்கமாக இருக்கும்! அதாவது ஒவ்வொரு மனிதனின் உடல் பலத்தைப் பலரோடு கூட்டாகச் சேர்ந்து

உபயோகிக்கும்படி தூண்டிவிடுவதற்காகத்தான் பேச வேண்டும். சிதம்பரம் பிள்ளையும் சுப்பிரமணிய சிவாவும் இதைத்தான் செய்திருக்கிறார்கள். இது மகா அபாயமான காரியமாகும்!

அந்நியப் பொருட்களை விலக்குமாறு பேசலாம். ஆனால், பாமர மக்களிடம் இதைப் பேசினால், அவர்கள் அதோடு நிற்பார்களா? அந்நியப் பொருட்களோடு அந்நிய நாட்டாரைப் பகிஷ்கரிக்கவும் அழிக்கவும் தயாராகிவிடுவார்களே? ஆகவே இதுவும் மிக ஆபத்தான பேச்சாகும்!'

நீதிபதி பின்ஹே வழங்கிய மேற்கண்ட தீர்ப்பு நம்மை அதிரவைக்கிறது. இத்தீர்ப்பில் சிதம்பரனாருக்கு விதிக்கப்பட்ட 40 ஆண்டுகள் தீவாந்திரச் சிறைத் தண்டனை, நாடு முழுவதும் கொதிப்பை ஏற்படுத்தியது. கண்டனக் கூட்டங்கள் நடந்தன. சுதேசமித்திரன், ஸ்டேட்ஸ்மேன், வங்காளி உள்ளிட்ட பத்திரிகைகள் கண்டித்துத் தலையங்கம் எழுதிய நிலையில், பிரிட்டன் அமைச்சரவையில் இந்தியாவுக்கான அமைச்சராக இருந்த பிளாக்பர்னின் விஸ்கவுண்ட் மோர்லி என்ற லார்ட் மோர்லி என்பவர் இந்தத் தீர்ப்பைக் கேள்வியுற்று அதிர்ச்சியடைந்தார்.

மோர்லி

'ஒரு சொற்பொழிவுக்காக 40 ஆண்டு சிறைத்தண்டனையா! என்ன நீதி இது' என்று அதிர்ந்த அவர், இந்திய வைஸ்ராய் லார்ட் மின்டோவுக்குக் கடிதம் எழுதிக் கண்டனம் தெரிவித்தார்.

கொடுமையான இந்தத் தீர்ப்பைக் கேட்ட தேசபக்த சிங்கங்களான சிதம்பரனாரும் சிவாவும் அமைதியும் அடக்கமும் கொண்ட சிங்கங்களைப் போல இருந்தார்களே தவிர சிலிர்த்தெழவில்லை.

மனித நேயத்துடனும் தேசாபிமானத்துடனும் நெல்லைச் சீமையிலே சுதந்திர போர்ப் பரணி பாடிய சிதம்பரனார், கொலையும் - கொள்ளையும் செய்து பழக்கப்பட்ட கொடியோர்களுடன் தண்டனையை அந்தமான் தீவிலே அனுபவிக்க வேண்டும் என்று தீர்ப்பளித்து விட்டார் நீதிபதி பின்ஹே.

சிதம்பரனாருக்கு அப்போது வயது முப்பத்தைந்து, சிவாவுக்கு இருபத்தைந்து வயது. சிதம்பரனார், தனது தாய் தந்தையரையும், மனைவியையும்,இரண்டு மகன்களையும் பிரிந்து சிறைத்தண்டனை அனுபவிக்கும் நிலை ஏற்பட்டது கண்டு அவரது குடும்பமே கவலையடைந்தது.

சிதம்பரனாரின் சகோதரரான மீனாட்சி சுந்தரம் தனது தமையனுக்கு வழங்கப்பட்ட கொடுமையான தீர்ப்பைக் கேட்டு மூளை குழம்பியவரானார். அந்தச் சகோதரன் தனது வாழ்நாள் முழுவதும் பைத்தியம் பிடித்தவராகவே மாறி, 1943ம் ஆண்டு காலமானார்.

விடுதலைப் பித்தர் சிதம்பரம் பிள்ளை தனக்கு வழங்கப்பட்ட கொடுமையான தண்டனையைக் கேட்டுக் கவலைப்படவில்லை. சிறைக்கு அவரை அழைத்துச் சென்றபோது, கவலை தோய்ந்த முகத்துடன் நின்றுகொண்டிருந்த அவரது நண்பர் மாசிலாமணியின் முகத்தைப் பார்த்து, “தம்பி மாசிலாமணி வருந்தாதே. இருக்கிறது உயர்நீதிமன்றம். அங்கே வழக்கை அடித்துத் தள்ளிவிட்டு வந்து விடுகிறேன்” என்று ஆறுதல் கூறியபடியே சிறைக்குச் சென்றார் சிதம்பரம்.

சிதம்பரனார் சிறைத்தண்டனை பெற்ற அதே வாரத்தில், வடநாட்டில் திலகர் ‘கேசரி’ என்ற பத்திரிகையில் பிரிட்டிஷ் ஆட்சியை எதிர்த்து எழுதினார் என்பதற்காக, குற்றம் சாட்டப்பட்டு ஆறு ஆண்டுகள் தீவாந்தரத் தண்டனையும், பத்தாயிரம் ரூபாய் அபராதமும் விதிக்கப்பட்டுச் சிறை சென்றார். தென்னாட்டுத் திலகரும், வடநாட்டு வ.உ.சி.யும் ஒரே சமயத்தில், தேச விடுதலைப் போராட்டத்துக்காகச் சிறை சென்ற சம்பவம் அப்போது இந்தியாவையே சினத்தில் சிலிர்க்க வைத்தது.

சிதம்பரனார் சிறையில் அடைபட்டு விட்ட கோபத்தால் கொந்தளித்த பாரதி, நெல்லை நீதிமன்றம் சென்று சிதம்பரனார் சார்பாக நாம் சாட்சியம் கூறியும், வழக்குத் தீர்ப்பு இவ்வளவு கடுமையாக வந்து விட்டதே என்று கவலையடைந்தார். இருந்தும், அந்த சினத்தைத் தணித்துக் கொண்டு வ.உ.சி.க்காக ஒரு வாழ்த்துப் பாடலைப் பாடியபடியே திருவல்லிக்கேணி வீதியில் பாரதியார் வலம் வந்தாராம். அப்பாடல் இது.

வ.உ.சி.க்கு வாழ்த்து

'வேளாளன் சிறை புகுந்தான். தமிழகத்தார்
மன்னனென மீண்டான் என்றே
கேளாத கதை விரைவிற் கேட்பாய் நீ
வருந்தலைஎன் கேண்மைக் கோவே!
தாளாண்மை சிறிதுகொலோ யாம்புரிவேம்
நீ இறைக்குத் தவங்கள் ஆற்றி,
வாளாண்மை நின்துணைவர் பெறுகெனவே
வாழ்த்துதி நீ வாழ்தி வாழ்தி!'

என்று பாடினார் பாரதி. அதே வாரத்தில் ஆறாண்டு தீவாந்தர தண்டனை பெற்று சிறை சென்ற திலகர் பெருமானைப் பற்றிக் கண்ணீர் விடுத்து பாரதியார் பாடிய வேறோர் வாழ்த்துப் பாடல் வருமாறு :

'நாம கட்குப் பெருந்தொண் டியற்றிப்பல்
நாட்டி னோர்தம் கலையிலும் அவ்வவர்
தாம கத்து வியப்பப் பயின்றொரு
சாத்தி ரக்கட லென்ன விளங்குவோன்;
மாம கட்குப் பிறப்பிட மாகமுன்
வாழ்ந்திந் நாளில் வறண்டயர் பாரதப்
பூம கட்கு மனந்துடித் தேயிவன்
புன்மை போக்குவல் என்ற விரதமே

நெஞ்ச கத்தோர் கணத்திலும் நீங்கிலான்
நீத மேயோர் உருவெனத் தோன்றினோன்
வஞ்ச கத்தைப் பகையெனக் கொண்டதே
மாய்க்கு மாறு மனத்திற் கொதிக்கின்றோன்
துஞ்சு மட்டுமிப் பாரத நாட்டிற்கே
தொண்டிழைக்கத் துணிந்தவர் யாவரும்
அஞ்செ ழுத்தினைச் சைவர் மொழிதல்போல்
அன்பொ டோதும் பெயருடை யாரியன்
வீர மிக்க மராட்டியர் ஆதரம்
மேவிப் பாரத தேவி திருநுதல்
ஆர வைத்த திலக மெனத் திகழ்
ஐயன் நல்லிசைப் பாலகங் காதரன்
சேர வர்க்கு நினைக்கவுந் தீயென
நின்ற எங்கள் திலக முனிவர்கோன்
சீர டிக்கம லத்தினை வாழ்த்து வேன்
சிந்தை தூய்மை பெறுகெனச் சிந்தித்தே'

இவ்வாறு பாரதியார் திலகர் பெருமான் மீதும், வ.உ.சிதம்பரம் பிள்ளை மேலும் மனமுருகப் பாடி, தனது தேச பக்தியையும் அவர்களது தியாகப் பெருமைகளையும் தேசியத் தொண்டர்கள் மனமுருகிப் பாடி வாழ்த்துமாறு பாடிப் பெருமைப்படுத்தியுள்ளார்.

சிதம்பரனாருக்கு பிரிட்டிஷ் நீதிபதியால் வழங்கப்பட்ட கொடுமையான சிறைத் தண்டனையைக் கேட்டு இந்தியா முழுவதும் அதிர்ச்சி ஏற்பட்டது. இந்தியப் பத்திரிகைகள் நீதிபதி பின்ஹேயின் தீர்ப்பைக் கடுமையாக விமரிசனம் செய்து தாக்குதல்களைத் தொடுத்தன. தலையங்கங்கள் எழுதிக் கண்டனம் செய்தன.

'வங்காளி' என்ற ஓர் ஏடு, 'நீதிபதி பின்ஹேயின் தீர்ப்பு இந்த நாட்டில் அமலுக்கு வரும் நாள் இந்திய மக்களது உரிமைகளுக்குரிய கொடுமையான துன்ப நாள்' என்று எழுதித் தனது கவலையை வெளியிட்டது.

'அமிர்த பஜார்' என்ற வேறொரு வடநாட்டுப் பத்திரிகை, 'பின்ஹேயின் அநீதித் தீர்ப்பு, சிதம்பரம் பிள்ளை ஒருவரைத் தவிர வேறு எவருக்கும் நேர்ந்ததில்லை. அந்த வீரப் பெருமகனுக்குத் தலை வணங்குகிறோம்' என்று வருந்தி எழுதியது.

'சுதேசமித்திரன்' என்ற தமிழ்நாட்டு நாளேடு, 'இக்கொடுந்தண்டனையால் பிரிட்டிஷ் நீதித்துறைக்கே அவமானம் என்று எழுதிக் கண்டித்தது. தூத்துக்குடி சிதம்பரம் பிள்ளைக்கு நேர்ந்துள்ள துன்பத்தைக் கேட்டு இந்தியாவே துக்கத்தில் ஆழ்ந்துவிட்டது. நினைக்கும்போதே உடல் சிலிர்க்கின்றது. மயிர் கூச்செரிகிறது. எழுதக் கை கூசுகின்றது. இந்தத் துக்கத்தைத் தென்னிந்திய மக்கள் எப்படிச் சகிப்பார்கள்? இவ்வளவு பெரிய கொடுந்தண்டனை விதிக்கப்படும் என்று எவருமே கனவிலும் எண்ணவில்லை' என்று அதே 'சுதேசமித்திரன்' ஏடு எழுதியது. சிதம்பரம் பிள்ளைக்கு விதிக்கப்பட்ட தண்டனையை எதிர்த்து வெள்ளையர் பத்திரிகைகளும் வெறுத்து எழுதின.

எடுத்துக்காட்டாக, 'ஸ்டேட்ஸ்மேன்' என்ற ஆங்கில ஏடு, 'தேச பக்தர் சிதம்பரனாருக்கு அளிக்கப்பட்ட தண்டனை நியாயத்திற்கும், சட்டத்திற்கும் விரோதமானது. சிதம்பரம் பிள்ளையின் தியாகம் மிகப் பெரிய சக்தி வாய்ந்தது' என்றது.

'ஸ்டாண்டர்டு' என்ற மற்றொரு ஏடு, நீதிபதி பின்ஹேயையே கடுமையாகத் தாக்கியது.

தேசபக்தர் சிதம்பரம் பிள்ளைக்குக் கொடுக்கப்பட்ட தண்டனையைக் கேட்ட ஆந்திர தேசபக்தர்கள் அதிர்ச்சி அடைந்தார்கள்.

ஆங்காங்கே ஆந்திரப் பகுதிகளில் கண்டனக் கூட்டங்களையும் ஊர்வலங்களையும் கணக்கின்றி நடத்திக் கண்டித்தனர். அப்போது பெஜவாடா என்றும் இப்போது விஜயவாடா என்றும் அழைக்கப்படும் பெரும் நகரிலே இருந்து வெளிவரும் 'சுயராஜ்யா' என்ற தெலுங்கு வாரப் பத்திரிகை பின்ஹேயின் சிறுமைத் தீர்ப்பைக் கண்டித்து மிகக் காரசாரமாகத் தலையங்கம் எழுதியது.

அந்தத் தலையங்கம், மக்களிடையே வன்முறையைத் தூண்டி விடுவதாக உள்ளது என்ற காரணத்தைக் காட்டி, பத்திரிகை அலுவலகத்தையே பூட்டி 'சீல்' வைத்துவிட்டார்கள் பிரிட்டிஷ் காவல் அதிகாரிகள். அந்தத் தலையங்கத்தை எழுதிய ஆசிரியருக்குக் கடுமையான தண்டனையை பிரிட்டிஷ் அரசு அளித்தது. மகாகவி பாரதியார் ஆசிரியராக இருந்த 'இந்தியா' என்ற தமிழ் வார இதழுக்கும் அதே நிலை ஏற்பட்டது.

ஏன் அவ்வாறு பிரிட்டிஷார் 'இந்தியா' பத்திரிகை மீது நடவடிக்கை எடுத்தார்கள் என்றால், நீதிபதி பின்ஹேயை அந்த இதழ் கண்டனம் செய்து எழுதியதாம். அத்துடனில்லாமல், சிதம்பரம் பிள்ளை எதற்காகத் தண்டனை பெற்றாரோ அதனையே பொதுமக்களும் பின்பற்ற வேண்டும் என்று எழுதியதாம்.

பாரதியாரின் 'இந்தியா' பத்திரிகையினை வெளியிடுபவராக, ஸ்ரீநிவாசய்யங்கார் என்பவர் இருந்தார். ஐயங்காரையும் தண்டித்தது பிரிட்டிஷ் ஆட்சி. அதற்குப் பின்னர்தான் 'இந்தியா' வார ஏட்டின் அலுவலகம் பிரெஞ்சு ஆட்சியிலே உள்ள புதுச்சேரி என்ற நகருக்கு மாற்றப்பட்டது.

தூத்துக்குடி சதி வழக்கில் நேரடியாகத் தண்டனை பெற்றவர்கள் வ.உ.சி.யும் சிவாவும்தான். ஆனால், அந்தத் தண்டனையைப் பற்றி எழுதியதற்காகவும் பேசியதற்காகவும் சிலர் மீது வழக்குகளைப் போட்டுத் தண்டனை கொடுத்தது வெள்ளையர் ஆட்சி.

'ஐயோ! வ.உ.சிக்கு இரண்டு வாழ்நாள் தண்டனையா!' என்று எழுதிய 'இந்தியா' இதழின் ஆசிரியர் ஸ்ரீநிவாசய்யங்காருக்கு ஐந்து ஆண்டுகள் கடுங்காவல் தண்டனை.

'சுயராஜ்யம்' என்ற தெலுங்குப் பத்திரிகையின் ஆசிரியர் சர்வோத்தமருக்கு 'இதே குற்றத்துக்காக' மூன்று ஆண்டுகள் கடுங்காவல்.

'சிதம்பரனாருக்கும் சிவாவுக்கும் என்ன கொடுமையான தண்டனை?' என்று கரூரில் பேசிய மயிலை கிருஷ்ணசாமிக்கு ஐந்து ஆண்டுகள் தீவாந்திரச் சிறை.

சென்னையில் தண்டனையைக் கண்டித்துப் பேசிய சுரேந்திரநாத் ஆர்யாவுக்கு ஐந்து ஆண்டுகள் கடுங்காவல் தண்டனை எனத் தீர்ப்புகள் வழங்கப்பட்டன.

இந்தத் தீர்ப்புகளுக்கு எதிராக மக்கள் வெகுண்டு எழுந்தனர். கலவரம் ஏற்பட்டது. பிரிட்டிஷாரின் வெற்றுத் தோட்டாக்களால் (Buck shot) கலவரம் கட்டுக்குள் வந்தது. கலவரத்தில் காயம்பட்டவர்களை அவர்களின் காயத்தையே அடையாளமாகக் கொண்டு அவர்களைக் கைதுசெய்தனர். 'திருநெல்வேலி தீயிட்ட கேஸ¬' என்று தனி நீதி விசாரணை நடத்த பிரிட்டிஷ் அரசு உத்தரவிட்டது.

இந்திய மந்திரியாக அப்போது இருந்த லார்ட் மோர்லி என்ற வெள்ளைப் பெருமகனுக்கு, சிதம்பரம் பிள்ளைக்கு 40 ஆண்டுகள் தந்துள்ள தீவாந்தரச் சிறை தண்டனையின் கொடுமைத் தீர்ப்பு ஏற்புடையதாக இல்லை. அவர் 'ஒரு சாதாரண மேடைப் பேச்சுக்கா 40 ஆண்டு நாடுகடந்த சிறைத்தண்டனை?!' என்று அதிர்ந்து, வினா எழுப்பினார்.

அப்போது அவர் பிரிட்டிஷ் ஆட்சியின் ராஜப்பிரதிநிதியாகப் பணியாற்றிய லார்ட் மிண்டோவிற்கு, 'சிதம்பரனாருக்கும், சிவாவுக்கும் விதிக்கப்பட்டுள்ள தண்டனையைத் தன்னால் ஆதரிக்க முடியாது என்று பகிரங்கமாகக் கண்டித்து எழுதினார். அந்தக் கொடுமையான தண்டனைகள் நிலைக்காது' என்றும் எழுதினார்.

லார்ட் மோர்லி இப்படி எழுதியதை முன்னிட்டு பிரபு மிண்டோ, நீதிபதி பின்ஹேயை வேறோர் மாகாணத்திற்கு மாற்றிவிட்டார்.

- வ.உ.சி.க்கு அளிக்கப்பட்ட தண்டனையைக் கேள்வியுற்றதும் அவரது தம்பி மீனாட்சிசுந்தரம் மனநிலை பாதிக்கப்பட்டு இறக்கும்வரை அவ்வாறே இருந்தார்.
- மூன்று நாட்கள் திருநெல்வேலியில் வன்முறை நிகழ்வுகள் நடைபெற்றன. இரண்டு பிரிட்டிஷ் அதிகாரிகள் காயமடைந்தனர். நான்கு இந்தியர்கள் சுட்டுக் கொலை செய்யப்பட்டனர். மூவர் படுகாயமடைந்தனர்.
- கோரல் மில் தொழிலாளர்கள் வ.உ.சி. சிறையில் இருந்ததால், முறையாகத் தொழிற்சங்கத்தைப் பதிவுசெய்ய முடியாமல் தாங்கள் போராடிப் பெற்ற சலுகைகளை இழந்தனர்.
- பாபு ராஜேந்திர பிரசாத் முதல் எளிய தமிழகக் குடிமகன் வரை பலர் விடுதலைப் போராட்டத்தில் இறங்கினர்.

- திருவனந்தபுரப் பள்ளிச்சிறுவன் செண்பகராமன் பிள்ளை பின்னாளில் தீவிர சுதந்திரப்போராட்ட வீரராக உருவானார்.
- வாஞ்சிநாதன் கலெக்டர் ஆஷ் துரையைக் கொன்றார்.

இவையனைத்தும் வ.உ.சி.க்கு பிரிட்டிஷார் அளித்த 40 ஆண்டுகாலத் தண்டனை குறித்த தீர்ப்பின் விளைவுகளே ஆகும்.

அந்தமான் சிறையில் இடமில்லாக் காரணத்தால் வ.உ.சி.யைக் கோயம்புத்தூர் சிறைக்கும் சுப்பிரமணிய சிவாவைத் திருச்சி சிறைக்கும் அனுப்பினர். நீதிபதி பின்ஹேயின் தீர்ப்பை எதிர்த்து இருவர் சார்பிலும் சென்னை உயர்நீதிமன்றத்தில் மேல் முறையீடு செய்யப்பட்டது. தனக்கு விதிக்கப்பட்ட 40 ஆண்டுகள் தீவாந்தரத் தண்டனையை ரத்து செய்ய வேண்டும் என்று சென்னை உயர்நீதி மன்றத்துக்குச் சிதம்பரம் மேல் முறையீடு செய்தார். மறு விசாரணையில் தண்டனை பத்து ஆண்டுகளாக மாற்றப்பட்டது. வ.உ.சி. லண்டனிலுள்ள பிரிவியூ கவுன்சிலில் அப்பீல் செய்தார்.

தலைமை நீதிபதியான ஆர்னால் ரைட், நீதிபதி மில்லர் ஆகியோர் அவரது வழக்கை விசாரணை செய்தார்கள். ஆட்சி சார்பாக, பாரிஸ்டர் ரிச்மண்ட் வாதாடினார். 1908 அக்டோபர் 13ல், முதன்மை நீதிபதி ஆர்னால்ட் ரைட், நீதிபதி மில்லர் ஆகியோர் முன்னிலையில் அந்த மனு விசாரணைக்கு வந்தது.

‘கூறப்பட்டுள்ள குற்றங்கள் அனைத்தையும் சிதம்பரனாரும் சிவாவும் செய்திருப்பதாக உயர்நீதிமன்றமும் உறுதி செய்தது. ஆனால், சிதம்பரனாருக்கான சிறைத் தண்டனையை மொத்தம் பத்து ஆண்டுகளாகக் குறைத்து, நீதிபதிகள் தீர்ப்பளித்தனர். அதை அந்தமான் சிறையில் அனுபவிக்க வேண்டும் என்பதில் மாற்றமில்லை’ என்றும் தீர்ப்பில் கூறப்பட்டது.

பாளையங்கோட்டை சிறையிலிருந்து கோயம்புத்தூர் சிறையில் அடைக்கப்படுவதற்காகக் கொண்டு வரப்பட்ட சிதம்பரம் பிள்ளைக்கு ரயில் நிலையங்களில் வழி நெடுக வாழ்த்து முழக்கங்கள் ஒலித்தன. திருச்சியில் கல்லூரி மாணவர்கள் வந்து அவரிடம் ஆசி பெற்றனர்.

சிதம்பரம் பிள்ளைக்கு நீதிபதி திரு.பின்ஹே அளித்த தண்டனையைக் குறைக்கக் கூடாது என்று ரிச்மண்ட் வன்மையாகவே வாதாடினார். அந்தத் தீர்ப்பின் தண்டனையைக் குறைத்து மேல்முறையீட்டுத் தீர்ப்பு வழங்கிய நீதியரசர்கள் ஆர்னால்ட் ஒயிட் மற்றும் மில்லர் ஆகியோர் வழங்கிய தீர்ப்பு மிக முக்கியமானதாகும். 1908ம் ஆண்டு நவம்பர்

4ம் நாள் தீர்ப்புகூறும்போது, விரிவான அறிக்கையாக அது வெளியிடப்பட்டது. இந்த அறிக்கையின் தமிழாக்கம் இந்நூலின் 'உயர்நீதிமன்றத் தீர்ப்பு' என்ற இறுதி அத்தியாயத்தில் கொடுக்கப்பட்டுள்ளது.)

'ராஜ துரோகத் தண்டனைக்காக விதிக்கப்பட்ட 20 ஆண்டுத் தண்டனை நான்கு ஆண்டுகள் என்றும், அதேபோன்று சிவாவுக்கு உடந்தையாகச் சிதம்பரனார் இருந்தார் என்பதற்காக விதிக்கப்பட்ட 20 ஆண்டுத் தண்டனை ஆறு ஆண்டுகள் என்றும் குறைக்கப்பட்டன. அதாவது, சிதம்பரம் பிள்ளைக்கு பின்ஹேயால் விதிக்கப்பட்ட 40 ஆண்டுத் தண்டனையில் 30 ஆண்டுகளைக் குறைத்து 10 ஆண்டுகள் தண்டனை' என்று உயர்நீதிமன்ற நீதியரசர்கள் ஆர்னால்ட் ஒயிட் மற்றும் மில்லர் ஆகியோர் தீர்ப்பு வழங்கினர்.

சிதம்பரனாரின் நண்பர்களது அரிய முயற்சியால், உயர்நீதிமன்றம் அளித்த இந்த 10 ஆண்டுகள் தண்டனையை எதிர்த்து லண்டன் பிரிவியூ கவுன்சில் நீதிமன்றத்துக்கு மீண்டும் மேல் முறையீடு செய்யப்பட்டபோது, அங்கு அந்தமான் சிறைத் தண்டனை ஆறு வருடம் கடுங்காவல் தண்டனையாகக் குறைக்கப்பட்டது.

09.07.1908 முதல் 01.12.1910 வரை இருந்த கோவைச் சிறைவாசம்தான் வ.உ.சி.யின் சிறைவாசத்தில் குறிப்பிடத்தக்கதாக உள்ளது. அங்கு ஜெயிலராக இருந்தவர் மிஞ்ஜேல். தூத்துக்குடியில் கலெக்டர் ஆஷ் செய்த அக்கிரமங்களுக்குச் சற்றும் குறைந்ததல்ல கோவைச் சிறையில் ஜெயிலர் மிஞ்ஜேல் நடத்திய அக்கிரமங்கள். சணல் பிரிக்கும் எந்திரத்தைச் சுழற்றியதில் வ.உ.சி.யின் கைத்தோல் உரிந்து ரத்தம் வடிந்து கண்ணீர் வடித்திருக்கிறார். அதற்கு மாற்றாகச் செக்கு இழுக்க வைக்கப்பட்டிருக்கிறார். அதைத் தடுத்த கைதிகளைத் தாக்கியிருக்கிறார் ஜெயிலர் மிஞ்ஜேல். அந்தச் சமயத்தில் நீதிபதி பின்ஹே வழங்கிய நாடு கடத்தல் தண்டனை ரத்துசெய்யப்பட்டதால் தற்காலிகமாக அந்தக் கொடுமைகளிலிருந்து தப்பிக்கிறார்.

கோவைச் சிறையில் நடந்த கைதிகளின் போராட்டமும் அதற்கு நீதிமன்றத்தில் வ.உ.சி. சொன்ன துணிச்சலான சாட்சியமும், அவ்வாறு சொன்னதற்காக காங்கிரஸ் கட்சியால் அவர் கண்டிக்கப்பட்டதும் அவரது வரலாற்றில் மிகவும் முக்கியமானவை. சிறைக் கைதி ஒருவர் தனது தலைக்கு மேலாக இருகரங்களையும் கூப்பி வ.உ.சி.யை வணங்கினார். இதைப் பார்த்துப் பொறுக்க முடியாத ஜெயிலர் மிஞ்ஜேலால் தொடங்கப்பட்ட பிரச்சினையானது கைதிகளின் போராட்டமாக மாறி, அதை அடக்கச் செய்த முயற்சியில் நடந்த துப்பாக்கிச்

சூட்டில் கைதி ஒருவர் உயிரிழக்க, இறுதியில் மிஞ்ஜேலை ஸ்டிரச்சரில் வைத்துத் தூக்கிச் செல்லும் நிலையில் முடிந்தது. துணை ஜெயிலராகப் பதவியிறக்கமும் பெற்றார்.

நாற்பது ஆண்டு தண்டனைக் காலமானது பத்து ஆண்டுக் காலம் சேர்த்து அனுபவிக்கும் கடுங்காவலாக மாற்றப்பட்டது. மிஞ்ஜேலும் சிறைக் கண்காணிப்பாளர் காட்சனும் மீண்டும் அவரைச் செக்கிழுக்க வைத்தார்கள். சிறைக் கலவரம் குறித்து விசாரிக்க வந்த சிறைத்துறை ஐ.ஜி.யிடம் இருவரது அட்டூழியங்கள் குறித்தும் நேரடியாகப் புகார் சொன்னார் வ.உ.சி. அரசியல் கைதிகளை முறையாக நடத்துங்கள் என ஐ.ஜி. இருவரையும் கண்டித்தார். இதனால், கோபத்தின் உச்சிக்குச் சென்ற இருவரும் வ.உ.சி.க்கு மனரீதியான உளைச்சலைக் கொடுத்து ஒடுக்க முயல்கிறார்கள். சிறை வளாகத்தைக் கூட்டிப் பெருக்கவும் மூத்திரச்சட்டியை எடுத்துப்போகவும் சட்ட விரோதமாக நிர்ப்பந்திக்கிறார்கள்.

வ.உ.சி.யின் உணவுப் பழக்கத்துக்குச் சிறையில் ஏற்பட்ட நெருக்கடிகளைக் குறித்து நமக்குத் தெரியவருவதே அவரது சுயசரிதத்திலிருந்துதான். அவர் நினைத்திருந்தால் அதை மறைத்திருக்கவோ அல்லது மாற்றி எழுதியிருக்கவோ முடியும். அவர் வெளிப்படையாக எழுதியிருப்பதன் நோக்கம் பிரிட்டிஷார் தனக்கு ஏற்படுத்திய நெருக்கடிகளைத் தெரியப்படுத்தத்தானே தவிர தனது உணவுப் பழக்கத்தின் மீது அவர் கொண்ட பற்றுறுதியை வெளிப்படுத்துவதற்கு அல்ல.

ஒருநாள் வ.உ.சி.க்குப் புத்திமதி சொல்ல முயன்றார் மிஞ்ஜேல். 'உனக்கும் உன்னப்பனுக்கும் உன் சூப்பிரண்டிற்கும் உனையாளும் கவர்னருக்கும் புத்தி சொல்லும் தகுதி எனக்குண்டு' எனக் கூறுகிறார் வ.உ.சி. அதனால், 15 வாரங்கள் அபராதம் என அறிவிக்கிறார்கள்.

ஒரே வாரத்தில் அவர் கண்ணனூருக்கு மாற்றப்படுகிறார். 01.12.1910 முதல் 24.12.1912 வரை கேரளத்தின் கண்ணனூரில் இருந்த 2 வருடங்கள் 22 நாட்களில் பெரிய அளவில் அவருக்குத் துன்பங்கள் தரப்படவில்லை. கோயம்புத்தூர்போலவே இங்கும் ஆய்வுக்கு வந்த ஐ.ஜி.யிடம் அவர்களின் நடத்தைகளைச் சொல்கிறார் வ.உ.சி. அதனால், ஐ.ஜி. அவருக்கு எழுத்துக் கோக்கும் வேலையைத் தர உத்தரவிட்டார். 'மெய்யறிவு', 'மெய்யறம்' இரு நூல்களையும் அப்போதுதான் எழுதினார்.

சிதம்பரனார் தனக்குரிய ஆறாண்டுக் கடுங்காவல் தண்டனையைக் கோயம்புத்தூர், கண்ணனூர்ச் சிறைகளில் கோரமாக அனுபவித்தார். அப்போதெல்லாம் தமிழ்நாட்டுச் சிறைகளில் தேசபக்தர்கள் மிகுதியாகத் தண்டனை அனுபவிப்பது கிடையாது. அதனால் சிதம்பரம், சிவா போன்றவர்கள் சிறைகளில்

தன்னந்தனியாகவே அவரவர் தண்டனைக் காலங்களைக் கழித்து வந்தார்கள். சிறைச்சாலைகளில் அரசியல் கைதிகளுக்கு எந்தவிதமான வசதிகளும் செய்து தரும் வழக்கம் இல்லை. திருடன், கொலைகாரன், கொள்ளைக்காரன்களைப் போன்ற சமூக விரோதிகளுடனே சரிசமமாகச் சேர்ந்தே அவரவர் தண்டனைகளை அனுபவிப்பது என்பது வழக்கமாக இருந்தது.

இத்தகைய சமூகவிரோதிகள் சிறையுள்ளே என்னென்ன துன்பங்களை, கொடுமைகளை, சித்திரவதைகளை அனுபவிக்கின்றார்களோ அவற்றையெல்லாமே அரசியல் கைதிகளும் சேர்ந்தே அனுபவிக்கும் கொடுமை அன்றைக்கு இருந்தது.

அதனால், சிதம்பரம் பிள்ளையும் சிறைச்சாலையில் அளவிலாத் துன்பங்களை அனுபவித்ததுடன் இல்லாமல்,சமூகவிரோதக் கைதிகள் தன்னைப் போலவேதான் அரசியல் கைதிகளும் என்றெண்ணி சிதம்பரனார், சிவா போன்றவர்களை அவமரியாதையாக நடத்திடவும், கேவலமாக அவர்களை மதிக்கவும் செய்தார்கள்.

நல்ல உணவுகளை வீட்டில் உண்டு வந்த சிதம்பரனார் போன்றவர்களுக்குச் சிறை உணவான கேழ்வரகு, கூழ், களி போன்ற உணவுகள் உடலுக்கு ஏற்றுக் கொள்ளவில்லை. அதனால், அவரது உடல் நாளுக்கு நாள் உருக்குலைந்து வரலாயிற்று. ஆறே மாதங்களில் 27 பவுண்டுகள் உடல் எடை குறைந்தது என்றால், அவர் ஆறாண்டுக் காவலை எப்படிக் கழித்திருப்பார் என்பது எண்ணிப் பார்க்க வேண்டிய ஒன்றல்லவா?

இவ்வாறு உடல் மெலிந்த சிதம்பரனாரைச் சிறை டாக்டர் சோதனை செய்த பின்பு, சிறை அதிகாரிகளை அவர் எச்சரித்துப் புகார் கூறியதனால்தான், சிதம்பரனாருக்கு அரிசி உணவு வழங்கப்பட்டது. சிறையில் அவரது கால்களுக்குப் பெரும் இரும்பு விலங்குகள் பூட்டப்பட்டன. முரட்டுத் துணிகளாலான மேல்சட்டை, மொட்டை அடிக்கப்பட்ட தலை, இவற்றுடன் அவருக்கு விடுதலை என்பதைக் குறிக்கும் கட்டையைத் தாலி போலக் கழுத்தில் தொங்கவிட்டிருந்தனர்.

உடல் உருக்குலைந்த ஒரு வக்கீலை, சிறையதிகாரிகள் கடுமையாக வேலை செய்ய வேண்டும் என்று கட்டாயப்படுத்தி வேலை வாங்கினார்கள். வழக்குரைஞர் பணி அவரது பரம்பரைக்கு வாழையடி வாழையாக வந்த பணி. அப்படிப்பட்டவரை வெள்ளைக்கார சிறையதிகாரிகள் மாடுபோல எண்ணும்படி செக்கின் நுகத்தடியைச் சங்கிலியாலே பிணைத்து, அந்தச் சங்கிலியை இடுப்பிலே இறுகக்கட்டி, அதைக் கைகளிலே பூட்டி

அவரை இழுக்க வைத்து வேதனைப்படுத்தி, கொடுமையின் சிகரத்திலே அவரை நிற்க வைத்துத் தினந்தோறும் வேலை வாங்கி வந்தார்கள்.

சிதம்பரம் பிள்ளையைச் செக்கை இழுக்கும் மாடுபோல மாற்றிவிட்டது சிறையதிகாரம். அதனால், ஒருநாள் செக்கை மாடு போல இழுக்க முடியாமல், களைப்பு ஏற்பட்டு மயங்கிக் கீழே சுருண்டு விழுந்து விட்டாராம்! பிறகு, மனிதநேயமுடைய கைதியில் ஓரிருவர் அவரைத் தூக்கி நிற்க வைத்து, குடிக்கத் தண்ணீர் கொடுத்த பின்பு, திடீரென அங்கே வந்த அதிகாரிகள் மீண்டும் சிதம்பரனாரைச் சங்கிலியோடு சேர்த்துப் பிணைத்து மாடுபோல செக்கை இழுக்குமாறு சாட்டையைக் காட்டி மிரட்டினார்களாம்.

சிதம்பரம் செக்கை இழுக்கும்போது, அவருக்குச் செக்கை இழுப்பது போன்ற நினைவே இருக்காதாம். சுதந்திர தேவியின் திருக்கோயிலைச் சுற்றி வலம் வருவது போலவே அவர் எண்ணிக் கொள்வாராம்! சிறையிலேதான் இந்தச் சித்திரவதைகள் என்றால், சிறைக்கு வெளியேயும் இருந்து அவருக்குத் துன்பங்கள் தொடர்ந்து வந்தவாறே இருந்தன.

சிதம்பரனார் சிறை புகுந்ததும், அவர் அரும்பாடுபட்டு ஆரம்பித்த சுதேசிக் கப்பல் கம்பெனியின் நிர்வாகமும் மூடப்பட்டுவிட்டது. பிரிட்டிஷ் கப்பல் கம்பெனி சிதம்பரனாரின் கப்பல் நிறுவனத்தை எப்படியும் அழிப்பது என்றே கங்கணம் கட்டி அலைந்ததல்லவா? அதற்கேற்றவாறு, சுதேசிக் கப்பல் கம்பெனியால் பிரிட்டிஷ் போட்டி வாணிகத்தைச் சமாளிக்க முடியவில்லை. அதே நேரத்தில் சிதம்பரனாருக்கு 40 வருடங்கள் தீவாந்தர தண்டனை விதிக்கப்பட்ட உடனே, சுதேசி நிறுவன நிர்வாகிகளுக்கு அச்சம் ஏற்பட்டுவிட்டது. அதனால் வ.உ.சி. துவங்கிய கப்பல் கம்பெனியைக் கலைத்து விட்டார்கள்.

கலைத்தது மட்டுமன்று, என்ன பாடுபட்டு இரண்டு கப்பல்களை சிதம்பரனார் வாங்கினாரோ, அந்தக் கப்பல்களைச் சிதம்பரனாரைக் கேட்காமலேயே வெள்ளைக்காரக் கப்பல் கம்பெனிக்கே விற்று விட்டார்கள் என்ற கொடுமையான செய்திகளைக் கேட்ட சிதம்பரனார், தாம் அனுபவிக்கும் சிறைக் கொடுமைகளைவிடக் கோரமான, கொடுமையான வேதனைகளை உள்ளத்தே அனுபவித்தார்.

எவ்வளவு கஷ்டப்பட்டு 'காலிபா' கப்பலை வாங்கி வந்தோம். அதை அழிக்க நினைத்த பிரிட்டிஷாருக்கே அதை விற்று விட்டார்களே மாபாவிகள் என்று எண்ணி உணவின்றியும் உறக்கமின்றியும் வேதனைகளோடே அவர் உள்ளம் நைந்தார். சிறையிலே சித்திரவதைகளை நாள்தோறும் ஏற்றுக் கொண்டிருந்த

சிதம்பரம் பிள்ளைக்கு, மேலும் பல துன்பச் செய்திகள் தினந்தோறும் வெளியே இருந்து வந்து துன்புறுத்தின.

அதாவது, சுதேசிக் கப்பல் நிறுவனம் மூடப்பட்டதற்குச் சிதம்பரனாரின் தீவிரவாத அரசியல் கொள்கையே காரணமாதலால் நிர்வாகிகள் இழந்த பொருள்களுக்குரிய நஷ்ட ஈட்டைச் சிதம்பரனார்தான் கொடுக்க வேண்டும் என்று சுதேசிக் கப்பல் கம்பெனி நிர்வாகிகள் கேட்டு, அவர் பெற்றோரை நெருக்கினார்கள். சிறையிலே உள்ள சிதம்பரனார் என்ன செய்வார்? இந்த நெருக்கடிக்குக் காரணமறிந்த சிதம்பரம் பிள்ளை, சுதேசிக் கம்பெனியின் சட்ட ஆலோசகரான சேலம் சி.விஜயராகவாச்சாரியாருக்குக் கடிதம் மூலமாகக் குறிப்பிடும்போது, கம்பெனிக்கு ஏற்பட்ட நஷ்டத்தைப் பங்குதாரர்கள் ஏற்பதே நியாயம். அவர்கள் மறுப்பார்களானால், நானே கடன்களைக் கொடுத்து விடுகிறேன் என்று தெரிவித்தார். இந்தத் துன்பங்கள் அவரை நெருக்கி வேதனைப்படுத்தினாலும் அதற்காக அவர் வருந்தவில்லை.

ஒவ்வொரு நாளும் சிதம்பரனார் சிறையில் அதிகாரிகளுடன் தனது சுயமரியாதைக்காகப் போராட வேண்டிய நிலை இருந்தது. ஜெயில் அதிகாரி ஒரு நாள் சிறையைப் பார்வையிட்டுக் கொண்டே வந்தார். அப்போது சிதம்பரனார் திடீரென்று சிரித்து விட்டார். அதைக் கண்ட அதிகாரி, "ஏன் சிரிக்கிறாய்?" என்று சிதம்பரம் பிள்ளையைக் கேட்டார். அதற்கு அவர், "சிரிக்காமல் என்ன செய்யச் சொல்கிறீர்? அழுவதா?" என்று கேட்டுவிட்டார். கோபம் கொண்ட அதிகாரி இந்த விவகாரத்தை ஜெயில் சூப்ரெண்டிடம் புகார் செய்தார். சிரித்த குற்றத்திற்காக மேலும் இரண்டு வாரங்கள் சிறைத் தண்டனையைச் சிதம்பரம் பெற்றார்.

வேறோர் நாள் சிறை அதிகாரி, சிதம்பரம் பிள்ளையைக் கழிவுநீர் அகற்றும் பணியினைச் செய்யுமாறு வற்புறுத்தினார். உயிரே போனாலும் அந்த வேலையைச் செய்யமாட்டேன் என்று கண்டிப்பாக அவர் மறுத்துவிட்டார். சிதம்பரத்தின் பிடிவாதமான மன உரத்தைக் கண்ட அதிகாரி மேற்கொண்டு அவரை வற்புறுத்தாமல் விட்டுவிட்டார்.

ராமன் என்ற ஒரு கான்விக்ட் வார்டர், சிதம்பரம் பிள்ளையின் பெருமையை உணர்ந்து அவரைக் கைக்கூப்பி வணக்கம் என்று சொல்வதை ஜெயிலர் பார்த்து விட்டார். 'இனிமேல் சிதம்பரத்தை வணங்கினால் உன்னைச் செருப்பால் அடிப்பேன்' என்று வணங்கிய ராமனைக் கடுமையான வார்த்தைகளால் கண்டித்தான் அந்த ஜெயிலர்.

கோயம்புத்தூர் சிறையிலே, திருநெல்வேலி கலவரத்தில் தண்டிக்கப்பட்ட சிலர் தண்டனையை அனுபவித்துக் கொண்டிருந்தார்கள்.

சிதம்பரனாருக்குக் கொடுக்கப்பட்ட தண்டனையை அந்தக் கைதிகளும் ஏற்கெனவே கேள்விப் பட்டிருந்தார்கள். அதே நேரத்தில் ராமன் சிதம்பரத்தை வணங்கியபோது ஜெயிலர் பேசிய கடுமையான வார்த்தைகளையும் சிதம்பரத்தின் பெருமை, புகழ், மரியாதை, மதிப்பு தெரியாத அந்த அதிகாரியின் செயலைக் கண்டும் அவர்கள் ஆத்திரம் அடைந்தார்கள்.

ஒருநாள் அதிருப்தியாளர்கள் எல்லாம் வேறொரு வார்டில் கூடி, நமது தலைவரை அவமதித்த அந்த ஜெயிலரைக் கொன்று விடுவது என்று திட்டமிட்டார்கள். திடீரென்று ஒருநாள் அந்த ஜெயிலரின் அலுவலகம் தாக்கப்பட்டது. அன்று ஞாயிற்றுக்கிழமை. விடுமுறை நாளாதலால் காவலாளிகளில் பலர் வரமாட்டார்கள்; விடுமுறையில் இருந்தார்கள். இதனையெல்லாம் தாண்டி அவர்கள் எதையும் பொருட்படுத்தாமல், இரண்டு மணி நேரமாக ஜெயிலிலேயே பெரிய கலவரத்தையும் அடிதடி சண்டைகளையும் உருவாக்கி, சிறையையே கலவரக்கூடமாக்கி விட்டார்கள்.

உடனே சிறையினுள்ளே இருந்த அபாயமணி ஒலித்தது. இடைவிடாமலும், விட்டு விட்டும் மணி அலறிக் கொண்டே இருந்தது. கைதிகளில் பலர் பூட்டுகளை உடைத்துக் கொண்டு சிறைக்கு வெளியே ஓடினார்கள். அந்த நேரத்தில் ஏராளமான ரிசர்வ் போலிஸார் கார்களில் வந்து குவிந்தார்கள். கைதிகளைச் சுட்டார்கள். இந்தத் துப்பாக்கிச் சூட்டில் ஒரு கைதி இறந்தார்.

ஆனால், அந்த ஜெயில் அதிகாரியை, அதாவது சிதம்பரம் பிள்ளையை அவமரியாதையாக எண்ணி ராமன் என்ற கான்விக்ட் வார்டரைச் 'செருப்பாலடிப்பேன்' என்று கூறிய ஜெயிலரைக் கைதிகள் பயங்கரமாகத் தாக்கி, பலத்த காயப்படுத்தி விட்டார்கள். அந்த ஜெயிலர் உடல் தேறிட சில மாதங்களாயின.

இந்தக் கலவரத்திற்கு யார் காரணம் என்று கண்டுபிடிக்க முயற்சி மேற்கொள்ளப்பட்டது. சிதம்பரனார் கைதிகள் பக்கமே நியாயம் இருப்பதாகச் சாட்சி கூறினார்.

ஜெயில் அதிகாரி செய்த கொடுமைகளும், நடத்திய அவமரியாதைச் செயல்களும், கைதிகளிடம் அவர் காட்டின ஆணவ அகம்பாவ ஏற்றத்தாழ்வு மனப்பான்மைகளுமே காரணம் என்று சிதம்பரனார் சாட்சியமளித்தார். இந்தச் சான்றளிப்புக்குப் பின்னர் சிதம்பரம் பிள்ளையைக் கண்ணனூர் சிறைக்கு மாற்றிவிட்டது பிரிட்டிஷ் அரசு.

திருநெல்வேலி மாவட்ட ஆட்சியராக இருந்த விஞ்ச் என்ற பிரிட்டிஷாருக்கு உதவி கலெக்டராக இருந்தவர் ஆஷ் துரை. உதவி கலெக்டராக இவர் இருந்தபோது காங்கிரஸ் தேச

பக்தர்களுக்குச் சொல்லொணாக் கொடுமைகளைச் செய்தவர். மாவட்டம் முழுவதும் உள்ள பணக்காரர்கள், பண்ணையார்கள், கல்விமான்கள், புகழ்மிக்க பெரும் செல்வாக்குப் பெற்றவர்கள் என அனைவருக்கும் கேடு செய்யும் ஓர் அதிகாரியாக விளங்கியவர் ஆஷ் துரை.

சுதேசிக் கப்பல் கிளர்ச்சி அறவழியில் நடந்ததை மறவழியில் மாற்றியதே பிரிட்டிஷ்காரர்களான விஞ்ச் துரையும் ஆஷ் துரையும்தான். அந்த அளவுக்கு அந்த இரு துரைமார்களின் ஆணவம், ஆதிக்கம், இனவெறி, ஆட்சி ஆதிக்கம் ஆகியவை இருந்தன. அதே நேரத்தில் இந்த இரு துரைகளின் பேச்சைக் கேட்டுக்கொண்டு காவலர்கள் செய்த கொடுமைகளைப் பொதுமக்களும் மறக்காமலே இருந்தார்கள் என்பதும் வேறோர் காரணமாகும்.

அறவழி வெற்றியைத் தராது; மறவழிதான் அதாவது ஆயுதம் ஏந்தும் போராட்டம்தான் வெற்றி தரும். பிரிட்டிஷாரின் கொடுமைகளைப் பொறுக்க முடியாது என்று நம்பிய பொதுமக்கள் சிலரின் தவறான எண்ணமும் இன்னொரு காரணமாகும். ஆனால், சிதம்பரனார் இத்தகையோர் போக்கை என்றுமே ஆதரித்ததில்லை. சுதந்திரம் பெறுவதில் தீவிரவாதம் காட்டுவாரே தவிர அதற்காக வன்முறைகளை என்றுமே அவர் பயன்படுத்தியதில்லை.

ஏனென்றால் வடநாட்டிலே இந்த ஆயுதப் புரட்சியை திருநெல்வேலிக்கு முன்பே புரட்சிவாதிகள் ஒத்திகை பார்த்துவிட்டனர். அதாவது கிங்ஸ்ஃபோர்டு என்ற நீதிபதியைக் கொலை புரியும் முயற்சியில் குறி தவறிவிட்டது. கென்னடி என்ற ஒரு பிரிட்டிஷ் பெண்ணையும் அவருடைய மகளையும் குண்டுவீசிக் கொன்றுவிட்டனர்.

இந்தத் துயர நிகழ்ச்சி 30.04.1908ம் நாள் பீகார் மாநிலத்திலே உள்ள முசாபர்பூரில் நடந்தது. இக்கொலைக்குக் காரணம், குதிராம் போஸ் என்ற இளைஞன். அவன் தூக்கிலிடப்பட்டான்!

குதிராம் போஸ்

03.12.1889ம் நாள் வங்காளத்தின் மிதுனப்பூர் மாவட்டத்தில், ஹபிப்பூர் என்ற கிராமத்தில் குதிராம் போஸ் பிறந்தார். இவரது தந்தை திரிலோகநாத் போஸ், தாயார் லட்சுமிப்ரியதேவி.

சிறு வயதிலேயே நாட்டுப்பற்றுடன் வளர்ந்த குதிராம், தனது பதின்மூன்றாம் அகவையில் 1902ம் ஆண்டு அப்போதைய வங்க விடுதலைப் போராட்ட வீரர்களின் ஆசானாக விளங்கிய அரவிந்தர், சகோதரி நிவேதிதை ஆகியோரின் சொற்பொழிவுகளால் ஈர்க்கப்பட்டார்.

சிறு வயதிலிருந்தே கீதையைப் படித்து அதன்படி நடக்க முயன்றார். பிரிட்டிஷ் ஆட்சியை முறியடிக்கத் தானும் ஏதாவது ஒரு வழியில் உதவ வேண்டும் எனக் கருதினார். 1904ல் மேதினிப்பூரில் உள்ள கல்லூரியில் சேர்ந்தார். அங்கு ஆசிரியர் சத்தியேந்திரநாத் போஸ் வழிகாட்டுதல் கிட்டியது. அங்கு அவருக்குப் பல புரட்சியாளர்களுடன் தொடர்பு ஏற்பட்டது. இவர் யுகந்தர் (ஜுகந்தர்) இயக்கத்தில் இணைந்து பிரிட்டிஷ் ஆட்சியை மறைமுகமாக எதிர்த்தார். மூன்றாண்டுகள் (இறக்கும் வரை) இவ்வியக்கத்தில் இருந்தார்.

1905ம் ஆண்டு வங்கப் பிரிவினைக்கு எதிராக நாடே கொந்தளித்தது. தேசப்பற்று மிக்க குதிராமும் இயல்பாகவே அந்தப் போராட்டத்தில் குதித்தார். பல காவல் நிலையங்களைக் குதிராமின் குழு குண்டுகளால் தாக்கியது. இச்சம்பவத்தைத் தொடர்ந்து நாட்டின் பல்வேறு இடங்களில் பிரிட்டிஷ் அதிகாரிகள் மீது தாக்குதல்கள் நடந்தன. யார் தாக்குகிறார்கள் என்று தெரியாமல் பிரிட்டிஷ் அரசு மிரண்டது. 1908ல் குதிராம் போஸ் கைது செய்யப்பட்டபோதுதான், 18 வயதே நிறைந்த இளைஞனின் செயல் அது என்று அரசு உணர்ந்தது.

பிரிட்டிஷ் அரசுக்கு எச்சரிக்கை விடுக்கும் வண்ணம், பிரிட்டிஷ் அதிகாரிகளைத் தாக்கி, பாடம் கற்பிக்க குதிராம் குழு திட்டமிட்டது. அதன்படி, வங்கத்தில் முசாபர்பூரில் அதிகாரியாகப் பணிபுரிந்த கிங்ஸ்ஃபோர்டு என்பவர் மீது குண்டுவீச, குதிராம் போஸும் அவரது நண்பர் பிரபுல்ல சாஹியும் முசாபர்பூரில் உள்ள ஐரோப்பிய கிளப் சென்றனர். 30.04.1908ம் நாள் அங்கு வந்த மாஜிஸ்ட்ரேட் கிங்ஸ்போர்ட் வாகனம் மீது இருவரும் வெடிகுண்டுகளை வீசினர். ஆனால், அதில் கிங்ஸ்ஃபோர்டு வரவில்லை. அதில் வந்த அவரது மனைவியும் மகளும் கொல்லப்பட்டனர். இந்தச் சம்பவம் ஆங்கிலேயரை உலுக்கியது.

குண்டுவீசித் தப்பியவர்களைப் பிடிக்க அரசு கடும் முயற்சிகளை மேற்கொண்டது. புரட்சியாளர்கள் குறித்த

தகவல் தெரிவிப்போருக்கு ஆயிரம் ரூபாய் சன்மானம் அறிவிக்கப்பட்டது. அடுத்த சில நாட்களில், சமஸ்திப்பூரில் காவலர்களிடம் பிடிபட்ட பிரபுல்ல சாஹி, தன்னைத் தானே சுட்டுத் தற்கொலை செய்துகொண்டார்.

மே மாதம் முதல் தேதி குதிராமும் சிக்கினார். விடுதலை வீரர்களுக்குக் கொடும் தண்டனை வழங்கி வந்ததால்தான் மாஜிஸ்ட்ரேட் கிங்ஸ்ஃபோர்டைக் கொல்லக் குண்டு வீசியதாகவும் அதில் அவர் தப்பியதும் அவரது குடும்பத்தைச் சார்ந்தவர்கள் இறந்ததும் வருத்தம் அளிப்பதாகவும் குதிராம் கூறினார். அதன் பின்னர் நடந்த தேசத்துரோக வழக்கில் குதிராமுக்குத் தூக்குத் தண்டனை விதிக்கப்பட்டது. அதன்படி, 11.08.1908ம் நாள் குதிராம் போஸுக்கு, முசாபர்பூர் சிறையில் தூக்குத் தண்டனை நிறைவேற்றப்பட்டது. அப்போது அவருக்கு 18 வயது. அவரது கையில் பகவத் கீதையுடன், வாய் 'வந்தே மாதரம்' என முழங்க அவர் உயிர் பிரிந்தது.

அந்த மாவீரனின் உடலை எரித்த அஸ்தியை வங்கத் தாய்மார்கள் விபூதி போல எடுத்துச் சென்று, தங்கள் குழந்தைகளுக்குக் கொடுக்கும் பாலில் கலந்து புகட்டினார்களாம்.

திருநெல்வேலி மாவட்டத்தில் 'தேசாபிமானிகள் சங்கம்' என்ற சங்கத்தைச் சிதம்பரம் பிள்ளை தோற்றுவித்ததைப் போல, பாண்டிய நாட்டில் வீர இளைஞர்கள் ஒன்று கூடி, அபிநவ பாரத சங்கம் என்ற ரகசியமான சங்கம் அமைக்கப்பட்டது. இவர்கள் இந்திய விடுதலைக்காகத் தமது உடல், பொருள், ஆவி எல்லாவற்றையும் அர்ப்பணிக்கச் சபதம் ஏற்றுக் கொண்டனர். ஒவ்வொருவரும் சங்க உறுப்பினராகும்போது, ரத்தக் கையெழுத்திட்டுள்ளனர். அவர்களிடம் பரங்கி ஒழிப்பு என்ற அச்சகம் இருந்ததால், அடிக்கடி துண்டுப் பிரசுரங்களை வெளியிட்டுத் தங்களது நடவடிக்கையை மக்களுக்குத் தெரிவிப்பது வழக்கம். பிரிட்டிஷ் அரசு அந்தத் தேசபக்த இளைஞர்களைத் தண்டிக்கத் தொடங்கியது. நூற்றுக்கணக்கான வாலிபர்கள் கடும் தண்டனை பெற்றார்கள்.

புரட்சிக்காரர்கள் பலர் பிரெஞ்சுக்காரர்கள் ஆட்சியிலே உள்ள புதுச்சேரி நகருக்குள் தஞ்சமடைந்தார்கள். புதுவையிலிருந்த புரட்சிக்காரர்கள், லண்டன், பாரிஸ் போன்ற இடங்களிலே இருந்த புரட்சித் தீவிரவாதிகளோடு சம்பந்தமும் நட்பும் கொண்டிருந்தனர். விநாயக தாமோதர சாவர்க்கர் புரட்சிக்காரர்களின் தலைவராக இருந்தார். லண்டனில் இந்தியா மாளிகை புரட்சிக்காரர்களின் பாசறையாக இருந்தது. இந்தப் புரட்சிவாதிகளுடன்தான் தமிழ்நாட்டுப் புரட்சிவாதிகளும் தொடர்பு வைத்திருந்தார்கள்.

புரட்சியாளர்கள் புதுவையிலிருந்து பாரிஸ் வழியாக இந்தியா மாளிகைக்குச் சென்றார்கள். 1910ம் ஆண்டிற்குள் புரட்சிக்குத் திட்டம் உருவானது. வ.வே.சு.ஐயர், சியாம்ஜி, கிருஷ்ண வர்மா ஆகியோர் பாரிஸ் வழியாகப் புதுச்சேரிக்கு வந்தார்கள். இதுபோன்று புரட்சிக்குத் திட்டங்கள் வகுத்துக் கொண்டிருந்த வேளையில் திருநெல்வேலி மாவட்டத்தில் உதவி கலெக்டராக இருந்த ஆஷ் துரை பதவி உயர்வால் கலெக்டரானார்.

ஆஷ் துணை ஆட்சியராகப் பதவியிலிருந்த காலத்தில் தேசியவாதிகளையும் தொண்டர்களையும் கொடுமைப்படுத்தியதற்கு எல்லாம் பழிக்குப் பழிவாங்க வேண்டும் என்று மக்களிலே சிலர் அதற்கான சந்தர்ப்பம் எப்போது வாய்க்குமோ என்று எதிர்பார்த்துக் கொண்டிருந்தார்கள்.

17.07.1911ம் நாள் கலெக்டர் ஆஷ் துரை கொடைக்கானல் என்ற குளிர் நகருக்குச் சென்றார். அப்போது, வாஞ்சிநாதன் என்ற வாலிபர் மணியாச்சி ரயில்வே நிலையத்தில் ஆஷ் துரையைத் தனது துப்பாக்கியால் சுட்டுக் கொன்றார்.

வாஞ்சிநாதன்

தன்னை யாராவது அடையாளம் கண்டு கொண்டால் அது நண்பர்களுக்கும் உறவினர்களுக்கும் பெரும் ஆபத்தாகி விடுமே என்றஞ்சி, அந்த வாலிபர் தனது வாய்க்குள்ளே துப்பாக்கியால் சுட்டுக் கொண்டதால் தலை சுக்கல் சுக்கலாகச் சிதறி மாண்டார்.

ஆஷ் துரையைக் கொன்றவர் யார் என்ற புலன் விசாரணையின்போது, செங்கோட்டையைச் சேர்ந்த வழிப்போக்கர், 'ஆஷ் கொலையாளி செங்கோட்டையைச்

சேர்ந்தவர்' என்றும், 'அவர் தந்தையின் பெயர் ரகுபதி ஐயர். அவர் வனத்துறை அதிகாரிகளில் ஒருவர்' என்றும் கூறிவிட்டார்.

ஆஷ் துரை கொல்லப்பட்டதைக் கேட்டுச் சிதம்பரனார் திடுக்கிட்டார். அதிர்ச்சியடைந்தார். 'எதிர்காலத்தில் இந்த நாட்டை ஆள்வதற்குத் தகுதியுள்ளவர்கள் இளைஞர்கள். அவர்கள், தங்கள் வாழ்வை இவ்வாறு பலியிட்டுக் கொள்வதைச் சிதம்பரம் பிள்ளை விரும்பவில்லை. பழிக்குப் பழி, வன்முறை, ஆயுதப் போராட்டம் போன்ற செயல்களால் மட்டுமே பிரிட்டிஷாரை நமது நாட்டை விட்டு விரட்டி விட முடியாது. வீணாக நமது இளைஞர்கள் இன்னுயிரை இழக்கின்றார்களே!' என்று சிதம்பரனார் மிகவும் வருத்தப்பட்டார்.

ஆஷ் படுகொலைக்குப் பின்னர், போலிஸார் ஒவ்வொரு மாகாணத்திலும் புலன் விசாரணை செய்தார்கள். கல்கத்தா நகரில் இந்தக் கொலை சம்பந்தமாக 14 பேர்கள் கைது செய்யப்பட்டார்கள். தஞ்சை மாவட்டத்தைச் சேர்ந்த நீலகண்ட பிரம்மச்சாரி ஒருவர். மற்றொருவர் தென்காசியைச் சேர்ந்த டி.என். சிதம்பரம் பிள்ளை என்பவராவார். இவர்கள் 'அபிநவ பாரத சங்கம்' போன்ற ரகசிய சங்கங்களைத் தோற்றுவித்து, புரட்சியை உருவாக்கச் சதி செய்கிறார்கள் என்று போலிஸார் அவர்கள் மீது குற்றம் சாட்டினார்கள். உயர்நீதிமன்றத்தின் விசாரணைக்கு இந்த வழக்கு சென்றது.

விசாரணையில் ஒன்பது பேர் தண்டனை பெற்றார்கள். ஐவர் விடுதலை ஆனார்கள். இவ்வாறாகப் புரட்சி மனப்பான்மை வாலிபர்கள் ஒவ்வொரு மாகாணத்திலும் பிரிட்டிஷ் ஆட்சியை எதிர்த்து ரகசியமாக சுதந்திரப் பணியைச் செய்து வரும் சூழ்நிலை உருவானது.

வ.உ.சி கோயம்புத்தூர் சிறையிலும் கண்ணனூர் சிறையிலும் தன் தண்டனையை அனுபவித்தார். 27 பவுண்டுகள் (பன்னிரண்டே கால் கிலோ) எடை குறைந்தார்.

1858ம் ஆண்டு நவம்பர் மாதம் இந்தியாவில் கிழக்கிந்திய கம்பெனி ஒழிக்கப்பட்டு, இங்கிலாந்து நாட்டின் சொத்தாக இந்தியா மாற்றப்பட்டதை அறிவித்து, அரசி விக்டோரியா மகாராணியாரால் அறிக்கை வெளியிடப்பட்டது. 1908ம் ஆண்டு நவம்பர் மாதம் அவ்வறிக்கையின் 50ம் ஆண்டுக் கொண்டாட்டத்திற்காகச் சிறைக்கைதிகள் அனைவருக்கும் ஆண்டுக்கு ஒரு மாதம் தண்டனை குறைப்பு வழங்கப்பட்டது. அதன்படி, வ.உ.சி.க்கு ஆறு மாதங்கள் குறைந்தன.

ஏழாம் எட்வர்ட் இறந்தபின் ஐந்தாம் ஜார்ஜ் மன்னன் பதவியேற்றார். இதற்காக இந்தியக் கைதிகளுக்கு ஆண்டுக்குப்

பதினைந்து நாட்கள் வீதம் தண்டனைக் குறைப்பு வழங்கப்பட்டது. அதன்படி, வ.உ.சி.க்கு மூன்று மாதங்கள் குறைந்தன.

1911ம் ஆண்டு டிசம்பர் மாதம் ஐந்தாம் ஜார்ஜ் மன்னன் டில்லியில் இந்திய மன்னராகவும் முடி சூட்டிக்கொண்டார். இந்த விழாவில் கைதிகளுக்கு ஆண்டுக்கு ஒரு மாதம் 'தண்டனைக் குறைப்பு' வழங்கப்பட்டது. அதன்படி, வ.உ.சி.க்கு ஆறு மாதங்கள் குறைந்தன.

1912ம் ஆண்டு ஜனவரி மாதம் சிறைக் கைதிகள் உழைப்புக்காகச் சிறைக் கண்காணிப்பாளர் வழங்கும் தண்டனைக் குறைப்பாக 92 நாட்கள் வ.உ.சி. தண்டனைக் குறைப்புப் பெற்றார். அது அவருக்கு முழுமையாக வழங்கப்படவில்லை. அவர் சிறையில் குற்றம் புரிந்தார் எனக் கூறி அதில் 37 நாட்கள் குறைக்கப்பெற்று 55 நாட்கள் தண்டனைக் குறைப்பே வழங்கப் பெற்றது.

ஆக மொத்தம் நான்கரை ஆண்டுகளுடன் ஏற்கெனவே விசாரணைக் கைதியாக 3 மாதங்களையும் சேர்த்து, தம் வாழ்நாளின் நான்கே முக்கால் ஆண்டுகளை வ.உ.சி. சிறையில் இழந்திருக்கிறார். இந்தச் சிறைத் தண்டனையைச் சிதம்பரம் பிள்ளை கோயம்புத்தூர், கண்ணனூர் சிறைகளில் கடுமையாக அனுபவித்து விட்டு, 24.12.1912ம் நாள் வ.உ.சி. விடுதலை அடைந்தார்.

4

விரக்தி

'அப்பா, சுப்பிரமணிய சிவா! நீயாவது வந்தாயே!'

– வ.உ.சி.

கடுமையான சிறைத்தண்டனைகளை அனுபவித்துவிட்டு உடலும் உள்ளமும் சோர்ந்த நிலையில் விடுதலையாகி வெளியே வந்த வ.உ.சி.க்குப் பேரதிர்ச்சி காத்திருந்தது. விடுதலை பெற்று வெளியே வந்த அவரை வரவேற்றிட எந்த ஒரு தமிழனும் சிறை வாயிலுக்கு வரவில்லை. தமிழ்நாடு அவரது தியாகத்தை மறந்துவிட்டது.

சிறைக்குள் நுழையும்போது அவரை வழியனுப்ப நூற்றுக்கணக்கான மக்கள் திரண்டிருந்தபோது, சிறையிலிருந்து விடுதலையாகும் அவரை வரவேற்க அவரின் மனைவி, அவரின் குடும்பத்திற்கு உதவிய கணபதியா பிள்ளை மற்றும் அவரின் நண்பர் சுப்பிரமணிய சிவா ஆகியோர் மட்டுமே வந்திருந்தனர்.

ஆறு வருடங்கள் சிறையிலே பல கொடுமைகளைக் கடுமையாக அனுபவித்தவர் வ.உ.சி. அதுமட்டுமல்ல, வழக்குரைஞராகப் பணியாற்றி வானளாவும் பெரும் புகழைப் பொதுமக்களிடம் பெற்று வளமாக வாழ்ந்த பெருமகன் சிதம்பரனார்.

தன்னந்தனி மனிதனாக அரும்பாடுபட்டு உழைத்துப் பல கஷ்டங்களை ஏற்று, வெள்ளையர்கள் தமிழர்களைக் கொள்ளையடித்த பொருளாதாரச் சுரண்டலை எதிர்த்துக் கப்பலோட்டிய முதல் தமிழ் மகன் சிதம்பரனார்.

வடநாட்டுப் பத்திரிகைகளும், தென்னாட்டுப் பத்திரிகைகளும் ஒன்று சேர்ந்து சிதம்பரனார் பெற்ற 40 வருட தீவாந்தரத் தண்டனையை எதிர்த்து எழுதிடும் அளவுக்கு இந்தியா முழுவதும் செல்வாக்குப் பெற்ற ஓர் அரசியல் பெருந்தலைவராகத் திகழ்ந்தவர் சிதம்பரனார்.

அப்படிப்பட்ட செயற்கரிய செயல்கள் செய்து சிறையில் செக்கிழுத்த செம்மலை சிறைவாயிலிலே வரவேற்றிட காங்கிரஸ் மகா சபை மக்களுள் ஒருவரும் வராததால், அரசியலும் பொதுவாழ்வும் அப்போது மகா பெரிய நன்றியற்ற தனமாக நடந்து கொண்டன என்பதுதான் சிதம்பரனார் வரலாறாகக் காட்சியளித்தது.

ஆனால், ஒரே ஒரு தமிழ் மகன், அவரும் சிதம்பரனாருடன் பெற்ற கடுந்தண்டனையை முன்கூட்டியே அனுபவித்து விட்டு, விடுதலையாகி வெளியே வந்திருந்த காரணத்தினால், நட்பினருமை தெரிந்த நன்றியுணர்ச்சியின் துடிதுடிப்பால், சிறையிலே அனுபவித்த கொடுமைகளின் காரணமாகக் குஷ்ட நோய் ஏற்பட்டு, அந்த நோய் உடலெல்லாம் பரவி, கால் கை விரல்கள் எல்லாம் மடிந்து வீங்கி வழியும் புண்களின் சீழ் ரத்தக் கோரமையோடு ஊன்றுகோலை ஊன்றிக் கொண்டு சிறைவாயில் முன்னே சிதம்பரனாரை வரவேற்றிட வந்திருந்தார். அந்தக் குஷ்ட நோய் பெருமகனைக் கண்ட தியாக மூர்த்தி சிதம்பரம் பிள்ளை, கண்ணீர் விட்டுக் கதறி, குஷ்டநோயாளர் என்றும் பாராமல் அவரைக் கட்டித் தழுவி, "அப்பா, சுப்பிரமணிய சிவா! நீயாவது வந்தாயே!" என்று ஆரத் தழுவிக் கொண்டே கண்ணீர் சிந்தினார்.

சிதம்பரனார் வாழ்க்கையிலே அவர் அடைந்த துன்பங்களைக் கண்டு மனமுருகி வருந்தி வேதனைப்பட்டவர்கள் தமிழ் நாட்டிலே இரண்டே இரண்டு தியாக உள்ளங்கள்தான். ஒருவர் சுப்பிரமணிய சிவா. மற்றவர் மகாகவி பாரதியார் ஆவார். சிறை மீண்ட சிதம்பரனார் சென்னை மாநகரிலேயே சில ஆண்டுகளைக் கழித்தார்.

ராஜதுரோகம் என்ற பெயரில் சிதம்பரனார் தண்டனை பெற்றவர் என்பதால், அவரது வழக்குரைஞர் சின்னமான 'வக்கீல் சன்னத்து' உரிமையை பிரிட்டிஷ் அரசு பறிமுதல் செய்துவிட்டது. அதனால் என்ன செய்வது என்று அறியாது திகைத்தார். தொழிலும் அவரால் நடத்த முடியவில்லை. வருமானத்துக்கும் வேறு வழியில்லை. மக்கள் வறுமையிலே வாடக் கூடாது என்பதற்காகப் போர்க்கொடி தூக்கி பிரிட்டிஷ்

அரசோடு போராடிய அஞ்சா நெஞ்சர் சிதம்பரனார், தனது வறுமையைக் கண்டு நொந்தே போனார்.

தூத்துக்குடி கோரல் மில்லின் இரண்டாயிரம் தொழிலாளர்கள் வேலை நிறுத்தம் செய்து பட்டினியும் பசியுமாக அவர்கள் குடும்பங்கள் வாடியபோது, அந்தக் குடும்பங்களுக்காக நிதி திரட்டிக் கொடுத்து உணவளித்தவர். வேலைகளைத் தேடித் தந்து அவர்களுக்கு வாழ்வளித்த சிதம்பரம் பிள்ளையின் அன்றைய கதி வறுமை, வாட்டம், சோர்வு, தளர்ச்சி, திகைப்பு.

அப்பொழுது அரசியல் சூழ்நிலை முற்றிலும் மாறி இருந்தது. சத்தியாக்கிரகம், ஒத்துழையாமை இயக்கம் போன்றவற்றை அவரால் ஏற்றுக்கொள்ள முடியவில்லை. அவரது கொள்கையைத் தொடர்ந்தால் அது சுதந்திரப் போராட்டத்திற்கு இடையூறாகிவிடும். தனிக்கட்சி ஆரம்பிக்கும் அளவு செல்வாக்கும் புகழும் இருந்த போதும் அவர் அப்படிச் செய்யவில்லை. அதன் மூலம் அவரது நாட்டுப்பற்றையும் மேன்மையான குணத்தையும் அறிந்து கொள்ளலாம்.

வ.உ.சி. தன் சிறைவாழ்வு பற்றிச் சுயசரிதையில் குறிப்பிட்டுள்ளார். தமிழில் செய்யுள் நடையில் எழுதப்பெற்ற முதல் சுயசரிதை என்ற பெருமையை இது பெற்றது. அதில், தான் சிறையில் அனுபவித்தவற்றை,

> 'அவன் எனைச் சணல் கிழி யந்திரம் சுற்றெனச்
> சுற்றினேன். என்கைத் தோலுரிந் திரத்தம்
> கசிந்தது. என்னருங் கண்ணீர் பெருகவே
> . . .
> திங்கட்கிழமை ஜெயிலர் என் கைத்தோல்
> உரிந்ததைப் பார்த்தான். உடன் அவன் எண்ணெய்
> ஆட்டும் செக்கினை மாட்டிற்குப் பதிலாகப்
> பகலெலாம் வெயிலில் நடந்து தள்ளிட அனுப்பினன்
> அவனுடை அன்புதான் என்னே!'

என்று எழுதியுள்ளார். வ.உ.சி. விடுதலைக்குப் பின்னர் சென்னை, கோயம்புத்தூர், கோவில்பட்டி, தூத்துக்குடி ஆகிய இடங்களில் வசித்தார்.

வ.உ.சி. விடுதலைக்குப் பின்னர் சென்னைக்குச் சென்றார். அவர் ஒரு மண்ணெண்ணெய்க் கடையொன்றை ஆரம்பித்தார். ஆனால், ஒரு வணிகராக அவரால் வெற்றி பெற இயலவில்லை. அவர் அன்புள்ளமும் தாராள மனமும் கொண்டவர். அவரால் எப்படி வாணிகத்தில் வெற்றி பெற முடியும்?

அன்றைய இந்தியாவில் வ.உ.சி. தென்னகம் கடந்த மிக உயர்ந்த தலைவராக மதிக்கப்பட்டுள்ளார் என்பதற்குச் சான்று 1907 சூரத் காங்கிரஸ் மாநாடுதான். அந்த மாநாட்டுக்கு நூற்றுக்கு மேற்பட்ட நபர்களைச் சென்னையிலிருந்து அழைத்துச் செல்லும்போது பாதிச் செலவை வ.உ.சி. தானே ஏற்றுக்கொண்டார். மீதிச் செலவை மண்டையம் சீனிவாசச்சாரி ஏற்றுக்கொண்டார்.

1919ம் ஆண்டு அமிர்தசரஸ் காங்கிரஸ் மகாசபைக்குச் செல்ல வ.உ.சி.க்கு ஆசை ஏற்பட்டது. கையில் பணம் கிடையாது. ஈ.வே. ராமசாமி நாயக்கர், தண்டபாணி பிள்ளையிடம் ரயிலில் முதல் வகுப்பு பயணச்சீட்டு வாங்கும்படி பணத்தைக் கொடுத்துள்ளார். தண்டபாணி பிள்ளை வ.உ.சி.யை மனத்தில் எண்ணிக்கொண்டு அப்பணத்தில் அமிர்தசரஸ் நகருக்கு இரண்டு மூன்றாம் வகுப்பு பயணச்சீட்டை எடுத்து, மீதிப்பணத்தை வ.உ.சி. திரும்பி வருவதற்கான செலவுக்குக் கொடுத்து விடுகிறார்.

தந்தை பெரியாரிடம் எதையோ சொல்லிச் சமாதானப்படுத்தி விட்டார். சென்னையைத் தாண்டிய ரயில் புனே நகரம் சென்றடைந்தது. மாபெரும் கூட்டம் மாலை மரியாதைகளுடன் திலகர் சகாவான வ.உ.சி.யை எதிர்நோக்கிக் காத்திருந்தது.

முதல், இரண்டாம் வகுப்பு பயணம் செய்து கொண்டிருந்த தலைவர்கள் தமக்குத்தான் என்று வெளியே தலையை நீட்ட, வ.உ.சி. எங்கே என்று தேடி மூன்றாம் வகுப்புப் பெட்டியில் அமர்ந்திருந்த வ.உ.சி.யைப் பார்த்து 'ஜே' கோஷமிட்டு மாலையிட்டு, பழங்கள், பட்சணங்கள் கொடுத்து வாயார வாழ்த்தி வ.உ.சி.யைத் திக்குமுக்காட வைத்து விட்டனர்.

1920ம் ஆண்டு கல்கத்தாவில் காங்கிரஸ் மாநாடு நடைபெற்றது. வ.உ.சி. ஒரு பிரதிநிதியாக அதில் கலந்து கொண்டார். வ.உ.சி. லோகமான்ய பால கங்காதர திலகரின் சீடர். திலகர் செயல் வீரர். காந்திஜி மிதவாதி. வ.உ.சி.க்குக் காந்திஜியின் வழிமுறைகளில் விருப்பமில்லை.

வ.உ.சி. சிந்தித்தார். காந்திஜியின் வழிமுறைகளைப் பின்பற்றுவதா? மனசாட்சிப்படி நடப்பதா? வ.உ.சி. மனசாட்சிக்கு முக்கியத்துவம் கொடுத்தார். அரசியலிலிருந்து ஒதுங்கிவிட்டார். ஆனால், வ.உ.சி. யும் காந்திஜியும் ஒருவரை ஒருவர் மதித்தனர். காந்திஜி வ.உ.சி. யின் சுயநலமற்ற சேவையை அறிவார். வ.உ.சி. காந்திஜியின் எளிமையும் தூய்மையும் மிக்க வாழ்க்கையை மதித்தார்.

வ.உ.சி. சென்னையில் தொழிற்சங்கங்கள் தொடங்கி அதற்காகத் தீவிரமாகப் பணியாற்றினார். வ.உ.சி.யின் பெரும்பான்மையான

தமிழ் நூல்கள் அவர் சென்னையில் வசிக்கும்போதே வெளியாகின. வ.உ.சி. சிறை சென்றதால் வழக்கறிஞர் பணி செய்வதற்கான உரிமையை இழந்தார். அவரால் வழக்கறிஞராகப் பணியாற்ற இயலவில்லை. திலகர் மாதம் ரூ.50 அனுப்பி வைத்தார்.

கோயம்புத்தூரில் தொழிற்சங்க நடவடிக்கைகளில் தீவிரமாகப் பங்கேற்றார். அங்கே வங்கி இயக்குநராகவும் பணியாற்றினார். இந்த வருமானம் அவருக்கு வாழ்க்கைக்குப் போதுமானதாக இல்லை. வ.உ.சி. தான் சிறையில் இருந்தாலும் அரசியல் கைதியாக மட்டுமே இருந்தமையால் வழக்கறிஞராகப் பணியாற்ற அனுமதிக்கும்படி அரசாங்கத்திடம் விண்ணப்பித்தார்.

திரு.ஈ.எச்.வாலஸ் 1908ம் ஆண்டு திருநெல்வேலியில் பணியாற்றியிருந்ததால் அவர் வ.உ.சி.யின் நேர்மையையும் திறமையையும் அறிந்திருந்தார். அதனால் அவர் அனுமதி அளித்தார். அவரது அச்செயலுக்கு நன்றி தெரிவிப்பதற்காக அவர் தனது கடைசி மகனுக்கு 'வாலேஸ்வரன்' என்று பெயரிட்டார்.

கோவில்பட்டியில் வழக்கறிஞராகப் பணியாற்றினார். அங்கேயும் அவர் வசதியற்றவர்களுக்கும் சுதந்திரப் போராட்ட வீரர்களுக்கும் கட்சிக்காரர்களுக்கும் இலவசமாக வாதாடினார். 1927ம் ஆண்டு அவர் காங்கிரஸ் கட்சியில் மீண்டும் இணைந்தார். சேலத்தில் நடந்த மூன்றாவது கட்சி மாநாட்டில் கலந்து கொண்டு தலைமை உரையாற்றினார். கட்சிச் செயல்பாடுகளில் குறிப்பிடத்தக்க மாற்றங்கள் ஏற்பட்டுள்ளதால் தான் மிகவும் மகிழ்ச்சி அடைவதாகக் கூறினார். ஆனால், சேலம் மாநாட்டிற்குப் பின்னர் மீண்டும் ஒதுங்கியே இருந்தார். அவர் கட்சியில் இருந்து விலகி இருந்தாலும் அவர் கடைசி வரை திலகரின் சீடராகவே இருந்தார். கடைசி மூச்சு வரை ஆங்கிலேய ஆதிக்கத்தை எதிர்த்து வந்தார்.

1932ம் ஆண்டு தூத்துக்குடி வந்தார். தமிழ் நூல்களை எழுதுவதிலேயே பெரும்பாலான நேரத்தைக் கழித்து வந்தார். தமிழ் இலக்கியங்கள் குறித்து நண்பர்களுடன் விவாதிப்பதை வழக்கமாகக் கொண்டிருந்தார். வ.உ.சி. சுதந்திரக் காற்றை சுவாசிக்க விரும்பினார். 'இரண்டாம் உலகப் போர் மூண்டால் இந்தியா சுதந்திரம் பெறுவது உறுதி' என்று அவர் கூறியிருந்தார். அதேபோல் இந்தியா இரண்டாம் உலகப் போருக்குப் பின்னர் 15.08.1947ம் நாள் சுதந்திரம் பெற்றது.

சிதம்பரம் பிள்ளை இயற்கையாகவே இரக்க உள்ளம் கொண்டவர். ஒரு சமயம் ஒருவர் தனது பெண்ணுக்குரிய திருமண நாளைக் குறித்துவிட்டு சிதம்பரனாரிடம் வந்து, "எனது

பெண் திருமணத்துக்கு நாள் வைத்து விட்டேன். கையிலே பணமில்லை. ஆயிரம் ரூபாய் கொடுத்தால் கல்யாணத்தைச் செய்து விடுவேன்" என்று மனமிளகிக் கேட்டபோது, அவர் கேட்ட ரூபாய் ஆயிரத்தையும் உடனே வழங்கிய நெஞ்சர் அவர். அத்தகைய பெருமகன் இன்று நாட்டுக்காக, சுதந்திரத்துக்காக, வெள்ளையரை எதிர்த்ததால் கைப்பொருளை இழந்தார். வருவாய் வரும் வக்கீல் சன்னத்தையும் இழந்து வருவாய்க்கு வழியற்ற வறுமையாளரானார்.

சிதம்பரம் பிள்ளை மறுபடியும் எப்படியாவது பறிமுதல் செய்யப்பட்ட தனது வக்கீல் சன்னத்தைத் திரும்பப் பெற முயன்றார். அப்போது அவருக்கு இ.எச்.வாலஸ் என்ற வெள்ளைக்கார நீதிபதி உதவி செய்தார். வெள்ளை மனிதர்களிலும் சில கண்ணியவான்கள் இருக்கிறார்கள் என்பதை மெய்ப்பிக்கும் வகையில், அந்த நீதிபதியின் பேருதவியால் சிதம்பரம் பிள்ளைக்கு மீண்டும் வக்கீல் சன்னத்து கிடைத்தது.

நன்றியின் திலகமாக நடமாடிய சிதம்பரம், தனது மகன் ஒருவருக்கு அந்த நீதிபதியின் பெயரான வாலஸ் என்பதின் அடையாளமாக, வாலேஸ்வரன் என்ற பெயரை வைத்துப் போற்றினார். அதுபோலவே, அடிக்கடி பொருள் உதவி செய்த தூத்துக்குடி ஆறுமுகம் பிள்ளையின் பெயரை மற்றொரு மகனுக்கு ஆறுமுகம் என்று பெயரிட்டு நன்றி மறவா நாயகரானார்.

சிதம்பரம் பிள்ளை சென்னையில் இருக்கும்போது வறுமை நெருப்போடு வாழும் நிலையிலே நாட்களை நகர்த்தினார். அப்போதும், இவ்வளவு கஷ்ட நிலையிலும், அவர் பொது வாழ்க்கைப் பணி மீது வெறுப்புக் கொள்ளவில்லை.

சென்னை பெரம்பூர் ரயில்வே தொழிலாளர்கள் சங்கத்தின் துணைத் தலைவராகப் பொறுப்பேற்றுத் தீவிரமாகப் பணிபுரிந்தார். இந்தப் பதவியிலும் தனது தீவிரத்தைக் காட்டிப் பல ஆண்டுகள் உழைத்தார். வாலஸ் பெருமகன் செய்த உதவியால், சிதம்பரம் பிள்ளை பெற்ற வக்கீல் சன்னத்து சற்றுத் தாமதமாகவே கிடைத்தது. அதைப் பெற்ற சிதம்பரனார் நேரே தனது ஊரருகே உள்ள நகரமான கோயில்பட்டிக்குச் சென்றார். அங்கே மீண்டும் வக்கீலானார்! மறுபடியும் தூத்துக்குடி நகருக்கே சென்றார்.

மாண்டேகு - செம்ஸ்ஃபோர்டு கொண்டுவந்த அரசியல் சீர்திருத்தம் என்ற திட்டத்தை எதிர்த்திட காந்தியடிகள் கொண்டு வந்த ஒத்துழையாமை என்ற தீர்மானத்தைப் பரிசீலனை செய்வதற்காக 1919ம் ஆண்டில் கல்கத்தா நகரில் காங்கிரஸ்

சிறப்புக் கூட்டம் நடந்தது. அந்தக் கூட்டத்தில், சாத்வீகத்தையும் சத்தியத்தையும் அடிப்படையாகக் கொண்டு சட்டசபைகள், கல்லூரிகள், நீதிமன்றங்கள் ஆகியவற்றைப் புறக்கணிப்பது என்ற பிரச்சினைகளைப் பற்றி முடிவெடுப்பதற்காக இந்தியத் தலைவர்கள் ஒன்றுகூடினார்கள்.

இந்தக் கல்கத்தா விசேஷ காங்கிரஸுக்குச் சென்னையிலே இருந்து ஏராளமான பிரதிநிதிகள் சென்றார்கள். தென்னாட்டுத் திலகரான சிதம்பரம் பிள்ளை, நாமக்கல் நாகராஜ ஐயர், ஜனாப்பீர் பாட்சா சாஹிப், நாமக்கல் கவிஞர் ராமலிங்கம் பிள்ளை, வரதராஜ முதலியார், ராஜாஜி, டி.எஸ்.எஸ்.ராஜன், சேலம் விஜயராகவாச்சாரியார், ஜார்ஜ் ஜோசப் போன்ற பலர் அந்தச் சிறப்புக் கூட்டத்தில் கலந்து கொள்ளச் சிறப்பு ரயிலில் பயணமானார்கள்.

சென்னையிலிருந்து கல்கத்தா சேருகின்ற வரையில் ரயில் வண்டியிலும் கல்கத்தா சென்ற பின்பு பிரதிநிதிகள் தங்கியிருந்த இடங்களிலும் காங்கிரஸில் காந்தியடிகளின் ஒத்துழையாமை தீர்மானம் ஓட்டுக்கு விடப்பட்ட நிமிஷம் வரையிலும் சிதம்பரம் பிள்ளை ஓயாமல் அந்தத் தீர்மானத்துக்கு விரோதமாக வாக்களிக்க வேண்டும் என்று, ஒவ்வொரு சென்னை மாகாணப் பிரதிநிதியையும் தனித்தனியே சந்தித்து வேண்டிக் கொண்டார்.

ரயில் வண்டித் தொடரிலுள்ள ஒவ்வொரு பெட்டியாகச் சென்று காந்தியடிகளின் ஒத்துழையாமை தீர்மானத்தைச் சிதம்பரனார் எதிர்த்துப் பிரச்சாரம் செய்தார். இவ்வாறு அவர் செய்து வந்தபோது நாமக்கல் கவிஞர் இருந்த இடத்துக்கு வந்தார். ஆனால், அவர்தான் நாமக்கல் கவிஞர் ராமலிங்கம் பிள்ளை என்று சிதம்பரம் பிள்ளைக்குத் தெரியாது. அதனால், அவரருகே இருந்த நண்பர் ஒருவர் இவர்தான் நாமக்கல் கவிஞர் என்று அறிமுகம் செய்து வைத்தார்.

அறிமுகம் செய்து வைத்தவர், திலகர் இறந்தபோது நாமக்கல்லார் பாடியிருந்த ஒரு பாடல், பத்திரிகையில் வெளியாகி இருந்ததைச் சிதம்பரம் பிள்ளையிடம் கொடுத்தார். அதைப் பெற்ற பிள்ளை அப்பாடலைப் படித்துவிட்டு நாமக்கல் கவிஞரைப் பாராட்டிய பின்பு, காந்தியடிகள் தீர்மானத்தை எதிர்த்து வாக்களிக்குமாறு மீண்டும் அங்குள்ள நாமக்கல் ஊர்ப் பிரதிநிதிகளைக் கேட்டார். யாரும் அப்போது பிள்ளை முன்பு வாய் திறந்து பதில் பேசவில்லை. ஆனால், வரதராஜ முதலியார் என்ற நாமக்கல் பிரதிநிதி, “ஏன் காந்தியடிகளை எதிர்த்து வாக்களிக்க வேண்டும் என்கிறீர்கள்? என்ன துரோகம் செய்தார் மகாத்மா உங்களுக்கு?” என்று கோபமாகவே கேட்டார்.

"கோபப்படாதீர் முதலியாரே! ஒரு தீர்மானத்தின் மீது ஆதரவாகவும் எதிர்ப்பாகவும் வாக்குச் சேகரிக்கும் உரிமை உமக்கு உண்டு என்பதை மறந்து விடாதீர்!" என்று கூறிவிட்டு அவரும், உடன் வந்த நண்பர்களும் அடுத்த ரயில்வே நிலையத்தில் இறங்கி வேறொரு பெட்டிக்குப் போய் விட்டார்கள். அடுத்த பெட்டியில் ராஜாஜி, டாக்டர் ராஜன், ஜார்ஜ் ஜோசப் முதலியவர்களுடன் சிதம்பரம் பிள்ளையும் பேசிக் கொண்டிருந்தார். தான் ஒரு தலைவன்; பிரபல கிரிமினல் வக்கீல்; வெள்ளையனை எதிர்த்துக் கப்பல் ஓட்டியவன்; கடும் சிறைத் தண்டனைகளை அனுபவித்துவிட்டு சிறைமீண்ட முதல் பெருந்தியாகி; தேசத்திற்காகப் பல கஷ்ட நஷ்ட தியாகங்களைச் செய்த முதல் தியாகமூர்த்தி; அங்கே பேசிக்கொண்டிருந்த காங்கிரஸ் பிரதிநிதிகளைவிட பல சிறப்புகளைப் பெற்றவன் என்ற மனக்கர்வமோ, அரசியல் தியாகப் பகட்டோ, பந்தாவோ, அகந்தையோ, ஆணவமோ எள்ளளவும் இல்லாத சாதாரண எளிய ஒரு குழந்தையைப்போல அனைவரிடமும் குழைந்து பேசிக்கொண்டிருந்ததை அந்தப் பெட்டியிலே வந்து ஏறிய நாமக்கல் கவிஞர் ராமலிங்கம் பிள்ளை பார்த்து ஆச்சரியப்பட்டுப் போனார்!

"வாரும் பிள்ளைவாள்" என்று சிதம்பரம் பிள்ளை நெடுநாள் பழகியவர்போல நாமக்கல்லாரை அழைத்துப் பேசியதைக் கண்ட ராஜாஜி, "ராமலிங்கம் பிள்ளையை உமக்குத் தெரியுமா?" என்று சிதம்பரம் பிள்ளையைக் கேட்டார். "ஓ! நன்றாகத் தெரியும், இதோ பாருங்கள் அவர் எழுதிய கவிதையை" என்று தன்னிடமிருந்த பத்திரிகையைப் பிரித்துக் காட்டினார். அதைக் கண்ட ராஜாஜி! "ஓ, இதுவா? உங்களுக்கு மிகவும் பிடித்த ஒன்றுதானே" என்றார்.

"நானும்தான் திலகர் இறந்தபோது இரங்கற் பாடல்களைப் பாடினேன். அவை பிள்ளை பாடலைப் போல அமையவில்லை. உண்மையான கவித்திறம் எல்லோருக்குமா வரும்?" என்று ராஜாஜியைப் பார்த்து சிதம்பரனார் கூறியதைக் கேட்ட ராமலிங்கம் பிள்ளை மெய்மறந்து போனார்; உடல் புல்லரித்தாராம்!

'சிறந்த தேசபக்தர், தியாக மூர்த்தி, திலகர் பிரானுடைய தலையாய சிஷ்யர்களிலே சிறப்புற்ற தென்னாட்டுத் திலகர், பாரத தேவியின் விடுதலைக்காகப் பல கொடுமைகள் நிறைந்த சிறைவாசத்தைச் செய்து அருந்தவமாற்றிய அண்ணல், ஆழ்ந்த தமிழ் ஆராய்ச்சி பெற்ற அறிஞர். அத்தகையவர் நம்மை எவ்வளவு பெருமையாக உயர்வாக ராஜாஜியிடம் பாராட்டியுள்ளாரே என்ற உணர்ச்சி என்னைப் புல்லரிப்புப் படச் செய்துவிட்டது' என்று நாமக்கல் கவிஞர் தனது 'தேச பக்தர் மூவர்' என்ற நூலிலே எழுதியுள்ளார்.

ராஜாஜி இந்திய கவர்னர் ஜெனரலாக இருந்தபோது இந்தச் சம்பவத்தைச் சென்னை செயிண்ட் மேரிஸ் மண்டபத்திலே நடந்த வ.உ.சி. விழாவிலே பேசினார். அத்தகைய பேரறிவாளன் காந்தி பெருமானை எதிர்த்து வாக்கு கேட்கவில்லை. அவரது ஒத்துழையாமை என்ற திட்டம், சரியான முறையல்ல என்பதை உணர்த்தி, காந்தியடிகளது தீர்மானத்தைத் தோற்கடிக்கவே பகிரங்கமாக ரயில் வண்டி பெட்டி ஒவ்வொன்றிலும் ஏறி இறங்கி வாக்குச் சேகரித்தார்.

கவிஞர் பிள்ளையை இவ்வளவு உயர்வாகப் பாராட்டிவிட்டு, "என்ன புலவரே உமது ஓட்டு எனக்குக் கிடைக்கும் அல்லவா?" என்று நெருக்கினார் சிதம்பரம். ஆனால், ராமலிங்கம் பிள்ளை ஏதும் பேசாமல் ஊமை போல இருந்ததைக் கண்ட சிதம்பரம் பிள்ளை, "என்னுடைய கருத்தில் உமக்கு உடன்பாடு இல்லையா?" என்று மீண்டும் கேட்டார். ரயில் வண்டி ஓடும் ஓசைதான் கேட்டதே தவிர, நாமக்கல் பிள்ளை ஓசை ஏதும் எழுப்பாமலே மௌனமாக இருந்தார்.

"நான் சொல்வதில் உங்களுக்கு விருப்பம் இல்லையானால், கூசாமல் கூறுங்கள். உங்களைக் கசக்க வேண்டும் என்று நான் எண்ணமாட்டேன்" என்று சிதம்பரனார் மீண்டும் நாமக்கல்லாரைக் கேட்டபோது, "நான் காந்தியடிகள் தீர்மானத்தை ஆதரிப்பதாகக் கூறி, ஏற்கெனவே வாக்களித்து விட்டேன்" என்றார்.

"சபாஷ் புலவரே! உங்கள் உண்மைத் தன்மையை நான் மிகவும் போற்றுகின்றேன். மனமார வாழ்த்துகிறேன். நீங்கள் யாருக்கு வாக்களித்து விட்டீர்களோ, அவர்களுக்குத் துரோகம் செய்யக் கூடாது என்பது மிகவும் உயர்வான நோக்கம். அதுதான் சரி. நான் உங்களைத் தொந்தரவு செய்யமாட்டேன்" என்று சிதம்பரம் பிள்ளை அடுத்த பெட்டிக்குச் சென்றுவிட்டார்.

இந்த நிகழ்ச்சி கப்பலோட்டிய தமிழன் சிதம்பரம் பிள்ளையின் நேர்மையான குணச்சிறப்பை, படிப்பவர் நெஞ்சில் பதியவைக்கும் பண்பாக உள்ளது, அல்லவா?

இத்தகைய மனித நேயம் கொண்டவரின் போர்முறைப் பண்புக்கு ஒரு நிகழ்ச்சி வாய்த்ததாக, நாமக்கல் கவிஞர் ராமலிங்கம் பிள்ளை தனது 'தேசபக்தர் மூவர்' என்ற நூலிலே குறிப்பிட்டுள்ளார். அதன் சுருக்க விவரம் வருமாறு:

'நாங்கள் கிலாபத் ஸ்பெஷல் ரயிலில் கல்கத்தாவிற்குப் பயணம் செய்து கொண்டிருந்தபோது, கல்கத்தாவுக்கு முன்னால்

கரக்பூர் என்ற ஒரு பெரிய ரயில் நிலையம். அங்கே நாங்கள் சென்ற வண்டி நின்றது. சுமார் மூன்று மணி நேரமாகியும் வண்டி புறப்படவில்லை. இதற்கு என்ன காரணம் என்று பயணிகள் கேட்டார்கள்.

கல்கத்தா மெயில் வண்டி பின்னால் வந்து கொண்டிருப்பதாகவும், அந்த மெயில் இந்த ரயில் நிலையத்துக்கு வந்து எங்கள் ஸ்பெஷலுக்கு முன்பு புறப்படும் என்றும், அது புறப்பட்டுப்போன பின்பு அரை மணி நேரத்துக்குப் பின்னர் தான் ஸ்பெஷல் வண்டி புறப்படும் என்றும் ஸ்டேஷன் மாஸ்டர் கூறினார். இதைக் கேட்டதும் ஸ்பெஷல் வண்டியிலே உள்ள தேசபக்தர்களுக்குச் சினம் வந்துவிட்டது.

'என்ன அந்த மெயில் வண்டிக்கு ஆறு மணி நேரத்துக்கு முன்னால் புறப்பட்ட எங்களை அநாவசியமாக இங்கே மூன்று மணி நேரத்துக்கு மேல் காக்கப்போட்டு, எங்கள் வண்டிக்கு முன்னால் மெயிலைப் போக விடுவது என்றால், இதைவிட எங்களுக்கு அவமதிப்பு இன்னும் என்ன இருக்கிறது?" என்று அந்த ஸ்டேஷன் மாஸ்டரோடு ஒரே போராட்டம் ஏற்பட்டுவிட்டது.

இந்தக் கூச்சல், குழப்பம் கப்பலோட்டிய தமிழன் காதில் விழுந்தது. வண்டியை விட்டு அவர் இறங்கி வந்தார். வெகு வேகமாக ஓடி ஸ்டேஷன் மாஸ்டரிடம் சென்று விசாரித்தார். விவரம் விளங்கியவுடன் போராட்டப் பிரிவுக்கு அவரே தளபதியானார்.

ரயிலில் இருந்தவர்களை எல்லாம் கையமர்த்தி விட்டு சிதம்பரம் பிள்ளையே அந்த வழக்கை வாதித்து, "எங்கள் வண்டிக்கு முன்னால் மெயில் வண்டியைப் போகவிட மாட்டோம். எங்கள் வண்டிக்கு அரைமணி நேரத்துக்குப் பின்னால்தான் மெயிலை விட வேண்டும். எங்கே, அந்த மெயில் வண்டி எங்களுக்கு முன்னால் எப்படிப் போய்விடும் என்பதைப் பார்த்து விடுகிறோம்" என்று சிதம்பரனார் ஸ்டேஷன் மாஸ்டரிடம் சவால் விட்டார்.

"எனக்கு அதெல்லாம் தெரியாது. நான் என்ன செய்வேன். எனக்குக் கிடைத்துள்ள உத்தரவுப்படிதான் நான் என் கடமைகளைச் செய்ய வேண்டும். மெயில் வண்டி முன்னால் போக வேண்டும் என்று உத்தரவு செய்தது நானல்ல" என்று ஸ்டேஷன் மாஸ்டர் கூறினார்.

"மெயில் வண்டி முன்னாலே போகட்டும், பின்னாலே போகட்டும். அதைப் பற்றி அக்கறையில்லை. எங்களை

எதற்காக இங்கே அநாவசியமாக மூன்று மணிநேரம் காக்கப் போட்டீர்கள்? இந்த மூன்று மணி நேரமும் வண்டி ஓடியிருந்தால் இந்நேரம் நாங்கள் கல்கத்தா சென்று சேர்ந்திருப்போம், அல்லவா?" என்று சிதம்பரனார் ஸ்டேஷன் மாஸ்டரைத் திரும்பக் கேட்டார்.

"உண்மைதான்; இது சரியான கேள்விதான். ஆனால், உங்கள் வண்டியை இங்கே மூன்று மணி நேரம் காக்கப்போட வேண்டுமென்பது ஏற்பாடல்ல. அது எதிர்பாராமல் ஏற்பட்டுவிட்டது. இந்த ஸ்டேஷனில்தான் மெயில்வண்டி உங்கள் வண்டியைத் தாண்டி முன்னால் போக வேண்டும் என்பது டிராபிக் மானேஜருடைய உத்தரவு. மெயில் வண்டி இன்றைக்கு ஏறத்தாழ மூன்று மணி நேரம் லேட். அதனால், இந்தச் சங்கடம் ஏற்பட்டுவிட்டது. என்ன செய்யலாம்?" என்றார்.

"என்ன செய்யலாம் என்றா கேட்கிறீர்கள்! எங்கள் வண்டியை உடனே விடலாம் என்கிறேன்! மூன்று மணி நேரம் லேட் ஆன மெயில் வண்டி இன்னும் கொஞ்சம் லேட் ஆகிவிட்டால் என்ன முழுகிப் போகும்? எங்கள் வண்டியை விடச் சொல்லுங்கள்" என்று கர்ஜித்தார் சிதம்பரம் பிள்ளை.

"அப்படிச் செய்ய எனக்கு அதிகாரம் இல்லை" என்றார் ரயில் நிலைய அதிகாரி.

"அப்படிச் செய்ய உங்களுக்கு அதிகாரம் இல்லையென்றால், எப்படிச் செய்வது சரியென்று எங்கள் அதிகாரத்தைக் காட்டுகிறோம்" என்று சொல்லிக்கொண்டே சிதம்பரனார் வண்டியை நோக்கி வந்தார்.

இதற்குள் வண்டியில் இருந்த எல்லா இளைஞர்களும் இறங்கி வந்து சிதம்பரம் பிள்ளையைச் சூழ்ந்து கொண்டார்கள். அவர்களைப் பார்த்து சிதம்பரம் பிள்ளை சொற்பொழிவு செய்து அந்த மெயில் வண்டி நம்முடைய வண்டிக்கு முன்னால் போகக் கூடாதென்று நாமெல்லாரும் மெயிலுக்கு முன்னால் தண்டவாளத்தில் உட்கார்ந்து கொண்டு சத்தியாக்கிரகம் செய்வோம். மெயில் எப்படி முன்னால் போய்விடும், பார்ப்போம் என்றார். உடனே சிதம்பரம் பிள்ளையினுடைய கட்சிக்கு ஏராளமான ஆட்கள் சேர்ந்து விட்டார்கள்.

எனக்குத் தெரிந்த யாரார் அதில் சேர்ந்தார்கள், யாரார் சேரவில்லை என்பது இப்போது நினைவில் இல்லை. ஆனால், ராஜாஜியும் வேறு சிலரும் சேர்ந்து மெயிலை

அப்படிச் செய்வது சரியல்ல என்றார்கள். ஆனால், சிதம்பரம் பிள்ளையுடன் காந்தியடிகளுக்காக வாதாடி ஆதரவு தந்து கொண்டிருந்த வரதராஜ முதலியாரும் அவரது நண்பர்களும் சிதம்பரனாருடன் தண்டவாளத்தில் படுத்துக்கொள்ளத் தயாராகிவிட்டார்கள். காந்தியடிகளுக்கு ஆதரவாக 'ஓட்டு' போடுவதற்கென்றே வந்த வேறு சிலரும் சிதம்பரம் தலைமையில் சேர்ந்து கொண்டார்கள்.

எங்கள் ரயில் வண்டி மெயில் வண்டிக்கு முன்னால் போக வேண்டும் என்பதற்காக, அப்போது சிதம்பரனார் அணி எழுப்பிய கோஷங்களையும், கோபதாபப் பேச்சுகளையும் இப்போது நினைத்தாலும் மெய் சிலிர்க்கிறது. அவ்வளவு வீராவேசமாகச் செயல்பட்டார் அன்று சிதம்பரம் பிள்ளை.

பிரிட்டிஷ் அதிகாரக் கோட்டையைத் தகர்த்தெறியும் படைக்குரிய தளபதிபோல அன்று கப்பலோட்டிய தமிழன் வெகு களிப்புடன் போராடினார்.

சிதம்பரம் படை தயார்! மெயில் வண்டிக்கான கைகாட்டி இறங்கிவிட்டது. வேகத்தில் மெயில் வந்து கொண்டிருக்கிறது. சிதம்பரம் பிள்ளையும் அவருடன் சேர்ந்த வீரர்களும் இஞ்சினுக்கு முன் தண்டவாளத்தில் குதித்துவிடத் துடித்துக் கொண்டிருந்தார்கள்.

எங்கள் வண்டியைச் சேர்ந்த சிலர், சிதம்பரம் பிள்ளையிடம் சென்று இந்த முரட்டு முயற்சியை விட்டு விடுமாறு கெஞ்சிக் கேட்டார்கள். பலிக்கவில்லை. சேலம் விஜயராகவாச்சாரி திலகரைப் பின்பற்றும் தீவிரவாத தேசபக்தர். சிதம்பரமும் திலகர் பக்தர். அதனால் விஜயராகவாச்சாரி சொன்னால் அவர் கேட்பார், போராட்டத்தைக் கைவிடுவார் என்று ராஜாஜி நாகராஜ ஐயரிடம் கூறியதைக் கேட்ட சிலர், வ.உ.சி.யை விஜயராகவாச்சாரியார் அழைப்பதாகக் கூறி அவரை அழைத்து வந்தோம். உடனே ராஜாஜி வலிய விஜயராகவாச்சாரியாரிடம் மிகவும் விநயமாகப் பேசியதன் விளைவாக, சிதம்பரம் பிள்ளையிடம் விஜயராகவாச்சாரியார் சாதுர்யமாகப் பேசினார். பிள்ளையும் மதித்தார். அதனால், மெயில் முன்னால் போயிற்று. நாங்கள் பின்னால் போனோம்.

இந்த நிகழ்வில் சிதம்பரம் பிள்ளையினுடைய ஆண்மையையும் வெகுவிரைவில் கட்சி சேர்த்துவிடக்கூடிய ஆற்றலையும் எதிர்ப்புகளுக்கு அஞ்சாத அவரது துணிச்சலையும் தலைவனுக்கு உடனே தலை வணங்கும் தளபதியின் தன்மையையும் நான் கண்ணாரக் கண்டேன்.

எல்லாரும் கல்கத்தா போய்ச் சேர்ந்த பின்பு, நாங்கள் தங்கியிருந்த இடத்தில் சிதம்பரம் பிள்ளை ஓய்வு ஒழிச்சல் இல்லாமல் காந்தியடிகளது தீர்மானத்திற்கு விரோதமாக ஓட்டு சேகரித்தார்.

அவர் காந்தியடிகள் முன்பு விசேஷ சபையில் தீர்மானத்தை எதிர்த்துப் பேசும்போது, 'காந்தியடிகளின் ஒத்துழையாமைத் தீர்மானத்தை நான் மட்டும் எதிர்க்கவில்லை. விசேஷ மகா சபையிலே கூடியுள்ள திலகரைப் பின்பற்றும் அவரது வாரிசுகள் என்போர் எல்லாருமே தீவிரமாக எதிர்க்கின்றார்கள். அந்த எதிர்ப்புக்குக் காரணம் பட்டம் பதவிகளை விட்டு விட வேண்டுமே என்பதோ, சட்டத்தை எதிர்த்துக் கஷ்டப்பட வேண்டுமே என்பதோ அல்ல. அரசியல் சதுரங்கத்தில் சண்டையில் சத்தியத்தையும் அகிம்சையையும் கட்டாயமாக்கக் கூடாது என்பதே.'

சத்தியத்தையும் சாத்வீகத்தையும் அப்படிக் கட்டாயப்படுத்தி மேற்கொள்ளச் செய்தால், தேசத்தில் ஆண்மையும் தைரியமும் அடியோடு அழிந்தே போகும் என்றே அப்போது தலைவர்கள் நினைத்தார்கள். அதல்லாமல் போராட்டங்களில், அது அரசியல் போராட்டமானாலும் சரி அல்லது அந்நியப் போராட்டமானாலும் சரி - 'சாம, பேத, தான, தண்டம்' என்று சொல்லப்படுகிற நான்கு வித உபாயங்களையும் சமயத்துக்கேற்றபடி பயன்படுத்த வேண்டுமே அல்லாமல், வெறும் சத்தியம் சாந்தம் என்ற வைதீக மனப்பான்மை உதவாது என்பது, திலகரைப் பின்பற்றுபவர்களுடைய எண்ணமாகும்.

சாம, பேத, தான, தண்டம் என்ற சதுர்வித உபாயங்களைப் பற்றிக் கேட்டுக் கேட்டுச் சொல்லிச் சொல்லிப் பரம்பரையாகப் பழகிவிட்ட பலருக்கும் இந்த வாதம் மிகவும் சரியானதாகத் தோன்றியதால் அந்த எதிர்ப்பு மிகவும் சக்தி வாய்ந்ததாக இருந்தது.

'எங்கள் மன்னன் திலகர் இறந்துவிட்டார் என்பதால், அவரது கொள்கைக்கு எதிராக இந்த ஒத்துழையாமை தீர்மானத் திட்டத்தைக் காந்தியடிகள் கொண்டு வந்துள்ளார். எங்கள் அரசியல் குரு திலகர் இருந்திருந்தால் இந்தப் பேடித்தனமான தீர்மானத்தைக் கொண்டு வர நமது காந்தி துணிவாரா? திலகர் பெருமான் தேசத் தொண்டாற்றியதில் உண்மையிலே நம்பிக்கை வைத்திருப்பவர்கள், தீவிரவாதத் தேசத் தொண்டுதான் நமது பாரத பூமிக்குரிய சுதந்திரத்தை வெற்றிகரமாகத் தேடித் தரும் என்ற சத்திய உணர்வுடையோர், ஒத்துழையாமைத் தீர்மானத்தை நிறைவேற்ற ஓட்டளிக்கக்

கூடாது என்பதே எனது வேண்டுகோள்' என்று கர்ஜனையிட்டு சிதம்பரம் பிள்ளை அமர்ந்துவிட்டார்.

மதிக்கத் தகுந்த காங்கிரஸ் தலைவர்களுள் மிகப்பெரும் பகுதியினரும் தீர்மானத்தை எதிர்த்தார்கள் என்றாலும் ஏராளமான ஓட்டுகளால் காந்தியடிகளுடைய தீர்மானம் நிறைவேற்றப்பட்டது.'

மனித இயல்புக்கு மாறானது என்றும் நடைமுறைக்கு ஒத்துவராதது என்றும் இன்று நாம் அனுபவத்தில் காண்கின்ற அந்த அஹிம்சைத் தீர்மானம், சிதம்பரம் பிள்ளை போன்ற அறவாணர்களால் எதிர்க்கப்பட்ட பின்னரும்கூட, காந்தியடிகளது ஒத்துழையாமை தீர்மானம் அதிகப்படியான வாக்குகளால் அந்தச் சிறப்புக் கூட்ட ஆலோசனை அரங்கில் நிறைவேறிய ரகசியம் என்ன என்பதை 'தேசபக்தர்கள் மூவர்' என்ற கட்டுரையில் நாமக்கல் கவிஞர் விளக்கியுள்ளார்.

'மனித சுபாவத்தில் மறைந்துகிடக்கிற ஆன்ம உணர்ச்சி எப்போதும் அகிம்சையைத்தான் நாடுகின்றது. ஆனால், மனிதனுடைய நித்ய அனுஷ்டானத்தில் ஒவ்வொரு நிமிஷமும் முன்னணியில் நிற்கிற சரீர உணர்ச்சிகள் அவ்வளவும் ஹிம்சையையே பிரதிபலிக்கின்றன. பெரும்பாலும், மக்களுக்குள் அவை மறைந்தும் இருந்து கொண்டிருக்கிறது. ஆன்ம உணர்ச்சி சிறிதும் தலைதூக்க முடியாதபடிதான் மனித சமூகத்தின் சமுதாய வாழ்க்கை நடந்தும், நடத்தப்பட்டும் வருகிறது. எனினும், இந்த ஆன்ம உணர்ச்சி என்பது ஒவ்வொரு மனிதனிடத்திலும் மறைவாகவேனும் இருந்து கொண்டுதான் இருக்கிறது என்பது உண்மையிலும் உண்மை.

அற்புதப் பிறவியான மகாத்மா காந்தியவர்களின் அருந்தவங்களால் அவருக்குண்டான அதிசயிக்கத்தக்க ஆன்ம சக்தியின் வேகத்தால் எல்லா மனிதரிடத்திலும் இருந்துகொண்டே இருக்கிற ஆன்ம உணர்ச்சியானது அந்த கல்கத்தா காங்கிரஸில் மேலோங்கி நிமிர்ந்து நின்றது.

அதனால், தங்களுடைய தினசரி வாழ்க்கையில் அஹிம்சைக் கொள்கைகளைக் கடைப்பிடித்தறியாத, கடைப்பிடிக்கவே முடியாத, முழுதும் முரட்டுப் பேர்வழிகளும் கூட, காந்தியடிகளின் அகிம்சை தீர்மானத்தை ஆவேசத்தோடு ஆதரித்தார்கள். அடிக்கடி அப்படி மேலோங்கி வருகின்ற ஆன்ம உணர்ச்சியின் உச்சாடன வேகம் குறைந்து போனதால்தான், இன்றைக்கு அந்த அகிம்சை மார்க்கத்துக்கு அடிப்படையாக இருந்த காங்கிரஸ்காரர்களிடத்திலும் கலவரங்களைக் காண்கிறோம்.

கலகங்களும், கலவரங்களும் எவ்வளவு ஏற்பட்டாலும், அந்த ஆன்ம உணர்ச்சி அஹிம்சையைத்தான் பிரதிபலிக்கும். அந்த ஆன்ம உணர்ச்சி சமுதாய வாழ்க்கையில் அற்றுப் போகாமல் இருக்கச் செய்வதுதான் மகாத்மாக்களின் வேலை. அந்த வேலையினால்தான் மனித சமூகம் மிருக வாழ்க்கைக்கு மாறுபட்டதாக இன்னும் இருந்து வருகிறது.

கல்கத்தாவில் காந்தியடிகளின் ஒத்துழையாமைத் திட்டத்திற்கு வ.உ.சி. மறுப்புத் தெரிவித்ததோடு, திலகர் மேலுள்ள தீவிரவாதப் பற்றால் அதை எதிர்க்கவும் செய்தார். ஆனாலும், திட்டம் நிறைவேறியதைக் கண்ட சிதம்பரம் பிள்ளையின் அரசியல் வாழ்க்கை அடங்கிவிட்டது. காந்தியடிகளை இனிமேல் எதிர்க்க முடியாது என்றெண்ணி அவர் அரசியலை விட்டே ஒதுங்கிவிட்டார்.

காந்தியடிகளின் ஒத்துழையாமைக் கொள்கையை வெளிப்படையாக, எல்லா வட இந்தியத் தலைவர்களது முகத்துக்கு நேராக, சவால் விட்டு மறுத்தும் எதிர்த்தும் தோற்கடிக்க அரும்பாடுபட்டார் சிதம்பரம் பிள்ளை. ஆனால், காந்தியடிகள் இதை நன்றாகப் புரிந்துகொண்ட பின்னரும்கூட கப்பலோட்டிய வீரசிங்கத்தை அவர் பதிலுக்குப் பதிலாக எதிர்த்தவரும் அல்லர், வெறுத்தவருமல்லர்.

காந்தியடிகள் சிதம்பரம் பிள்ளையின் தியாகங்களை மதித்தவர்; போற்றிப் புகழ்ந்து மனமார அவரது அஞ்சாமைப் பண்பை வாழ்த்தியவர். தென்னாப்பிரிக்காவில் காந்தியடிகள் இந்தியர் உரிமைகளுக்குப் போராடியபோது திலகர் பெருமானின் வீரத் திலகமாகத் திகழ்ந்த சிதம்பரனார், கடிதங்கள் எழுதி காந்தியடிகளைப் பாராட்டிப் பரவசப்பட்டவர்!

ஆங்கிலேயர்களின் இந்தியப் பொருளாதாரச் சுரண்டலின் - பிரிட்டிஷ் இந்திய ஸ்டீம் நேவிகேஷனின் - ஆணிவேரின் ஆழத்தை அசைத்துப் பறித்துக் கொண்டிருந்த எதிர்ப்பாற்றலின் எதிரொலியாகச் சுதேசிக் கப்பலைச் செலுத்திய வீரப் பெருமகன் சிதம்பரத்தின் நெஞ்சுரத் தியாகத்தைக் காந்தியடிகள் தென்னாப்பிரிக்காவிலே இருந்தபோதே பாராட்டிப் போற்றினார்! காந்தியடிகளுக்கும் சிதம்பரனாருக்கும் இடையிலான தென்னாப்பிரிக்கக் கடிதப் பரிமாற்றங்களே அவர்களது தொடர்புகளுக்குச் சான்றுகளாக இருக்கின்றன! அத்தகைய ஓர் அரசியல் சார்பாளர் சென்னை திரும்பிய பின்னரும்கூட, ஒத்துழையாமைத் திட்டத்தால் விடுதலைப் போர் வெற்றி பெறாது என்றே அறிக்கை வெளியிட்டார். எனவே, காந்தியடிகளுக்கும் சிதம்பரனாருக்கும் தனிமனித விரோதம் ஏதுமில்லை.

அப்போது பிராமணரல்லாதார்கள் முன்னேற்றத்துக்காகச் சென்னையில் நீதிக்கட்சி ஆரம்பமானது. அதனை உருவாக்கியோர்கள் சீமான்கள், குறுநிலக் கோமான்கள், மிட்டா மிராசுகள், பண்ணையார்கள் என்பதால், கப்பலோட்டிய தமிழனின் அஞ்சாநெஞ்ச ஆற்றலைப் பயன்படுத்திக் கொள்ள வ.உ.சி.க்கு அழைப்பு விடுத்தார்கள். அவர்கள் பல வழிகளில் அவரை நீதிக் கட்சியிலே சேர்க்க, குறுக்கு வழியினைக் கையாண்டு பார்த்தும் கூட, சிதம்பரம் என்ற அந்தப் பெருமகன் மறுத்துவிட்டார். இதுகுறித்து கி.ஆ.பெ.விசுவநாதம் தமது கட்டுரையில் பின்வருமாறு குறிப்பிட்டுள்ளார்.

"அரசியலிலே நாங்கள் மாறுபட்ட கொள்கையுடையவர்கள். வேறுபட்ட இயக்கங்களைச் சார்ந்தவர்கள். பிள்ளையவர்கள் ஒருநாள் என்னைத் தட்டப்பாறையில் சந்தித்து, 'உங்களைப் போன்றவர்கள் ஜஸ்டிஸ் கட்சியைவிட்டு, காங்கிரஸ் கட்சிக்கு வந்துசேர வேண்டும்' எனக் கூறினார்கள். எனது இளமை முறுக்கினாலும் ரத்தத் திமிரினாலும் அவர்களைக் கடுமையாகத் தாக்கிக் கடுஞ் சொற்களைக் கூறிவிட்டேன். அது நிகழ்ந்து இன்றைக்கு முப்பத்தாறு ஆண்டுகள் ஆயின என்றாலும் இன்றைக்கும் அது என் உள்ளத்தைச் சுடுகின்றது.

அச்சொல், 'உங்கள் அறிவும் திறமையும் உழைப்பும் தமிழர் நலனுக்குப் பயன்படாமல் அறியாமை காரணமாகப் பிறர் நலனுக்குப் பயன்படுகின்றன. அத்தவறை நானும் செய்ய வேண்டுமா?' என்பதுதான். இதற்காக அவர்கள் எனக்களித்த தண்டனை, அவர்கள் வீட்டுக்கு என்னை அழைத்துச்சென்று பல மணி நேரம் நிலைமையை விளக்கி, எனது கருத்தை மாற்றி, அவர் தவறு செய்யவில்லை என மெய்ப்பித்ததுதான்.

பொதுவாக அவர்கள் உள்ளத்தைத் திறந்துகாட்டி, தம்முள்ளத்தே மறைத்து வைத்திருந்த பல செய்திகளையும் கூறிக் கண் கலங்கினார்கள். வருந்தினேன். எனது வலக்கையால் அவரது கண்ணீரைத் துடைத்ததுதான் இன்றைக்கு ஆறுதலாய் இருந்து வருகின்றது.

அவர் மனைவியார் என் வயிற்றுக்கு ஒருவேளை உணவளித்தார்கள். அவரோ, என் அறிவுக்குப் பல நாள் உணவளித்து மறைந்தார். அவர் அளித்த உணவு, 'எவரையும் வையாதே, வைவது தமிழன் பண்பன்று - பிறரை வைவதுதான் முன்னேறும் வழி என்று எண்ணாதே. எவன் முன்னேறினாலும் வைபவன் முன்னேற முடியாது என்பதை நம்பு. தவறு என்று கண்டால் தீமையற்ற சொற்களால் அச்சமற்றுக் கூறு' என்பதாகும்."

வ.உ.சி. ஒரே சமயத்தில் ஒத்துழைத்தலும் ஒத்துழையாமையும் அரசியலில் நிகழ வேண்டும் என்று விரும்பினார். ஒத்துழையாமை இயக்கத்தை ஆதரிப்பவர்களின் செயலை 'வயோதிகப் பருவத்தின் வாலாட்டம்' என்றார். அழுகின்ற குழந்தைகள் தின்பண்டத்தின் சிறுபகுதியை ஏற்காமல், எல்லாவற்றையும் முழுவதுமாகக் கொடு என்று தாய் தந்தையிடம் கோபித்துக் கொள்ளும். இதே பண்புடையதே ஒத்துழையாமை என்றார்.

பின்னர், 'அரசியலில் மானம் தேவை. ஒரு கொள்கையை நிலைநாட்டத் தொண்டர்கள் மானிகளாக இருக்க வேண்டும். அப்போதுதான் அரசியலும் மானஸ்தர்களின் அரண்மனை வாசலாக இருக்கும்' என்று சிதம்பரனார் கூறினார்.

காந்தியின் அகிம்சைக் கொள்கையின் எதிர்ப்பு என்ற மானஸ்தனாகவே காங்கிரஸ் மகா சபையை விட்டு மன விரக்தியோடு விலகி வெளியேறிவிட்டார். ஆனாலும், தேசியத்தின் சுதந்திரத்திற்காகவே தனியே, வெளியே நின்று பாடுபட்டார். 1927ம் ஆண்டு சேலத்தில் காங்கிரஸ் மகா சபை மூன்றாவது அரசியல் மாநாடு நடந்தபோது சிதம்பரம் பிள்ளை மீண்டும் தான் வளர்த்த காங்கிரஸிலேயே சேர்ந்து தொண்டாற்றினார்.

மாநாட்டின் தலைமையுரையில் பேசும்போதுகூட, அதாவது ஏழாண்டு இடைவெளி விட்டு காங்கிரஸிலே இணைந்தும் கூட, 'ஒத்துழையாமை இயக்கம் எனது கொள்கைக்கு மாறுபட்டது. அந்த இயக்கம் இப்போது முடிந்துவிட்டது. அதனால், ஏழாண்டுகள் அரசியலிலே விலகியிருந்த என்னை, நண்பர்கள் மீண்டும் அழைத்துவந்து தலைமை ஏற்கப் பணித்தார்கள். தேசாபிமான ஒளி நாளுக்கு நாள் வளருமே தவிரக் குறையாது' என்ற வீரத் தமிழ்ப் பெருமகன் தனது கொள்கைப் பற்றின் வைர உறுதியை மக்களுக்கு விளக்கிக் காட்டினார்.

ஆனால், அந்த மாநாடு முடிந்த பின்பு மீண்டும் காங்கிரஸ் மகா சபையின் கோஷ்டிக் கொந்தளிப்பைக் கண்டு தானே மனமுடைந்து மீண்டும் விலகி விட்டார். அதாவது காங்கிரஸுடன் எக்காரணத்தைக் கொண்டும் தொடர்புறாமலே இருந்துவிட்டார்.

சிதம்பரம் அரசியலிலே மட்டும் மாவீரராக இருக்கவில்லை. தமிழ்த் தொண்டிலும் அவர் மாவீரராகவே பணியாற்றினார். அரசியலில் ஈடுபடாமல், தானுண்டு - தமிழ் உண்டு என்ற நிலையில், அற்புதமாக ஓர் ஆராய்ச்சிப் பெரும்புலவராகவே விளங்கினார். மேடையேறி சிதம்பரம் பேசுகிறார் என்றால் சிங்கம் ஒன்று வெண்கலக் குரலெடுத்துக் கர்ஜனை செய்தது போல விளங்கி, மக்களை மெய்சிலிர்க்க வைப்பவரானார்.

சிதம்பரனார் சிறந்த கவிஞர் பெருமானாகவும் திகழ்ந்தார். அவர் எழுதிய கடிதங்கள், சிறை வாழ்க்கைக் குறிப்புக் கவிதைகள் யாவுமே சொற்சுவை, பொருட்சுவை உடையவை. ஆங்கிலமும் தமிழ் மொழியும் தெரிந்த இரட்டை மொழிப் புலவராக இருந்தார். அவர் எழுத்துகள் தரும் அனுபவம் ஒவ்வொன்றும் படிப்போரின் மனத்தை மயக்குபவை மட்டுமன்று; உருக்குபவையும்கூட.

கி.ஆ.பெ.விசுவநாதம் தமது கட்டுரையில் மேலும் கூறுகிறார்.

> "திரு.பிள்ளை சிறையிலிருப்பார். வீட்டிலிருந்து செய்தி வரும். வருகின்ற செய்தி, 'குழந்தைகளுக்குத் துணியில்லை. உணவுக்கு வழியில்லை' என்றிருக்கும். கண்கள் கலங்கும். மனம் கலங்காது. இத்தகைய செய்திகள் பலவற்றை, அரசாங்க அதிகாரிகளே அவரிடம் அனுப்பி வைப்பார்கள். காரணம், எந்த வகையிலாயினும் மன்னிப்பைப் பெற்று விடுதலையடைந்து வெளியேற வேண்டுமென்பதுதான். இருமுறை ஆயுட்கால தண்டனை, அந்தமான் தீவுக்கு நாடுகடத்தும் தண்டனையைப் பெற்று, செக்கிழுத்து வாடி வதங்கி அடைத்துப்போன காதுகளுக்கு இச்செய்திகள் எட்டும். அவர் மடிவதில் மனம் கொண்டாரேயன்றி, மன்னிப்பில் மனம் கொள்ளவில்லை. நாட்டுத் தலைவர் ஒருவரின் மனைவியையும் மக்களையும் காப்பாற்றத் தமிழ்நாட்டு மக்களுக்குத் தெரியாமையினால், அவர்கள் விரும்பி உதவி செய்யவில்லை. அவர் வாழ வகையின்றி வருந்தினார்.
>
> நான் திரு.பிள்ளை அவர்களோடு சேர்ந்து நான்கு கூட்டங்களில் பேசியிருக்கிறேன். நான் பேசுகின்ற சில ஊர்களுக்கும் அவர்கள் வந்திருக்கிறார்கள். தமிழுக்காக அவர்மீது எனக்கு அளவுகடந்த அன்பு உண்டு. அதற்காக என்மீது அவருக்குப் பற்றுதல் உண்டு. தமிழ் ஒன்றே எங்களைப் பிணைத்தது."

1935ம் ஆண்டில், 'பீகார் காந்தி' என்று அழைக்கப்பட்ட பாபு ராஜேந்திரப் பிரசாத் தூத்துக்குடிக்கு வந்தபோது, நேராக அவர் கப்பலோட்டிய தமிழன் சிதம்பரனார் வீட்டுக்குச் சென்றார். அன்று மாலை தூத்துக்குடி நகரிலே நடைபெற்ற பொதுக்கூட்டத்தில், 'கப்பலோட்டிய தமிழன் வ.உ.சிதம்பரம் பிள்ளை வாழ்கின்ற தூத்துக்குடிக்கு வரும் பேறு எனக்குக் கிடைத்தது. அந்த வீரப் பெருமகன் சிறை சென்றது கண்டு மனம் உருகியவன் நான். எனது நாட்டாபிமானம் மேலும் அதிகமாக, ஆழமாக வளர்வதற்குத் தேசபக்தர் வ.உ.சிதம்பரம் பிள்ளையின் தியாகமும் ஒரு காரணமாகும்' என்று பெருமிதத்துடன் குறிப்பிடும்போது கையொலி கடலலைபோல ஒலித்தது.

செக்கிழுத்த செம்மல் சிதம்பரனாரைத் தமிழ்நாட்டாரைவிட அதிகம் புரிந்தவர்கள் வடநாட்டவர்கள்தான்!

இந்தியச் சுதந்திரப் போராட்ட உணர்ச்சிகளாலே அவர் பெற்ற பரிசுகள் இரண்டு. ஒன்று, வறுமை. மற்றொன்று, நோய் வகைகள். இந்த இரண்டாலும் அதிகமாகப் பாதிக்கப்பட்ட அந்தத் தியாக மன்னன் 1936ம் ஆண்டின்போது நோய் முற்றிப் படுத்த படுக்கையாகிவிட்டார் ஏறக்குறைய நாற்பது நாட்களுக்கு மேலே படுக்கையே கதி என்று கிடந்தார். அவரைக் காண யாரும் வரவில்லை.

மாசிலாமணிப் பிள்ளை என்ற தூத்துக்குடிக்காரரர் சிதம்பரம் பிள்ளையைக் கண்டபோது, “என்று வரும் நமக்குச் சுதந்திரம், என்று தணியும் நமது விடுதலைத் தாகம்” என்று சொல்லிக்கொண்டே அழுதார் வ.உ.சி.

உயிர் விடுபவர்கள் சைவ சமயத்தைச் சார்ந்தவர்களாக இருந்தால் சுற்றத்தார் தேவாரம், திருவாசகம் படிப்பார்கள். இறப்பவர்கள் வைணவ சமயத்தைச் சார்ந்தவர்களாக இருந்தால் உறவு முறையினர் நாலாயிர திவ்வியப் பிரபந்த வகை நூல்களைப் படித்து ஆன்ம பேறு பெறவைப்பர்.

சிதம்பரம் பிள்ளை திருக்குறளையே தமிழ் வேதமாகக் கொண்டவர். சுதந்திர உணர்வு கொண்டவர், நாடு விடுதலை பெற்றிட அயராது பாடுபட்டவராதலால், மகாகவி பாரதியார் பாடல்களைக் கேட்க விரும்பினார். ‘என்று தணியுமெங்கள் சுதந்திர தாகம்’ என்ற கவிதையை வ.உ.சி. எப்போதும் விரும்பிக் கேட்பார். ‘உலகப்போர் வர இருக்கிறது. அப்போது தேர்தலில் வெற்றி பெறும் ஆங்கிலக் கட்சியினர் நிச்சயமாக இந்தியாவுக்குச் சுதந்திரம் கொடுப்பார்கள்’ என்று அவர் மரணப்படுக்கையின்போது கூறினார். சிதம்பரனார் கூறியபடியே நடந்தது.

சொல்லொணா வேதனைகளையும் துன்பங்களையும் அனுபவித்த சிதம்பரனாருக்கு உடல் பிணிகளின் உள்தாக்குதல்கள் அதிகம் காணப்பட்டதால், மருத்துவர்கள் அவர் நோயை இன்னது என்று அறிய முடியாமல் அவரைக் கைவிட்டு விட்டார்கள். தன்நிலை இன்னது என அறியா நிலையில் வீரப் பெருமகன் விழிகளிலே இருந்து நீர்த்துளிகள் சிதறி வீழ்ந்த வண்ணம் இருந்தன. ‘எந்தச் சுதந்திரத்தைக் காண வேண்டும் என்று எனது ஆயுளைச் செலவழித்தேனோ, அந்தச் சுதந்திரத்தைக் காண முடியாமல் கண்மூடுகிறேனே’ என்று சிதம்பரனார் சாவதற்கு முன்பு ‘நா’ தடுமாறிக் குழறினார்.

மகாகவி பாரதியார் பாடிய தேசியப் பாடல்களைப் பாடுமாறு அவர் கேட்டபோது, அருகே உள்ளவர்கள் பாடினார்கள்.

'என்று தணியும் இந்தச் சுதந்திர தாகம்?
என்று மடியும் எங்கள் அடிமையின் மோகம்?
என்றெம தன்னைகை விலங்குகள் போகும்?
என்றெம தின்னல்கள் தீர்ந்துபொய் யாகும்?
அன்றொரு பாரதம் ஆக்கவந் தோனே!
ஆரியர் வாழ்வினை ஆதரிப் போனே!
வென்றி தருந்துணை நின்னரு என்றோ?
மெய்யடி யோம்இன்னும் வாடுதல் நன்றோ?
பஞ்சமும் நோயும்நின் மெய்யடி யார்க்கோ?
பாரினில் மேன்மைகள் வேறினி யார்க்கோ?
தஞ்ச மடைந்தபின் கை விடலாமோ?
தாயுந்தன் குழந்தையைத் தள்ளிடப் போமோ?
அஞ்சலென் றருள் செயுங் கடமை யில்லாயோ?
ஆரிய! நீயும்நின் அறம்மறந் தாயோ?
வெஞ்செயல் அரக்கரை வீட்டிடு வோனே!
வீர சிகாமணி! ஆரியர் கோனே!'

(மகாகவி பாரதியார்)

அந்தப் பாடல் வரிகளைப் பாடிக்கொண்டே இருக்கும்போது 18.11.1936ம் நாள் நள்ளிரவில் வ.உ.சி. மறைந்தார்.

5

போராளி

'சுதேசியால் பல நல்ல விளைவுகள் ஏற்படும்; அதனைப் பின்பற்றுக' எனும் சுவாமி ராமகிருஷ்ணானந்தரின் வார்த்தைகளே என்னுள் சுதேசிச் சிந்தனையின் விதைகளை வித்திட்டன.

– வ.உ.சி.

வ.உ.சி.யின் முன்னோரில் சிலர் வீரபாண்டிய கட்டபொம்மனின் அமைச்சரவையில் தானாதிபதியாகப் பணியாற்றி உள்ளனர். சிலர் கவிராயராகத் திகழ்ந்தனர். பிரிட்டிஷாரால் கொலைசெய்யப்பட்டு உடல் சிதைக்கப்பட்ட சுப்பிரமணிய பிள்ளையின் (தானாபதிப் பிள்ளை) கொடிவழி வந்த வள்ளிநாயகம் பிள்ளையின் மகன் உலகநாதபிள்ளை ஒட்டப்பிடாரத்தில் இரண்டாம் நிலை வழக்கறிஞராகப் பணியாற்றினார்.

உலகநாதப் பிள்ளைக்கும் பரமாயி அம்மையாருக்கும் மகனாக, வ.உ.சிதம்பரனார் 05.09.1872ம் நாள் வியாழக்கிழமை பிறந்தார். வண்டானம் உலகநாதன் சிதம்பரம் பிள்ளை அல்லது வள்ளிநாயகம் உலகநாதன் சிதம்பரம் பிள்ளை என்று அழைக்கப்பட்டார். 'வண்டானம்' எனும் கிராமம் வ.உ.சி.யின் முன்னோர்களின் பூர்வீக இடம்.

வ.உ.சி.யின் உடன்பிறந்தவர்கள் ஆறு பேர் (நான்கு சகோதரர்கள், இரண்டு சகோதரிகள்). ஆனால், குறுகிய காலத்தில் அவர்களுள் ஐவர் இறந்துவிட்டனர். வ.உ.சி.யுடன் வாழ்ந்தவர் மீனாட்சிசுந்தரம் என்ற அவரது தம்பி மட்டுமே ஆவார்.

சிறுவன் வ.உ.சிதம்பரம், திண்ணைப் பள்ளிக் கூடத்தில், வீரப்பெருமாள் அண்ணாவி என்ற ஆசிரியரிடம் ஆரம்பக் கல்வியைக் கற்றார். அவர் விதைத்த தமிழ் வித்து அருகம்புல்போல வேரோடி, ஆல் போல விழுது விட ஆரம்பித்தது. ஆங்கில மொழியை வழக்குரைஞர் உலகநாதப் பிள்ளை சிதம்பரம் பிள்ளைக்குப் போதிக்கலானார்!

காரணம், அக்காலத்திலே ஆங்கிலம் கற்பிக்கும் கல்விக்கூடம் ஒட்டப்பிடாரத்திலும் அருகிலுள்ள முக்கிய ஊர்களிலும் இல்லை. அதனால் ஆங்கிலம் போதிக்கும் பள்ளியை உலகநாதப் பிள்ளை தனது சொந்த செலவிலேயே ஆரம்பித்தார். தனது மகன் சிதம்பரத்துக்காகத் துவங்கப்பட்ட அப்பள்ளியில் அவர் மகன் ஒருவர் மட்டுமே படித்தார். நாளடைவில் அவ்வூர்ப் பிள்ளைகளும் ஆங்கில மொழியைக் கற்க ஆரம்பித்தார்கள்.

அந்தப் பள்ளிப் படிப்பைப் படித்து முடித்தவுடன் சிதம்பரம், தூத்துக்குடி செயிண்ட் பிரான்சிஸ் சேவியர் பள்ளியில் சேர்ந்து, படித்த பின்பு, கால்டுவெல் கல்லூரியில் மெட்ரிகுலேஷன் கல்வியை முடித்தார். இவ்வாறு சிதம்பரம் ஆங்கிலத்திலும் தமிழறிவிலும் சிறந்து விளங்கினார்.

சிறுவயதில் துடுக்குத்தனம் செய்பவராகச் சிதம்பரம் இருந்ததால், அவரது தந்தை அடிக்கடி அடித்து விடுவார். அதனால், வீட்டைவிட்டுச் சிதம்பரம் ஓடி விடுவார். ஒரு சமயம் சொல்லாமல் வீட்டை விட்டு ஓடி, தலையை மொட்டையடித்துக் கொண்டு பட்டினத்து அடிகளைப் போலத் துறவியாகி விட்டார். கட்டிய கோவணத்துடன் அவர் ஊர் ஊராகச் சுற்றி வந்தார். வெளியூரிலே இருந்து சிதம்பரம் தனது நண்பர் ஒருவருக்கு எழுதிய கடிதம் உலகநாதப் பிள்ளையின் கைக்குக் கிடைத்ததும் அவர் மதுரை மாநகரிலே திரியும் தனது மகனைச் சென்று பார்த்து வீட்டிற்கு அழைத்து வந்தார்.

பின்னர் தூத்துக்குடியில் உயர்நிலைக்கல்வியை முடித்து, திருநெல்வேலியில் மெட்ரிகுலேசன் தேர்வில் வெற்றிபெற்றார். பின்னர் இவரது இளமைக்குறும்பு தாங்காமல் தந்தையார் கண்டிக்கவே, வீட்டைவிட்டு வெளியேறி சில நாட்கள் மதுரையில் தங்கினார். சிதம்பரத்தின் குறும்புத் தனங்களை எப்படியும் குறைத்து அவரை நல்வழிப்படுத்த எண்ணிய உலகநாதப் பிள்ளை, ஒட்டப்பிடாரம் ஊரிலே உள்ள வட்டாட்சி அலுவலகத்தில் தனது மகனைக் குமாஸ்தா பணியிலே சேர்த்தார். ஆனால், அந்த வேலையில் அவர் சில மாதங்களே பணியாற்றினார். பின்னர், வழக்குரைஞர் படிப்புப் படிக்க அவருக்கு ஆர்வம் மேலிட்டது.

அதனால், தனது மகன் சிதம்பரத்தை அவர் தந்தை, திருச்சியிலே அவரது சட்டத்துறை நண்பர்களான கணபதி ஐயர், ஹரிஹர ஐயர் என்பவர்களது கண்காணிப்பிலே சட்டப்படிப்பைக் கற்க வைத்தார். பொ.யு. 1890ம் ஆண்டில் சிதம்பரம் சட்டப்படிப்பில் தேர்வாகி, வக்கீல் பட்டம் பெற்று, வழக்குரைஞரானார். மீண்டும் அவர் தனது சொந்த ஊரான ஒட்டப்பிடாரத்துக்கு வழக்கறிஞராகத் திரும்பி வந்தார்.

சிதம்பரம், சிவில் கிரிமினல் இரண்டின் வழக்குகளையும் ஏற்று நீதிமன்றத்திலே புகழ் பெற்றார். ஆனால், அவருக்கு கிரிமினல் துறையிலேதான் அதிக வழக்குகள் வாதாட வந்து கொண்டிருந்ததால், அவரது முழுக் கவனமெல்லாம் கிரிமினல் துறையிலேயே பதிந்தது. நாளடைவில் அவர் புகழ் பெற்ற கிரிமினல் வக்கீலாகப் பெயரெடுத்தார். வருமானமும் நாளுக்கு நாள் பெருகியது. அவர் எடுத்துக் கொண்ட கிரிமினல் வழக்குகளில் எல்லாம் வெற்றிமேல் வெற்றி பெற்று வந்தார். அப்பகுதியிலே அவருக்கு கிரிமினல் வக்கீல் என்ற புகழ் பெருகி வரலாயிற்று.

சில வழக்குகள் வெற்றிபெறாது என்று அவர் உணர்ந்தால், அப்படிப்பட்ட வழக்குகளில் வாதாடி அவரது நேரத்தை வீணாக்காமல், பெயரையும் கெடுத்துக் கொள்ளாமல் அந்த வழக்குகளைச் சமரசம் செய்து வைத்துத் தனது கட்சிக்காரர்களைத் திருப்திப்படுத்துவார். இது, அவரது நுட்பமான வாதாடும் திறமைக்கு வெற்றிப் படியாக அமைந்தது.

வழக்குக்காக வரும் கட்சிக்காரர்களிடம் ஏற்றத் தாழ்வு காட்டாமல், எல்லாரிடமும் அன்புடன் பேசி, எடுத்துக்கொண்ட வழக்குகள் தோல்வியுறாமல் வழக்குகளை நடத்தும் அவரது திறமைகளை உணர்ந்த அப்பகுதி மக்கள், அவரிடம் தனியொரு மதிப்பும், மரியாதையும் காட்டி மகிழ்ச்சியடைந்தார்கள்.

ஏழை மக்கள் மீது போலிஸார் பொய் வழக்குகளைத் தொடுத்துள்ளார்கள் என்பதை அவர் நெஞ்சார உணர்ந்தால் -அந்த ஏழைகளிடம் பணமே பெறாமல் வழக்குகளை அவர் ஏற்று வாதாடி வெற்றி தேடித் தருவார். இதனால், காவல்துறை தனக்கு விரோதமாகி விடுமே என்று அவர் அச்சப்பட்டதே இல்லை. இந்தப் பழக்கம்தான் அவருக்கு எதிர்காலத்திலே பிரிட்டிஷ் ஆட்சியை வேரறுக்கும் அஞ்சாமை உணர்வை உருவாக்கியது எனலாம்.

ஆனால், காவல்துறையானது அவருக்கு அன்று முதலே பகையானது. வ.உ.சி. காவலரிடையே எப்போது வகையாகச் சிக்குவார் என்று சமயத்தைக் காவலர்கள் எதிர்நோக்கியே

இருந்தார்கள். அதற்கேற்றவாறு, காவல்துறை அதிகாரிகள், தலைமைக் காவலர்கள் ஆகியோர், சுப்பிரமணியம் என்பவரைக் கொலை செய்ததாக வந்த வழக்கில் வ.உ.சி.யையும் சேர்த்துக் குற்றவாளியாக்கி வழக்குப் பதிவு செய்தார்கள். சுப்பிரமணியம் கொலை செய்யப்பட்டதாக வந்த அந்த வழக்கில், வ.உ.சியை நீதிமன்றத்தில் வாதாட விடக்கூடாது என்ற அச்சத்தாலேயே அவரையும் சேர்த்துக் குற்றவாளியாகக் காவலர்கள் வழக்கைப் பதிவு செய்தார்கள்.

இந்த நுட்பத்தை அறிந்த வ.உ.சி. அந்த வழக்கிலே தான் வாதாடவில்லை என்று காவல்துறையினருக்கு எழுதிக் கொடுத்துவிட்டு, அவ்வழக்கிலே இருந்து அவர் தன்னை விடுவித்துக் கொண்டார். ஆனால், அந்த வழக்கு நீதிமன்ற விசாரணைக்கு வந்தபோது,எதிரிகளுக்காகத்திறமையோடுவாதாடி,அந்தவழக்கிலே வெற்றியையும் அவர் பெற்றுவிட்டதால், காவல்துறையினரின் சினத்திற்கு ஆளானார். அதனால், காவல்துறையினர் வ.உ.சி. மீதே வேறு ஒரு வழக்கைத் தொடர்ந்தார்கள்.

வ.உ.சி. மீது தொடுக்கப்பட்ட வழக்கை மாஜிஸ்ட்ரேட் விசாரித்து, அது பொய் வழக்கு, ஜோடனை வழக்கு என்று காரணம் கூறி வழக்கைத் தள்ளுபடி செய்து விட்டார். இந்த வழக்கை நடத்த சிதம்பரத்துக்கு ஆன செலவுகளையும் நஷ்ட ஈடாகத் தருமாறு மாஜிஸ்ட்ரேட் உத்தரவிட்டார். எந்தக் காவல்துறை அதிகாரி பொய் வழக்கை வ.உ.சி. மீது தொடுத்தாரோ, அவர் தன்னுடைய வேலையையும் இழந்துவிட்டார்.

தன் மீது போலிஸார் தொடுத்த வழக்கில், நீதித்துறை லஞ்சம் பெற்றுக் கொண்டு பணியாற்றியதை நன்குணர்ந்த சிதம்பரம், அந்தக் கோபத்தில், லஞ்சம் வாங்கிய சப்-மாஜிஸ்ட்ரேட் ஏகாம்பரம் என்பவர் மீது வழக்குத் தொடுத்து, அவருக்கும் தண்டனையைப் பெற்றுத் தந்தார். மற்ற இரு அதிகாரிகளும் லஞ்சம் பெற்றுள்ளதைச் சாட்சிகளுடன் நிரூபித்து, அவர்களுக்கும் கடும் தண்டனைகளைப் பெற்றுத் தந்தார் சிதம்பரம்.

தன் மீது அதிகாரிகள் லஞ்சம் பெற்று வழக்குப் போட்டதை நிரூபித்து வ.உ.சி. அவர்களுக்குத் தண்டனை பெற்றுத் தந்த சம்பவம், அவரது தந்தை உலகநாதப் பிள்ளைக்கு ஒருவித அச்சத்தை உண்டாக்கியது. ஏனென்றால், காவல்துறை, நீதித்துறை அதிகாரிகளை தனது மகன் பகைத்துக் கொள்வது அவருக்குப் பிடிக்கவில்லை. அதனால், தந்தையின் சொற்படி வ.உ.சி. ஒட்டப்பிடாரம் நீதிமன்றத்திலே இருந்து தூத்துக்குடி நீதிமன்றத்துக்கு 1900ம் ஆண்டு சென்று பணியாற்றலானார்.

சிதம்பரத்துக்கு 23 வயதானபோது உலகநாதப் பிள்ளை தன் மகனுக்குத் திருமணம் செய்துவைக்க விரும்பி, திருச்செந்தூர் சென்று சுப்பிரமணிய பிள்ளை என்பவரின் மகள் வள்ளியம்மையை மணம் செய்து வைத்தார். தமிழ் படித்த பெண் வள்ளியம்மை. தமிழ் இலக்கிய வகைகளை நன்கு கற்றுத் தேர்ந்தவர். அந்தப் பெண் சிதம்பரனாருடைய எண்ணங்களுக்கு ஏற்றவாறு துன்பம் வந்த காலத்து இன்பமளிக்கும் ஊன்றுகோலாகவும் அறுசுவை உணவளிப்பதில் அன்னை போலவும் 'நன்றும் தீதும் பிறர் தர வாரா' என்பதைப் படித்துணர்ந்த பாவையாதலால் வ.உ.சி. பெயருக்கும் புகழுக்கும் ஏணியாக விளங்கி, இல்லற வாழ்வை நல்லறமாக நடத்தி வந்தார்.

சிதம்பரனார், தனது குடும்பத்துக்குத் துணையாக, ஒடுக்கப்பட்ட சாதியைச் சார்ந்த ராமைய தேசிகர் என்பவருக்குத் தம் இல்லத்தில் இடமளித்துக் காப்பாற்றி வந்தார். அவர் கண்களின் ஒளி இழந்தவர்; ஆனால், அந்த ஞானி அகக்கண்களை இழக்காத ஆன்மிகவாதியாக இருந்தார். அத்தகைய கண்பார்வை இழந்தவருக்குச் சிதம்பரனார் இல்லத்தரசி அன்புடன், மனிதாபிமான நேயத்துடன் அவருக்குரிய பணிவிடைகளை முகம் சுளிக்காமல் நாள்தோறும் செய்து வருவார்! உறவினர்களும் அக்கம் பக்கத்தவர்களும் இதைக் கண்டு ஊமையாக இருப்பார்களா? தாழ்த்தப்பட்டவரை வீட்டில் வைத்துள்ளார்களே என்று தூற்றி வந்தார்கள்.

சிதம்பரம் தனது மனைவியிடம் கூறினார். அதற்கு அந்த மாதரசி, "துறவிக்குக் குலம் ஏது? உயிர்தோறும் இறைவன் உறைந்திருக்கிறான் என்று எனக்குக் கூறியது தாங்கள்தானே! தூற்றுவார் தூற்றட்டும். அவர்கள் ஒருநாள் போற்றும் காலம் வரும். பொறுத்திருப்போம், நல்வழி நடப்போம்" என்று பதிலளித்தார்.

இத்தகைய ஓர் அபூர்வ மங்கை திடீரென ஏற்பட்ட நோய் காரணமாக உயிர் நீத்தார்! கவலையே உருவான கடலாக வாழ்க்கையோடு அலைமோதி சிதம்பரம் வாழ்ந்தார். இருப்பினும் காலம் அவர் மனத்தை மாற்றியது.

ஆறு ஆண்டுகளுக்குப் பின்னர் அந்த வள்ளியம்மையாரின் குடும்பத்திலேயே வ.உ.சி.யின் தந்தையார் வேறோர் பெண்ணைத் தன் மகனுக்கு மறுமணம் செய்து வைத்தார். அந்த அம்மையார் பெயர் மீனாட்சி. இருவரும் இல்லறவாழ்வில் இணைபிரியா மனமுடன் வாழ்ந்து வந்தார்கள். வள்ளியம்மை, 'துறவிக்குச் சாதி ஏது?' என்று எவ்வாறு கேட்டாரோ, அதே பண்புடன்

மீனாட்சியும் சிதம்பரமும் மனிதனுக்கு மனிதன் ஏற்றத்தாழ்வு என்ற சாதி மனப்பான்மையை வெறுத்து, கடவுள் படைப்பிலே எல்லாரும் சமமே, 'ஒன்றே குலம், ஒருவனே தேவன்' என்ற தமிழ்த் தத்துவ நெறிக்கேற்றவாறு வாழ்ந்து வந்தார்கள்.

சிதம்பரம் சில மாதங்கள் சென்னை மாநகரில் வசிக்கும் வாய்ப்பு ஏற்பட்டது. அப்போது சென்னையில் ரிப்பன் அச்சுக்கூடம் என்ற அச்சகம் புகழ் வாய்ந்த பெயருடன் இருந்தது. தமிழ் சம்பந்தப்பட்ட பல அறிவாளர்களும் அரசியல் தொடர்புடைய சிலரும் அடிக்கடி வந்துபோகும் அச்சகம் அது. ஒருநாள் அந்த அச்சகத்துக்குச் சிதம்பரனார் சென்றார். அங்கே சகஜானந்தர் என்ற ஒருவர் இருந்தார். வ.உ.சி. அவரை அணுகி, "நீர் என்ன சாதியோ?' என்றார். உடனே அந்த சகஜானந்தர், "ஐயா, நான் நந்தனார் வகுப்புப் பிள்ளை" என்றார்.

உடனே சிதம்பரனார் அவரது இரு கைகளையும் இறுகப் பற்றி, நீர் உண்மையை ஒளிக்காமல் கூறியதால், "நீர்தான் உண்மையான அந்தணர்" என்று மகிழ்ந்து அவரை அணைத்துக் கொண்டு ஆரவாரம் செய்தார். சகஜானந்தரைத் தனது ஊருக்கு உடன் அழைத்து வந்தார். மனைவியை உணவளிக்குமாறு கூறி, அவரின் விவரத்தை மனையாளுக்குத் தெரிவித்தார்.

நாள்தோறும் சகஜானந்தருக்குச் சிதம்பரனார் திருக்குறள் போன்ற சிறந்த நூல்களை எல்லாம் கற்பித்தார். அப்போதெல்லாம் தூத்துக்குடியிலே உள்ளவர்களில் சில தமிழார்வம் கொண்டவர்கள், தினந்தோறும் அவரது வீட்டுக்கு வந்து தமிழ் நூற்களை இலக்கண, இலக்கிய உணர்வுகளோடு கற்று வந்தார்கள். இதுபோலத் தமிழ்ப் பாடங்களைப் பலர் சிதம்பரனாரிடம் படித்தனர்.

தமிழ்க் கல்வியைச் சிதம்பரனார் பிறருக்குக் கற்பிப்பதற்கு முன்பாக ஒரு நிபந்தனையை விதிப்பார். விதிப்பார் என்றால் அது உதட்டளவில் அல்ல; உணர்வளவில் செயலளவில் கடைப்பிடிக்க வேண்டும் என்பார். முதல் நாள் கற்க வந்தவர்களுக்கு என்ன பாடத்தைச் சிதம்பரனார் கற்றுத் தருவாரோ, அதை அப்படியே பொருள் புரிந்து, மறுநாள் எழுத்துத் தவறாமல் ஒப்புவிக்க வேண்டும். அவ்வாறு, மனனம் செய்யாதவர்களுக்கு மறுநாள் வேறுபாடத்தை நடத்தவே மாட்டார். இதுதான், சிதம்பரனாரின் கல்விச் சித்தாந்தம்.

இதனை அறிந்த ராஜாஜி, சிதம்பரனாரிடம் திருக்குறள் பாடம் பெற வேண்டும் என்று விரும்பினார். சிதம்பரனார் சென்னை வந்து சில மாதங்கள் தங்கும் வாய்ப்புப் பெற்றிருந்தபோது,

ராஜாஜி வ.உ.சி.யிடம் சென்று தனக்குத் திருக்குறள் பாடம் பயிற்சி தர வேண்டும் என்று கேட்டுக் கொண்டார்.

தனது கல்விச் சித்தாந்தத்தின் விதியைச் சிதம்பரனார் விளக்கிக் கூறினார். ராஜாஜி அதைச் சரியென ஏற்றார். ஆனால், சிதம்பரனார் சித்தாந்தத்தின்படி நடக்க ராஜாஜிக்குப் போதிய கால வாய்ப்புக் கிடைக்கவில்லை. அதனால் வேறு பாடம் பயிற்சி தர அவர் மறுத்துவிட்டார். இதைக் கண்ட ராஜாஜி, "ஐயா சிதம்பரம், எனக்குப் பாடம் சொல்லித் தரும் பொறுமை உமக்கும் இல்லை. தங்களிடம் பாடம் கேட்கும் பொறுமை எனக்கும் இல்லை" என்று கூறி, தொடர்ந்து வ.உ.சி.யிடம் பாடம் கேட்கும் பேற்றை இழந்தார்.

சென்னை மாநகரிலே இருந்த சிதம்பரனார் மீண்டும் ஒட்டப்பிடாரம் சென்றார். உடன் சகஜானந்தரையும் மீண்டும் அழைத்துச் சென்றார். எல்லா விழாக்களுக்கும் சகஜானந்தரை எங்குசென்றாலும்அழைத்துச்செல்வார்.'செலவாயிற்றே' என்பதை அவர் பொருட்படுத்தமாட்டார். எவராவது தன்னுடன் இருக்கும் சகஜானந்தரை நெருங்கி அவரது சாதியைப் பற்றி விசாரித்தால், "அவர் துறவி! யோகிகளிடம் சாதியை விசாரிப்பது தவறு" என்று சிதம்பரம் கூறுவார்! ஒருமுறை சகஜானந்தரிடம் சிதம்பரனாரின் வழக்குரைஞர் நண்பர்கள் கேட்டபோது, "சிதம்பரனார், என்னைத் தனது பிள்ளையைப் போலப் பாசத்துடனும் நேசத்துடனும் வளர்த்த பெருந்தகை வள்ளல்" என்றார்.

இத்தம்பதியினருக்கு மகராசன் என்ற உலகநாதன், ஆறுமுகம், சுப்பிரமணியன், வாலேஸ்வரன், ஞானவல்லி, ஆனந்தவல்லி, வேதவல்லி, மரகதவல்லி ஆகிய எட்டுக் குழந்தைகள் பிறந்தன.

குற்றவியல் துறையில் நேர்மையான வழக்கறிஞராகப் பணியாற்றி, ஏழை - எளியவர்களுக்கு இலவசமாக வாதாடி நீதியைப் பெற்றுத்தந்தார். தவறான சில அதிகாரிகளுக்கும் காவல் துறையினருக்கும் நீதிபதிக்கும் தண்டனை பெற்றுத் தந்தார். இதனால், அவ்வூரில் பணியாற்ற முடியாமல் தூத்துக்குடிக்குச் சென்று வழக்கறிஞர் தொழிலை மேற்கொண்டார்.

இந்தியத் தேசிய காங்கிரஸின் உறுப்பினரானார். மதுரையில் நான்காம் தமிழ்ச்சங்கத்தைப் பாண்டித்துரைத் தேவர் தொடங்கினார். அதில் வ.உ.சி. உறுப்பினரானார். தமிழகத்தின் மிகப் பெரிய தேசிய எழுச்சியின் பிள்ளையார் சுழியாக அமைந்தது தூத்துக்குடித் தொழிலாளர் வேலை நிறுத்தமும் அதனைத் தொடர்ந்து தென்தமிழகத்தில் எழுந்த சுதேசி உணர்வும்தான். அதனைத் தொடக்கி வைத்தவர் வ.உ.சிதம்பரம் பிள்ளை.

தூத்துக்குடியில் விவேக பானு எனும் ஆன்மிக இதழை நடத்திவந்த அவர் ஸ்ரீராமகிருஷ்ணர், சுவாமி விவேகானந்தர் ஆகியவர்களைக் குறித்துப் பல கட்டுரைகளை வெளியிட்டார். பின்னர் அந்த இதழ் பிரசுர அலுவலகம் மதுரைக்கு இடம்பெயர்ந்தபோது அவருக்குச் சுவாமி விவேகானந்தரின் சகோதரத்துறவியும் சசி மகராஜ் என அழைக்கப்படுபவருமான சுவாமி ராமகிருஷ்ணானந்தருடன் தொடர்பு ஏற்பட்டது. சென்னையில் துறவி ராமகிருஷ்ணானந்தரைச் சந்தித்து, 'மக்களுக்குச் சேவை செய்வதே, இறைவனுக்குச் செய்யும் தொண்டு' என்பதனைப் புரிந்துகொண்டார்.

ராமகிருஷ்ணானந்தர்

ஸ்ரீராமகிருஷ்ண பரமஹம்சரின் பிரதம சீடர்களில் ஒருவரும், பேலூர் ஸ்ரீராமகிருஷ்ண மடத்தின் முதல் கிளையைச் சென்னையில் தொடங்கியவருமான சுவாமி ராமகிருஷ்ணானந்தர் 13.07.1863ம் நாள் பிறந்தார். வங்காளத்தின் ஹூக்ளி மாவட்டம் மயால் இச்சாபூர் கிராமத்தில் பிறந்த இவரின் இயற்பெயர் சசிபூஷண் சக்கரவர்த்தி. கல்கத்தா மெட்ரோபாலிடன் கல்லூரியில் பி.ஏ. பயின்றார். சமஸ்கிருதம், ஆங்கில இலக்கியம், வானியல், தத்துவ சாஸ்திரம் கற்றார்.

கல்லூரி நாட்களிலேயே ஆத்ம சாதனையில் ஆர்வம் கொண்டிருந்தார். பைபிள், சைதன்ய சரிதாம்ருதம் உள்ளிட்டவற்றைப் படித்தார். பிரம்ம சமாஜ உறுப்பினரானார். தட்சிணேஸ்வரத்தில் நடந்த பிரம்ம சமாஜ ஆண்டு விழாவில் ஸ்ரீராமகிருஷ்ண பரமஹம்சரைச் சந்தித்தார். அதுமுதல் இவரது வாழ்க்கையில் புது அத்தியாயம் மலர்ந்தது. ஸ்ரீராமகிருஷ்ணரின் நம்பிக்கைக்கு உகந்த சீடரானார். துறவிகளும் சீடர்களும் இவரை 'சசி மகராஜ்' என அன்போடு அழைத்தனர். இவரும் விவேகானந்தரும் சகோதர உணர்வுடன் பழகினர்.

குருதேவரின் இறுதி மூச்சு பிரியும்வரை உடனிருந்து பணிவிடை செய்தார். இறுதித் தருணத்தில் ஓர் ஆனந்தப் பேருணர்ச்சி குருதேவர் மூலம் பாய்ந்து பரவியதைத் தான் அனுபவித்ததாகக் குறிப்பிட்டுள்ளார். சுவாமி ராமகிருஷ்ணானந்தர் என்ற பெயரில் அறியப்பட்டார்.

சிகாகோ சர்வ சமய மாநாட்டில் பங்கேற்ற பின்னர் சென்னைக்கு வந்த விவேகானந்தர், சென்னையில் ஸ்ரீராமகிருஷ்ண மடம் நிறுவ, இவரை அனுப்பி வைத்தார். சென்னைக்கு 1897ல் வந்தார். தங்கச் சாலைத் தெரு ஆரிய சங்கத்தில், இளைஞர்களுக்கான சமயக் கல்வியின் முக்கியத்துவம் குறித்துத் தமது முதல் உரையை நிகழ்த்தினார். சாப்பிடக்கூட பணம் இல்லாத நிலையிலும் மயிலாப்பூர், திருவல்லிக்கேணி உள்ளிட்ட இடங்களில் சமய வகுப்புகளும், மடம் தொடங்குவதற்கான இவரது முனைப்புகளும் தொடர்ந்தன. இதன் பலனாக ஆறு நகரங்களில் விவேகானந்த சங்கங்கள் தொடங்கப்பட்டன.

சென்னையில் மடம் கட்ட வீடு வீடாகச் சென்று நன்கொடை திரட்டினார். மயிலாப்பூர் ப்ராடீஸ் சாலையில் (இப்போதைய ஸ்ரீராமகிருஷ்ண மடம் சாலை) இருந்த சிறிய நிலப்பகுதியை அகுல கொண்டைய செட்டியார் தானமாக வழங்க, மடம் அமைக்கும் பணிகள் தொடங்கின.

17.11.1907ம் நாள் மயிலாப்பூர் மடத்தில் குடிபுகுந்தார். கோவையில் பரவிய பிளேக் நோயால் ஆதரவிழந்து நின்ற குழந்தைகளை வளர்க்கும் பொறுப்பை ஏற்றுக்கொண்டார். மயிலாப்பூரில் ஸ்ரீராமகிருஷ்ண மாணவர் இல்லம் தொடங்கப்பட்டது. பெங்களூர், திருவனந்தபுரத்துக்குச் சென்று வேதாந்தப் பிரசாரம் மேற்கொண்டார். அங்கும் ஸ்ரீராமகிருஷ்ண மடம் ஆரம்பிக்கப்பட்டது.

பௌத்த நாடான பர்மாவுக்கு (மியான்மர்) முதன்முதலில் ஸ்ரீராமகிருஷ்ணரின் அருள்மொழிகளைக் கொண்டு சென்றவர் இவரே. விவேகானந்தர் ஆங்கிலத்தில் இயற்றிய 'சன்னியாசி கீதம்' என்ற பாடலை வங்கமொழியில் மொழிபெயர்த்தார். ராமாநுஜர் வரலாற்றை ஸ்ரீராமகிருஷ்ண மிஷனின் வங்க இதழான 'உத்போதனில்' எட்டு ஆண்டு காலம் தொடராக எழுதினார். பின்னர் இது நூலாக வெளிவந்தது.

ஓய்வின்றி அயராது உழைத்ததால் உடல்நலம் பாதிக்கப்பட்டு, கல்கத்தா அழைத்துச் செல்லப்பட்டார். 'ஸ்ரீராமகிருஷ்ணரின் தென்னகத் தூதர்' எனப் போற்றப்படுபவரும், தென்னிந்தியாவில் ஸ்ரீராமகிருஷ்ண இயக்கப் பள்ளிகளுக்கு வித்திட்டவருமான சுவாமி ராமகிருஷ்ணானந்தர் 48வது வயதில் மறைந்தார்.

வ.உ.சிதம்பரம் அவர்கள் 1901ம் ஆண்டு ஐஸ் ஹவுஸ் என அழைக்கப்பட்ட விவேகானந்தர் இல்லத்தில் சசி மகராஜை சந்தித்தார். சசி மகராஜ் வ.உ.சி.யிடம் சுதேசி இயக்கத்தில் ஈடுபடச் சொன்னார். வ.உ.சி., “எல்லாமே மாயைதானே நிலையில்லாததுதானே!” எனக் கூறினார். சசி மகராஜ் மிக மென்மையாகச் சுதேசியின் பயன்களை எடுத்துக்கூறி, வ.உ.சி. யைச் சுதேசிச் சிந்தனைக்கு ஆற்றுப்படுத்தினார்.

வ.உ.சி இந்நிகழ்ச்சியைக் குறித்து, ‘சுதேசியால் பல நல்ல விளைவுகள் ஏற்படும் அதனைப் பின்பற்றுக’ எனும் சுவாமி ராமகிருஷ்ணானந்தரின் வார்த்தைகளே, என்னுள் சுதேசிச் சிந்தனையின் விதைகளை வித்திட்டன என்று கூறுகிறார். (நன்றி - சென்னை ஸ்ரீராமகிருஷ்ண மடம் வெளியிட்டுள்ள Vivekanandar Illam – Vivekananda House - the birthplace of Ramakrishna Movement in South India என்ற நூலில் இருந்து பக். 109)

பிரிட்டிஷார் இந்தியர்களின் செல்வத்தைச் சுரண்டுவது கண்டு நெஞ்சு பொறுக்காத சிதம்பரம் பிள்ளை பிரிட்டிஷாரை எதிர்த்துக் கப்பலோட்டினார்! அவர் கப்பலோட்டியதற்கு அது மட்டுமே காரணமன்று. தமிழர்களது முன்னோர்களாகிய பண்டைத் தமிழர்கள் கப்பலோட்டிச் செல்வத்தைப் பெருக்கிக் கலைகளை வளர்த்து நல்லரசு நடத்தி வல்லரசுகளாக வாழ்ந்தார்கள் என்ற வரலாற்றை மீண்டும் நமக்கெலாம் நினைவுபடுத்திக் காட்டவும் கப்பலோட்டினார் நமது சிதம்பரம் பிள்ளை.

பிரிட்டிஷாரை எப்போது விரட்டியடிக்கலாம் என்று சமயத்தை எதிர்பார்த்திருந்தார் வ.உ.சி. இந்நிலையில், பிரிட்டிஷாரின் ஆட்சி வங்காள மாநிலத்தை இரண்டாக வெட்டி, துண்டுப் போட்டு ஒன்றை முஸ்லீம் வங்காளம், மற்றொன்றை இந்து வங்காளம் என்று பிரித்துப் பெயரிட்டது.

கர்சன் பிரபு

மண்ணைத் துண்டுபோடும் இந்த மாநிலப் பிரிவைச் செய்தவர் லார்ட் கர்சன் என்ற வங்க கவர்னர். கர்சன் பிரபு ஜனவரி 6, 1899 முதல் நவம்பர் 18, 1905 முடிய பிரிட்டிஷ் - இந்தியாவின் தலைமை ஆளுநராகப் பணியாற்றியவர். பிரிட்டிஷ் - இந்தியா ஆட்சியாளர்களில், வெல்லெஸ்லி பிரபு, டல்ஹவுசி பிரபு ஆகியோரின் வரிசையில் வைத்து எண்ணத்தக்கவர் கர்சன் பிரபு. அவர் முழுமையான பேரரசுக் கொள்கையாளர். ஆட்சியைத் திறமையாக நடத்தும் நோக்கத்துடன் கர்சன் பிரபு ஆட்சியமைப்பை நன்கு சீரமைத்தார்.

ஒற்றுமையாக வாழ்ந்து கொண்டிருந்த இந்து முஸ்லீம்களைப் பிரித்து வேற்றுமையை உருவாக்கவே கர்சன் இவ்வாறு செய்தார். ஆனால், வங்க மக்கள் ஆங்கிலேயரின் இந்த ஆட்சிச் சூதினை, வஞ்சகத்தைப் புரிந்து கொண்டார்கள். அதனால், பிரிவினையை எதிர்த்து இந்திய மக்கள் போராடத் துவங்கிவிட்டார்கள்.

இந்த வங்கப் பிரிவினைப் போராட்டம் இந்தியா முழுவதும் பரவியது. அந்நிய துணி மணிகளைப் புறக்கணித்தனர். மக்கள் மலைமலையாக அவரவர் ஆடைகளையும் கொண்டு வந்து குவித்து, நெருப்பிட்டு எரித்தனர். இந்தத் தீ,

'முன்னையிட்ட தீ முப்புரத்திலே
பின்னையிட்ட தீ தென்னிலங்கையில்
அன்னையிட்ட தீ அடிவயிற்றிலே
யானுமிட்ட தீ மூள்க மூள்கவே'

என்று பட்டினத்தடிகள் பாடியதற்கேற்ப ஆவேசத் தீப்போல, அந்நிய ஆடைகளுக்கு இந்தியர் இட்ட தீ, பிரிட்டிஷாரின் ஆட்சியின் ஆதிக்கத்திற்கே வைத்த தீயாக மாறி, கொழுந்து விட்டெரிந்துகொண்டே இருந்தது. சிதம்பரனார் இதைச் சரியான நேரமாகக் கண்டார். வழக்குரைஞர் தொழிலைத் தூக்கி எறிந்தார். தேச விடுதலைப் போரில் குதித்தார். அதன் அறிகுறியாகத் தன்னிடம் இருந்த அந்நிய துணி மணிகள் அனைத்தையும் தீயிட்டுக் கொளுத்தினார். இனிப் பிற நாட்டான் பொருள் எதையும் வாங்குவதில்லை என்று சபதமெடுத்தார்.

அந்நியத்துணி எவன் அணிந்திருந்தாலும் அவனை விரோதியாகவே பாவிக்கும் எண்ணம் அவருக்கு உதித்தது. அந்நியனான பிரிட்டிஷாரை எதிர்த்து இந்திய மக்கள் வங்கத்தில் போர்க்களம் கண்டு போராடுவதைக் கேட்டு மகிழ்ந்தார். அதே நேரத்தில் ஒவ்வொரு தமிழ் மகனையும் இந்தப் போராட்டக் களத்தில் குதிக்க வைக்க வேண்டுமென்று திட்டமிட்டு அதைக் கடமையாகவும் கருதினார்.

கர்சன் பிரபு 1905ல் வங்காள மாகாணத்தை இரண்டாகப் பிரித்ததால், இந்தியாவில் பெரும் கிளர்ச்சிகள் நடைபெற்றது. கர்சன் பிரபுவுக்குப் பின்னர் பதவிக்கு வந்த இந்தியத் தலைமை ஆளுநர் மிண்டோ பிரபு 1905ல் பிரிக்கப்பட்ட வங்காள மாகாணத்தை மீண்டும் 1911ல் ஒன்றிணைத்தார்.

தூத்துக்குடி நகருக்கும் சிங்கள நாட்டுக்கும் இடையே பிரிட்டிஷ் - இந்திய ஸ்டீம் நேவிகேஷன் என்ற வணிக நிறுவனத்தின் கப்பல்களே வியாபாரம் செய்து வந்தன. இந்த நிறுவனத்தின் உரிமையாளர் ஓர் ஆங்கிலேயர். இவர் இந்தியா சுதந்திரமடையக் கூடாது என்றும், பிரிட்டிஷாரின் வியாபார வேட்டைக் காடாகவே இந்தியா என்றென்றும் இருக்க வேண்டுமெனவும் எண்ணிக் கொண்டிருப்பவர்.

ஆனால், இந்தப் பிரிட்டிஷ் முதலாளியின் எஜமான மனப்பான்மையை வேரறுக்க எண்ணிய சிதம்பரனார், 1906ம் ஆண்டு சுதேசிக் கப்பல் நிறுவனம் ஒன்றைத் தோற்றுவித்தார். இந்த வியாபார நிறுவனத்துக்கு உதவியாகச் சில சிறு வியாபாரிகள் தங்களாலான உதவிகளைச் செய்தார்கள். வ.உ.சி.க்குப் பல நண்பர்கள் உள்ளனர். அவர்களுள் மிகச் சிறந்தவர்கள் - உயிர் நண்பர்கள் இருவர். ஒருவர் சுப்பிரமணிய சிவா. மற்றொருவர் மகாகவி பாரதியார். வ.உ.சி.யின் தந்தையும் மகாகவி பாரதியாரின் தந்தையும் நெருங்கிய நண்பர்கள்.

அவர்கள் ஒருவர் வீட்டிற்கு ஒருவர் தங்கள் அலுவல் குறித்து வரும்போது வ.உ.சி.யிடம் அவர் தகப்பனார், 'இவருக்குப் பாரதி என்ற அறிவு சால் மகன் உள்ளான்' என்று பெருமையுடன் கூறுவதைக் கேட்டிருக்கிறார். இது போலவே பாரதியிடமும் அவர் தகப்பனார், 'உலகநாதன் மகன் நற்பண்புகள் நிறைந்த குழந்தை' என்று கூறியிருக்கிறார்.

அவ்வகையில் இருந்த ஒருவரை ஒருவர் காணாத நட்பு பின்னாளில் சென்னை திருவல்லிக்கேணி மண்டயம் சீனிவாசாச்சாரியார் வீட்டில் நிகழ்ந்த சந்திப்பில் ஆழப்பட்டது. மண்டயம் சீனிவாசாச்சாரியார் 'பாரதியை' ஆசிரியராகக் கொண்டு நடத்திய 'இந்தியா' பத்திரிகையின் உரிமையாளர். அவர் அன்றைய அரசியல் களத்தில் பல நற்பணிகள் செய்து வந்தார். இவரும் சுதேசிக்கப்பலில் பெரும் பணம் முதலீடு செய்து வ.உ.சி.யை ஊக்கப்படுத்தியவர்.

பாரதி தன்னைக் கம்பனாகவும் வ.உ.சி.யைச் சோழ மன்னனாகவுமே அறிவித்தார். வ.உ.சி. பாரதியாரை நேரிலும் தன் சுய சரிதையிலும் தன் மாமனாராகவே குறிப்பிட்டுள்ளார்.

‘மாமா அவர்களை நான் சென்னையில் இறுதியாகச் சந்தித்தது அம்பத்தூரில் உள்ள தனது வாடகை வீட்டில்’ என்று எழுதியுள்ளார்.

‘இந்தியா’ இதழைத் தொடங்கி நடத்திய மண்டயம் சீனிவாசாச்சாரியார் சுதேசிக் கொள்கையில் ஈடுபாடு கொண்டவர். அவர் பாரதியாரிடம் தங்களது வீட்டில் சுதேசிச் சாமான்கள் மற்றும் கைத்தறி ஆடைகளை இயன்ற வரை பயன்படுத்தி வருவதாகப் பெருமை கொண்டிருப்பார்.

ஒருநாள் சீனிவாசாச்சாரியார் வீட்டுக்கு வருகை தந்த பாரதியார், “நீங்கள் என்னுடன் வாருங்கள். ஒரு புதுமையான ஆளுமையை உங்களுக்கு அறிமுகப்படுத்த விரும்புகிறேன். நீர் சுதேசி சுதேசி என்று பெருமை அடித்துக்கொள்கிறீரே! நம்மையெல்லாம் மீறிய சுதேசியவாதி அவர்” என்று கூறி, அவரைத் திருவல்லிக்கேணி சுங்குராம் செட்டித் தெருவில் வசித்த வ.உ.சி.யின் வீட்டுக்கு அழைத்துச் சென்றார்.

அங்கு வஉசி. வீட்டின் முன் அறையில் பாய் மீது உட்கார்ந்திருந்தார். அவர் எதிரே மேசை மீது உள்ளூரில் தயாரித்த கரடுமுரடான காகிதம், உள்நாட்டு மைக்கூடு, வாத்து இறகு எழுதுகோல் - இதைக் கண்டதுமே அவரைக் காணச் சென்றவர்களெல்லாம் சிரித்துவிட்டனர். வஉசி. அவர்களை வரவேற்று அமரச்செய்தார். வீட்டில் தொங்கிக்கொண்டிருந்த கடிகாரம் முதல் அனைத்துச் சாமான்களும் உள்நாட்டில் தயாரிக்கப்பட்டவையாக இருந்தன. எந்த ஐரோப்பிய வாசனையும் இல்லாத வீடாக அது காட்சி அளித்தது.

பாரதியார், “நாம் சுதேசிகள் என்று சொல்லிக்கொள்வதெல்லாம் வெறும் வாய்ப் பேச்சளவில்தான். நம்மிடம் இன்னும் தவிர்க்க முடியாதபடி எவ்வளவோ ஆங்கிலச் சாமான்கள் இருக்கின்றன. அவற்றை நாம் விட்டெறிய முடிவதில்லை. வ.உ.சி.யைப் பாருங்கள். எல்லாச் சாமான்களையும் விட்டெறிந்து, குறைவின்றி வாழ்ந்து வருகிறார்” என்றார்.

நம் நாட்டுச் சாமான்களை உபயோகப்படுத்தினால்தான் நாம் உயர முடியும். வ.உ.சி. வெறுமனே வாய்ப் பேச்சு வீரராக மட்டுமல்லாமல், செயலில் வாழ்ந்துகாட்டிய முன்னோடியாகத் திகழ்ந்தார். (நன்றி - ரெங்கையா முருகன்)

கோவையில் புகழ்பெற்ற வழக்கறிஞராக ஏறத்தாழ 48 ஆண்டுகள் பணிபுரிந்த ‘சிவக்கவிமணி’ சி.கே.சுப்பிரமணிய முதலியார் பெரியபுராணம் முழுவதற்கும் உரை எழுதி 1954ம் ஆண்டு அரங்கேற்றியவர். அவரும் வ.உ.சி.யும் நெருங்கிய நண்பர்கள். சி.கே.சுப்பிரமணிய முதலியார் செய்த உதவிகளைக் கருத்தில்

கொண்டு வ.உ.சிதம்பரம் பிள்ளை தம் மூன்றாவது மகனுக்குச் 'சுப்பிரமணியன்' என்றும், தம் மகளுக்குச் சி.கே.சு.வின் மனைவி 'மீனாட்சி' பெயரையும் சூட்டினார்.

'முன்வைத்த காலை பின் வைப்பதில்லை' என்ற மனத்திடத்தோடு கப்பல் நிறுவனத்தை நிறுவிட அரும்பாடுபட்டார்; நிறைவேற்றினார். கப்பல் வணிகத்தோடும் கைத்தொழில், விவசாய வளர்ச்சி போன்றவற்றிலே கவனம் செலுத்தி, தொழில் துறையில் அனுபவமுள்ள பலரின் உதவியுடன் 'சென்னை விவசாய கைத்தொழிற்சங்கம் லிமிடெட்' என்ற சங்கத்தைச் சிதம்பரனார் தொடங்கி வைத்தார். இந்தச் சங்கத்துக்குரிய பங்கு ஒன்றுக்குப் பத்து ரூபாய் வீதம் பத்தாயிரம் ரூபாய் சேர்ப்பது என்ற முடிவோடு அவர் பணியாற்றினார்.

திலகரின் சுதேசி முழக்கத்தினால் ஈர்க்கப்பட்ட வ.உ.சி., இந்தியர்களால் இந்தியாவில் தயாராகும் பொருள்களை வாங்குவதற்கும் விற்பதற்கும் 'சுதேசிப் பண்டகச் சாலை'யை நிறுவினார். தூத்துக்குடிக் கடற்கரையில் அந்நியத் துணிகளை எரித்தார். தரும நெசவு சாலை என்ற பெயரில் ஒரு நூற்பாலையை நிறுவினார். சென்னை ஜனசங்கத்தை உருவாக்கினார். இவற்றின் தொடர்ச்சியாகச் சுதேசிக் கப்பல் கம்பெனி, கோரல் மில் தொழிலாளர் வேலைநிறுத்தத்திற்கு ஒத்துழைப்பு, பிபின் சந்திரபாலர் விடுதலை நாள் கொண்டாட்டம் என வ.உ.சி. யின் சுதேசிப் பற்று வளர்ந்தது. இதே நேரத்தில் வங்காளத்தை இரு பிரிவுகளாகப் பிரித்த பிரிட்டிஷாரின் ஆட்சியை எதிர்த்து நாடெங்கும் பலத்த மக்கள் எதிர்ப்பு பலமாக உருவானது.

இதை எதிர்கொள்ள பிரிட்டிஷார் எல்லா அடக்குமுறைகளையும் கட்டவிழ்த்து விட்ட பின்னரும்கூட நாட்டில் பிரிட்டிஷ் எதிர்ப்பு அதிகமாகவே உருவானது. இந்த நேரத்தில்தான் சிதம்பரனார் பிரிட்டிஷாரின் வாணிபச் சுரண்டல் மீதான எதிர்ப்பை மக்கள் இடையே மிகப் பலமாக உருவாக்கிக் கொண்டிருந்தார். ஆனால், பிரிட்டிஷ் ஆட்சி எங்கே பலவீனமாகி விடுமோ என்று அஞ்சிய பிரிட்டிஷாருடன், பிரிட்டிஷ் கம்பெனி முதலாளிகளும் பிரிட்டிஷ் அரசு அதிகாரிகளும் ஒன்று சேர்ந்து, சிதம்பரனாரின் சுதேசிக் கப்பல் நிறுவனத்தை அழிக்க மூர்க்கத்தனமான முயற்சிகளை மேற்கொண்டார்கள்.

வாலர் என்ற பிரிட்டிஷ் சப்-மாஜிஸ்ட்ரேட், இந்திய அதிகாரிகள் எவரும் சுதேசிக் கப்பலில் பிரயாணம் செய்யக்கூடாது என்ற ஒரு ரகசிய சுற்றறிக்கையை உரியவர்களுக்கு அனுப்பி வைத்தார். இதன் எதிரொலியின் முதல் பிரச்சினையாக, ஆங்கிலேய

அதிகாரிகள் இந்தியப் பயணிகளை மிரட்டினார்கள். சுதேசிக் கப்பல்களில் பயணம் செய்யக்கூடாது என்று அதிகார வர்க்கத்தினர் கெடுபிடிகளைச் செய்தார்கள். அதே நேரத்தில் இந்திய அதிகாரிகள் சுதேசிக் கப்பலின் வளர்ச்சிக்கு உதவக்கூடாது என்று பகிரங்கமாகவே பிரிட்டிஷார் செயல்பட்டனர்.

இந்த அதட்டலையும் மிரட்டலையும் கண்டு அச்சப்பட்ட இந்திய அதிகாரிகளில் பலர், பொய்க் காரணங்களைக் கூறிப் பணியிலே இருந்து தாமாகவே ஓய்வு பெற்றார்கள். பலர் வெளி மாவட்டங்களுக்கு மாறுதல்களைப் பெற்றுச் சென்றார்கள். இந்த நேரத்தில், பிரிட்டிஷ் கப்பல் மீது வேண்டுமென்றே சுதேசிக் கப்பல் மோதியதாக, துறைமுக அதிகாரிகளிடம் பிரிட்டிஷ் நிர்வாகத்தினர் புகார் செய்தார்கள். இந்தப் புகாருக்குப் பின்னர் பிரிட்டிஷ் நிர்வாகக் கப்பல் புறப்பட்ட பின்புதான் சுதேசிக் கப்பல் துறைமுகத்தை விட்டுப் புறப்பட வேண்டும் என்று சப் - மாஜிஸ்ட்ரேட் வாலர் உத்தரவிட்டார். ஏன், இந்தச் சூழ்ச்சியான உத்தரவை அவர் பிறப்பித்தார்?

பிரிட்டிஷ் கப்பலுக்குரிய பிரயாணிகளை முதலில் நிரப்பிக் கொண்டால், அடுத்துப் புறப்பட இருக்கும் சுதேசிக் கப்பலுக்குத் தேவையான பிரயாணிகள் இருக்க மாட்டார்கள், அல்லவா? அதனால், சிதம்பரனார் நிர்வாகத்துக்கு நஷ்டம் மேல் நஷ்டம் ஏற்பட்டு நிர்வாகச் சீர்கேடுகள் உருவாகி, கம்பெனியை மூடிவிடும் நிலையும் ஏற்பட்டு விடும் என்று எண்ணியே அந்த மாஜிஸ்ட்ரேட் இப்படிப்பட்ட சூழ்ச்சியான உத்தரவைப் பிறப்பித்தார் என்று தூத்துக்குடிப் பொதுமக்களும் பிரயாணிகளும் பரவலாகப் பேசலானார்கள்.

இந்தச் சூது நிறைந்த உத்தரவை எதிர்த்து சுதேசிக் கம்பெனியார் மாவட்ட மாஜிஸ்ட்ரேட்டிடம் மேல் முறையீட்டு வழக்குப் போட்டார்கள். அதே நேரத்தில், 'சுதேசிக் கப்பல், பிரிட்டிஷார் கப்பல் மீது மோதவில்லை. அது பொய்ப் புகார்' என்பதையும் சுதேசி நிறுவனம் நீதி முன்பு நிரூபித்துக் காட்டியது. இந்த உண்மைகளை உணர்ந்த மாவட்ட மாஜிஸ்ட்ரேட், 'சுதேசிக் கப்பல் எந்த நேரத்திலும் புறப்படலாம், அந்த உரிமை அதற்கு உண்டு' என்று தீர்ப்பளித்தார்!

இந்தத் தீர்ப்பு பிரிட்டிஷ் கப்பல் நிறுவனத்துக்கு இடி விழுந்தாற்போன்ற அபாய நிலையை உருவாக்கி விட்டது. சுதேசிக் கப்பல் நிறுவனத்துக்கும், பிரயாணிகளுக்கும் உண்மையான நீதி கிடைத்தது என்ற மகிழ்ச்சி ஏற்பட்டது.

ஆனாலும், கடற்சுங்க அதிகாரிகள், சுகாதார முறைகளை மேற்கொள்ளும் டாக்டர்கள், துறைமுக அதிகாரிகள்

அனைவரும் - ஒட்டுமொத்தமாகவும் தனித்தனியாகவும் - சுதேசிக் கப்பலில் பயணம் செய்யும் பிரயாணிகளுக்குப் பல வழிகளில் தொல்லைகளைக் கொடுத்து, அவர்களது பயணத்துக்கு வெறுப்புணர்வைத் தொடர்ந்து உருவாக்கி வந்தார்கள்.

வடநாட்டின் மகா சபைக் கூட்டங்களிலே வழக்குரைஞர்களே அதிகமாகக் கலந்து கொண்டு, அவர்கள் பணக்காரர்களாக இருந்தாலும் தேச பக்தியோடு செயலாற்றுவதைப் பார்த்து, சிதம்பரனாருக்குள்ளும் அந்தப் பரபரப்பு உணர்ச்சி ஊடுருவியது. அதனால் அவர் அரசியலில் தீவிரவாதியாக உருவெடுத்தார். வடநாட்டின் காங்கிரஸ் மகா சபையில் மிதவாதிகளும் தீவிரவாதிகளும் இணைந்து பணியாற்றுவதில், அவர்களுக்குள்ளே சுதந்திரம், நாட்டு விடுதலை ஒன்றே உயிர் மூச்சாக இருந்தது. இந்த நேரத்தில் 1907ம் ஆண்டு சூரத் நகரில் தேசிய மகாசபை கூட்டம் கூடியது. அந்த மகா சபைக் கூட்டத்திற்குச் சிதம்பரனாரும் சென்று கலந்துகொண்டார்.

ஸ்ரீஅரவிந்தர் - அறிமுகம்

அரவிந்த அக்ராய்ட் கோஷ் என்ற ஸ்ரீஅரவிந்தர் இந்தியத் தேசியவாதியும் மெய்யியலாளரும் ஆன்மிகத் தலைவரும் கவிஞரும் ஆவார். இந்திய விடுதலை இயக்கத்தில் இணைந்த இவர் போராட்ட வீரராய் இருந்து, பின்னர் இரண்டு முறை சிறை சென்று, அங்கு தமக்குக் கிடைத்த ஆன்மிக அனுபவங்களின் வழியாகப் பின்னாளில் ஆன்மிக வாழ்க்கையை மேற்கொண்டவர்.

ஸ்ரீஅரவிந்தர்

ஸ்ரீஅரவிந்தர் வட இந்தியாவின் கொல்கத்தா நகரில் கிருஷ்ண தனகோஷ் - ஸ்வர்ணலதா தம்பதியருக்கு 15.08.1872ம் நாள் பிறந்தார். ஐந்து வயதானபோது மூத்த சகோதரர்கள் விநய பூஷன், மன்மோகன் ஆகியோரோடு டார்ஜிலிங்கில் லோரெட்டோ

கான்வென்டில் சேர்ந்தார். 1879ல் கல்வி கற்பதற்காகச் சகோதரர்களோடு இங்கிலாந்து சென்றார்.

கேம்ப்ரிட்ஜில் கல்வி கற்கும்போதே புரட்சிகரமான சிந்தனையுடையவராகக் காணப்பட்டார். தாமரையும் குத்து வாளும் என்ற ரகசிய சங்கத்தில் உறுப்பினரானார். பிப்ரவரி 1893ல் இந்தியா மீண்டார். அரவிந்தர் தாயகம் திரும்பிய கப்பல் விபத்துக்குள்ளாகி அவர் மறைந்தார் என்ற தவறான தகவலால் அதிர்ந்து தந்தையார் இறந்தார். அதனால் தாயார் சுவர்ணலதா தேவி மனநோயாளி ஆனார். இந்தியா திரும்பிய அரவிந்தர், பரோடா சமஸ்தானத்திலும் அரசுப் பணிகளிலும் கடமையாற்றினார்.

1906ல் பரோடாவை விட்டு நீங்கி கொல்கத்தா சென்றார். 1906ல் கல்கத்தா தேசியக் கல்லூரியின் முதல் முதல்வரானார். பரோடாவில் பணிபுரியும் காலத்தில் ஏற்பட்ட இந்தியப் பண்பாட்டுணர்வும் பின்பு ஏற்பட்ட வங்கப் பிரிவினையும் அவரை இந்திய விடுதலைப் போராட்டத்தில் இணையச் செய்தன. 1907 மற்றும் 1908ம் ஆண்டுகளில் இருமுறை அந்நிய ஆட்சியினரால் சிறை வைக்கப்பட்டார்.

1904ம் ஆண்டிலிருந்தே பிரணாயாமம் பயிலத் தொடங்கிய போதும் சிறை வாழ்க்கை யோக நெறியில் அதிகம் அக்கறை கொள்ள வைத்தது. ஸ்வராஜ் (விடுதலை) என்பதற்கு அரசியற் கண்ணோட்டத்தில் மட்டுமன்றி ஆன்மிகக் கண்ணோட்டத்திலும் பொருள் கொண்டார். பரமனின் ஆட்சியைப் பூமியில் நிலை நாட்டுவதற்கு, விடுதலை முதற்படி என்று கருதியவர் ஸ்ரீஅரவிந்தர்.

1909ல் சிறையிலிருந்து விடுதலை பெற்றதை அடுத்து அரசியல் இயக்கங்களைத் தவிர்த்துக் கொண்டு யோக நெறியில் முழுக் கவனத்தையும் செலுத்தினார். 1910ல் ஷாம்சுல் ஆலம் கொலை வழக்கில் அரவிந்தர் மேல் குற்றம் சாட்டப்பட்டது. கைதாவதிலிருந்து தப்பிக்க அரவிந்தர் சந்திர நாகூருக்குத் தப்பிச் சென்றார். அங்கிருந்து ஏப்ரலில் மாறுவேடத்தில் பிரெஞ்சு ஆதிக்கத்திலிருந்த புதுச்சேரிக்கு வந்தார். பிரிட்டிஷ் அரசுக்கு எதிரான கொந்தளிப்பில் இருந்து முற்றாக விலகிக் கொள்ளும் வாய்ப்பு கிடைக்கப்பெற்றதை அடுத்து, யோகநெறியிலே தன்னைப் பக்குவப்படுத்துவதில் முழுக் கவனத்தையும் செலுத்தினார்.

அங்கு ஆசிரமம் அமைத்துத் தியானத்திலும் யோகத்திலும் ஈடுபட்டார். பாரதியாரோடு நட்பு கொண்டார். சாவித்திரி காவியத்தைப் படைத்தார்.

ஸ்ரீஅரவிந்தர் தனது சிந்தனைகளை ஆர்யா என்ற தனது ஆன்மிக இதழில் (1914 - 1921) எழுதினார். யோகத்தின் குறிக்கோள் உள்ளார்ந்த தன்வளர்ச்சியாகும். தன் வளர்ச்சியின் பரிணாமப்படிகள் மனிதனின் பூவுலக வாழ்வினைத் தெய்வ வடிவில் அமைக்கும் என்று நம்பினார். உயர்நிலை மனத்தை உருவாக்கும்போது மனித வாழ்வின் இயல்பே மாறிவிடும் என்றும் தெய்வீக நிலை தோன்றும் என்றும் வற்புறுத்தினார். அரவிந்தர் சனாதன தர்மத்தினை ஆழமாக நோக்கியவர். வேதம், உபநிடதம், கீதை பற்றியும் இந்தியப் பண்பாடு பற்றியும் தமது கருத்துகளை முன்வைத்தார்.

காங்கிரஸ் மகாசபை பிரதிநிதிகள் தங்கியிருந்த விடுதியில், லாலா லஜபதிராய், அரவிந்தர், லோகமான்ய பாலகங்காதர திலகர், பிபின் சந்திரர், கோபால கிருஷ்ண கோகலே, பண்டித மோதிலால் நேரு, சித்தரஞ்சன் தாஸ், ராஷ் பிகாரி கோஷ் போன்றோர் தங்கியிருந்தார்கள். அப்போது அரவிந்தர் மற்றவர்களைப் பார்த்து, "என் பிள்ளையவர்கள் எங்கே?" என்று குரல் கொடுத்தார்! அங்கே கூடியிருந்த வடநாட்டுத் தலைவர்கள் எல்லாம் திகைத்து உட்கார்ந்திருந்தார்கள். உடனே அரவிந்தர் எழுந்து, "அவர்தாம் தமிழ்நாட்டில் புகழ்பெற்ற தேசபக்தர் தூத்துக்குடி வக்கீல் சிதம்பரம் பிள்ளை" என்றார்.

அதே நேரத்தில் சிதம்பரம் பிள்ளை எதிர்பாராமல் திடீரென மகா சபைக்குள் நுழைந்தபோது, அரவிந்தர் விர்ரென்று எழுந்துபோய்ச் சிதம்பரம் பிள்ளையை அன்போடு மார்போடு மார்பாக அணைத்துக்கொண்டு, "இவர்தான் சிதம்பரம் பிள்ளை" என்று கூடியிருந்த எல்லோருக்கும் அடையாளம் காட்டினார்.

சூரத் காங்கிரஸ் மகா சபையில் மிதவாதிகளுக்கும் தீவிரவாதிகளுக்கும் இடையே கருத்து வேறுபாடு ஏற்பட்டது. அதனால் ஏற்பட்ட குழப்பத்தால் - நாற்காலிகள் பறந்தன. பின்னர், திலகர் தலைமையில் தீவிரவாதிகள் ஒன்று கூடி, தங்களது முற்போக்குக் கொள்கைகளை நாடெங்கும் பரப்பத் திட்டமிட்டனர். அதன் மூலமாக மக்களைச் சுதந்திரப் போருக்குத் தயார் செய்வது என்று தீர்மானித்தார்கள்.

தமிழ்நாட்டில் தீவிரவாத கொள்கைக்கு மக்கள் ஆதரவு திரட்டிடும் பொறுப்பைச் சிதம்பரம் பிள்ளையிடம் திலகர் ஒப்படைத்தார். 'தென்னாட்டிலேயே சிறந்த வீரர் சிதம்பரம் பிள்ளை ஒருவர்தாம்' என்றார் திலகர். தமிழ்நாடு திரும்பிய சிதம்பரம் பிள்ளை, பிரிட்டிஷ் ஆட்சியினால் இந்திய மக்கள் அனுபவிக்கும் தீமைகளை, பொதுக் கூட்டங்களைக் கூட்டி

விளக்கினார். அதனால், 'தமிழ் மக்கள் சுதந்திரப் போருக்குத் தயாராக வேண்டும்' என்று உரையாற்றினார்.

1908ம் ஆண்டில், மக்களைத் தேசாபிமானிகளாக்க வேண்டும் என்ற நோக்கத்தில் 'தேசாபிமானி சங்கம்' என்ற சங்கத்தை உருவாக்கி, பல இளைஞர்களை உறுப்பினர்களாக்கினார். இந்த வாலிபர்களைக் கொண்டு நெல்லை மாவட்டப் பட்டி தொட்டிகளிலே எல்லாம் அடிக்கடி பொதுக் கூட்டங்களைக் கூட்டி, பிரிட்டிஷ் ஆட்சியின் கேடுகளைப் பொதுமக்கள் உணர்ந்து வீறிட்டெழும் வகையில் பேசி வந்தார்.

திருநெல்வேலி மாவட்டம் மட்டுமன்று, அடுத்தடுத்துள்ள மாவட்டச் சிற்றூர், பேரூர்களிலே எல்லாம் தேசாபிமானி சங்கங்கள் தோன்றலாயின. சுதந்திரம் தேவை என்பதின் அருமை பெருமைகளை எல்லாம் மக்கள் புரியத் தொடங்கி, தேசாபிமானிகள் நடத்தும் பொதுக் கூட்டங்களுக்கு மக்கள் பெருவாரியாகத் திரள ஆரம்பித்தார்கள். அவ்வாறு திரண்ட மக்களிடையே சுதேசிப் பற்று, வெளிநாட்டுச் சாமான்கள் விலக்கு, தேசியக் கல்வி, மனித உரிமைகள், விடுதலையின் விளக்கங்கள், அடிமை ஒழிப்புகள் என்பன பற்றியவைகளை எல்லாம் பேசி உணர்ச்சிகளின் போர்வாட்களாக மக்களை மாற்றிக் கொண்டே இருந்தார் சிதம்பரம் பிள்ளை.

அக்காலத்தில் ஆங்கிலத்தில் பேசுவதைத்தான் சிலர் பெருமையாக மதிப்பார்கள். தமிழிலே பேசுவதைச் சிறுமையாகக் கருதும் காலம் அது. ஏழை மக்கள் காங்கிரஸில் சேராத நேரம். அப்படிப்பட்ட காலத்தில் ஏழை மக்களைக் காங்கிரஸில் சேர்த்து, அவர்களிடையே சுதந்திரம் ஏன் தேவை என்ற கருத்துகளை எடுத்துரைத்து அவர்களை நாட்டின் விடுதலைப் போருக்குத் தயார்ப்படுத்தி வந்தார் சிதம்பரம் பிள்ளை.

இத்தகைய சுதந்திரக் கருத்துகளின் பரிமாற்றத்தினால், ஏழைகளும், நடுத்தர மக்களும், காங்கிரஸில் சேர்ந்தது மட்டுமல்ல; தேசாபிமானி சங்கங்களும் பரவலாகத் தோன்றிக் கொண்டே இருந்தன. இந்தச் சக்தியைத் தமிழ்நாட்டில் வளர்த்த பெருமை, சிதம்பரம் பிள்ளையின் இடையறாத உழைப்பினையே சாரும். இந்த நேரத்தில் சுப்பிரமணிய சிவா என்ற 23 வயது வாலிபர் சிதம்பரனாருடன் இணைந்தார்.

சுப்பிரமணிய சிவா - அறிமுகம்

சிவா தேசாபிமான வெறியர். மதுரை மாவட்டம் வத்தலக்குண்டு என்ற கிராம முன்சீப் மகன் அவர். சொற்களில் கனல் பறக்கும் பேச்சாளர்.

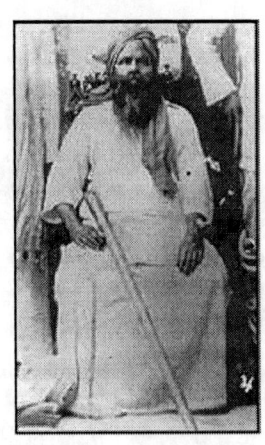

சுப்பிரமணிய சிவா

சுப்பிரமணிய சிவா அரசியலையும் ஆன்மிகத்தையும் இணைத்து விடுதலைக்காகப் போராடியவர். தமிழகத்தின் ஏராளமான மக்களுக்கு விடுதலைத் தாகம் ஏற்படச் செய்த சிறந்த மேடைப்பேச்சாளர், சிறந்த இதழாளர்.

திண்டுக்கல் மாவட்டம், வத்தலகுண்டுவில் 04.10.1884ம் நாள் 'சிவம்' என்றும், 'சிவா' என்றும் அழைக்கப்பட்ட சுப்பிரமணிய சிவா பிறந்தார். இவர் தந்தையார் ராஜம் ஐயர், தாயார் நாகம்மாள் (நாகலட்சுமி). பெற்றோர் இட்ட பெயர் சுப்பராமன். இவருக்கு ஞானாம்பாள், தைலாம்பாள் என்ற இரு சகோதரிகளும் வைத்தியநாதன் என்ற ஒரு சகோதரரும் இருந்தனர். 1893 திண்ணைப் பள்ளியில் சேர்ந்து படித்தார். பின்பு தனது ஒன்பதாவது வயதில் காட்டுச்செட்டி மண்டபத்தில் ஆரம்பக் கல்வியைக் கற்றார். பின்னர் மகாகவி சுப்பிரமணிய பாரதியார் பணியாற்றிய சேதுபதி உயர்நிலைப் பள்ளியில் சேர்ந்து படித்தார்.

இவர் 12 வயது வரை மதுரையில் இருந்தார். வறுமை காரணமாகத் திருவனந்தபுரம் சென்று அங்கு இலவசமாக உணவு படைக்கும் ஊட்டுப்புறையில் உணவருந்திகொண்டே மேற்படிப்பு படித்தார். இவர் கோவை புனித மைக்கேல்ஸ் கல்லூரியில் ஓர் ஆண்டு படித்தார். மெட்ரிகுலேஷன் தேர்வில் தோற்றார். 1899ல் மீனாட்சியம்மை என்பவரைத் திருமணம் செய்துகொண்டார். 1902ல் திருவனந்தபுரத்திலுள்ள கொட்டாரக் கரையில் நாயர் வகுப்பைச் சேர்ந்த சதானந்த சுவாமிகள் என்ற ராஜயோகியைச் சந்தித்து, அவரிடம் சிலகாலம் ராஜயோகம் பயின்றார்.

1903ல் ஸ்ரீசதானந்த ஸ்வாமிகள் இவரது பெயருடன் சிவம் என்ற பெயரையும் சேர்த்ததால் சுப்பிரமணிய சிவா என்று

அழைக்கப்பட்டார். 1904-1905ல் நடந்த ரஷ்ய-ஜப்பானியப் போரில் பெரிய நாடான ருஷ்யாவை ஜப்பான் தோற்கடித்தது. இது உலகெங்கும் காலனியாட்சியாளர்களிடம் அடிமைப்பட்டுக் கிடந்த நாடுகளுக்கு ஓர் உத்வேகத்தைக் கொடுத்தது. 1905ல் கர்சன் பிரபு வங்கத்தை மதத்தின் அடிப்படையில் இரண்டாகப் பிரித்தார். நாட்டில் இந்தப் பிரிவினைக்கு எதிர்ப்புக் கிளம்பியது. சுதேச உணர்வு மேலோங்கியது. எங்கும் வந்தே மாதரம் எனும் முழக்கம் எழுந்தது. 1906ல் சிவாவின் தந்தை காலமானார்.

சிவா 1906-1907 திருவனந்தபுரத்தில் 'தர்ம பரிபாலன சமாஜம்' அமைப்பை உருவாக்கினார். இளைஞர்களைக் கூட்டுவித்துச் சொற்பொழிவுகளை நிகழ்த்தி, தேசபக்தி ஊட்டும் பணியில் ஈடுபட்டார். அரசாட்சிக்கு எதிராக இவரின் செயல்பாடுகள் அமைந்ததால்இவர்திருவனந்தபுரத்திலிருந்துவெளியேற்றப்பட்டார்.

இதன் பின்னர் சிவா கால்நடையாகவே ஊர் ஊராய்ச் சென்று தேசிய பிரசாரம் செய்ய முற்பட்டார். தூத்துக்குடிக்கு வந்தபொழுது தூத்துக்குடியில் வழக்குரைஞராக இருந்த ஒட்டப்பிடாரம் சிதம்பரம் பிள்ளை சுதேசிக் கப்பல் கம்பெனியைத் தொடங்கினார். இக்காலத்தில் சிதம்பரனாருக்கும் சுப்பிரமணிய சிவாவுக்கும் உளமார்ந்த நட்பு ஏற்பட்டது.

இவர்களின் சுதேச உணர்வைத் தன் 'சுதேச கீதங்களால்' இவர்களின் நண்பரான பாரதியார் தூண்டிவிட்டார். 1908ல் சிதம்பரனாரும் சிவாவும் இணைந்து நெல்லைச் சீமையில் சுற்றுப்பயணம் செய்து தேசிய பரப்புரை செய்தனர். மார்ச் 12, 1908ல் சிவா ராஜதுரோகக் குற்றம் புரிந்தார் என்ற அடிப்படையில் கைது செய்யப்பட்டார். பின்னர் நவம்பர் 2, 1912ல் விடுதலை செய்யப்பட்டார். பின்னர் இவர் சென்னையில் குடியேறினார். எழுத்துத் தொழிலைக் கைக்கொள்ளக் கருதி, 'ஞானபாநு' என்ற மாத இதழைத் துவக்கினார். இதற்கிடையில் 15.5.1915ல் சிவாவின் மனைவி மீனாட்சி மரணமடைந்தார்.

ஞானபாநு நின்றதன் பின்பு, 1916ல் 'பிரபஞ்ச மித்திரன்' என்ற வார இதழை ஆரம்பித்துச் சிலகாலம் நடத்தினார். இதில் 'நாரதர்' என்ற புனைபெயரில் கட்டுரைகளை எழுதி வந்தார். எழுத்துலகில் தம்மை முழுமையாக ஈடுபடுத்திக் கொண்டார். 1920ல் கல்கத்தாவில் நடைபெற்ற காங்கிரஸ் மாநாட்டிற்குப் பிரதிநிதியாகச் சென்றார். 1921ல் துறவி போன்று காவியுடை அணியத் துவங்கினார். ஸ்வதந்த்ரானந்தர் என்ற பெயரையும் சூட்டிக்கொண்டார்.

பாரத மாதாவுக்குக் கோவில் ஒன்று கட்டி முடிக்கத் திட்டம் வகுத்தார். நவம்பர் 17, 1921ல் இரண்டாவது முறையாக,

ராஜதுரோகக் குற்றத்துக்காகச் சிவாவின் மீது அரசு வழக்கு தொடுத்தது. இரண்டரை ஆண்டுக் கடுங்காவல் தண்டனை விதிக்கப்பட்டது.

திருச்சி சிறையில் தொழுநோய் வாய்ப்பட்டு அவதிப்பட்டார். படுத்த படுக்கையாகி விட்ட நிலையில் 12.01.1922ம் நாள் விடுதலை செய்யப்பட்டார். விடுதலையான சிவா திரும்பவும் சென்னைக்கு வந்து, சில நாட்கள் தங்கினார். உடல்நிலை சற்றுத் தேறியதும் திரும்பவும் அரசியல் நிகழ்ச்சிகளில் கலந்துகொள்ள ஆரம்பித்தார். இதன் காரணமாக, ஓராண்டு காலம் நன்னடத்தைப் பிணை கேட்டு அரசு வழக்கு தொடுத்தது.

1923ம் ஆண்டு துவக்கத்தில் தர்மபுரி, கோவை, பாப்பாரப்பட்டி முதலான ஊர்களில் சுற்றுப்பயணம் மேற்கொண்டார். சிவாவின் நெருங்கிய நண்பர் பாப்பாரப்பட்டி வள்ளல் தியாகி சின்னமுத்து முதலியார் கொடுத்த பொருளுதவி மூலம் ஆறு ஏக்கர் நிலம் வாங்கி பாப்பாரப்பட்டியில் பாரதமாதா கோவிலுக்கான இடத்தைத் தேர்ந்தெடுத்தார். அவ்வூரில் நிலம் பெற்று அதற்குப் ‘பாரதபுரம்’ என்று பெயர் சூட்டினார். கோவிலுக்கான அடிக்கல் நாட்டு விழாவைச் சித்தரஞ்சன் தாஸைக் கொண்டு செய்வித்தார். 1924ல் காசியில் வசித்து வந்த இவரது தாயார் காலமானார். இவருக்கு வந்திருந்த தொழுநோயைக் காரணம் காட்டி ரயில் பயணம் செய்ய பிரிட்டிஷ் அரசு தடைவிதித்தது.

1. மோட்ச சாதனை ரகசியம்
2. ஸ்ரீஸ்வாமி விவேகானந்தர் ஆத்மஞான ரகசியம்
3. அருள் மொழிகள்
4. வேதாந்த ரகஸ்யம்
5. ஸ்ரீராமகிருஷ்ண பரமஹம்ச வைபவம்
6. ஞானாம்ருதமென்னும் பிரஹ்மானந்த சம்பாஷணை
7. சச்சிதானந்த சிவம்
8. பகவத்கீதா சங்கிலகம்
9. சங்கர விஜயம்
10. ராமானுஜ விஜயம்
11. சிவாஜி (நாடகம்)
12. தேசிங்குராஜன் (நாடகம்)
13. நளின சுந்தரி (அ) நாகரிகத்தின் தடபுடல் (கதை)

ஆகிய நூல்களை எழுதியுள்ளார். பாரதமாதா கோவில் திருப்பணிக்காக நிதி சேகரிக்கும் முயற்சியில் ஈடுபட்ட நிலையில், உடல்நிலை மிக மோசமடைந்ததால் மதுரையிலிருந்து,

பாப்பாரப்பட்டியை 22.7.1925ல் வந்தடைந்தார். 23.7.1925 வியாழக்கிழமை காலை ஐந்து மணிக்கு, தம்முடைய 41வது வயதில் சிவா மறைந்தார். இவர் 'வீரமுரசு' எனப் புகழப்பட்டார்.

புழுவைக்கூட புலியாக்கும் சுப்பிரமணிய சிவாவின் பேச்சு. குடும்ப வாழ்வை வெறுத்த துறவி. ஆழ்ந்த தமிழ் இலக்கிய நூலறிவும், ஆங்கில ஞானமும் பெற்ற நாவலன். நாட்டில் வளர்ந்துவரும் பாரதத் தாயின் விடுதலை உணர்ச்சி இயக்கம் அவரைச் சுதந்திர வெறியராக்கிவிட்டது எனலாம்.

நினைத்ததை நினைத்தவாறு செய்து முடிக்கும் வல்லமை பெற்றவர். மதுரை மாவட்டத்தில் அவர் காலடி படாத கிராமங்கள், நகரங்கள் இல்லை எனலாம். ஒவ்வொரு ஊருக்கும் சென்று தேசிய பிரசாரம் என்ற நெருப்பை மூட்டிவிட்டு வருவார். அதுதான் அவரது விடுதலைப் பணி. சிலரது நெஞ்சங்களிலே அத்தீ சூடேற்றிக் கொண்டே இருக்கும். 1907ம் ஆண்டு சுப்பிரமணிய சிவா திருநெல்வேலிக்குச் சென்றார். தேசாபிமானிகள் சங்கத்தார் அவரை வரவேற்றனர். சிதம்பரம் பிள்ளை சிவாவைச் சந்தித்தார். ஒருவருக்கு ஒருவர் கனன்று கொண்டும் விசிறிக் கொண்டும் பிரிட்டிஷ் எதிர்ப்பு என்ற கனலைக் கக்கினார்கள்.

இவ்விருவரது சொற்பொழிவைக் கேட்க மாவட்டம் முழுவதுமுள்ள தேசியவாதிகள் திரண்டார்கள். சிவா, தூத்துக்குடி சென்று அங்கும் பிரசாரம் செய்தார். சுதேசிக் கப்பல் நிறுவனப் பணிகளை முடித்துக் கொண்டு நாள்தோறும் சிவா எங்கு பேசினாலும் சரி, அங்கே சென்று அவர் சொற்பொழிவுகளைக் கேட்டு உணர்ச்சி பெறுவார் சிதம்பரனார். சிவாவின் துடிதுடிப்பான பேச்சும் கணீர் கணீரென்ற குரல் வளமும், தீப்போன்று சிதறி விழும் சொல்லாட்சியும் சிதம்பரனாருக்கு மிகவும் பிடிக்கும். எனவே, சிவாவின் பேச்சைக் கேட்க சிதம்பரனார் ஒருநாளும் தவறமாட்டார். அதுபோலவே இருவரும் பிரியா நண்பர்களாகவும் மாறினர்.

சிதம்பரனாரும் சிவாவும் இணைந்து பொதுக் கூட்டங்களில் பேசவேண்டும் என்று பொதுமக்கள் வற்புறுத்துவார்கள். அதனால் இருவரும் இணைந்து பேசும் கூட்டம் என்றாலே ஆயிரக்கணக்கானோர் அக்காலத்திலே கூடிக் கேட்பார்கள். காரணம், சிவா பேச்சு எரி நெருப்பாகக் கனல் வீசும். சிதம்பரம் பேச்சோ அந்த நெருப்பை ஊதிவிடும் சூறைக் காற்றாகச் சுழன்று வரும். அதனாலே தேசபக்தர்கள் அவர்களது கூட்டங்களுக்குப் பெருந்திரளாக வந்து கூடுவார்கள்.

தூத்துக்குடி நகரிலே தற்போது 'ஹார்வி பஞ்சாலை' என்று அழைக்கப்படும் பஞ்சாலைக்கு அப்போது 'கோரல்மில்' என்று பெயர். அதில் பணியாற்றும் தொழிலாளர்கள் தங்களுக்குக் கூலியை உயர்த்த வேண்டும் என்று வெள்ளை முதலாளிகளிடம் வேண்டினார்கள். அதற்கு அந்த முதலாளிகள் ஒப்புக்கொள்ள மறுத்துவிட்டார்கள். இதைக் கண்டு மனங்கொதித்த ஊழியர்கள் அனைவரும் ஒற்றுமையாகக் கட்டுப்பாட்டுடன் வேலைநிறுத்தம் செய்தார்கள். அதனால், அவர்களது குடும்பங்கள் பல பட்டினியாகக் கிடந்தன.

சிதம்பரனார் வெள்ளையர்களின் தொழிலாளர் விரோதப் போக்கைக் கண்டித்து, சில வழக்குரைஞர்களின் உதவியால் பணம் திரட்டி, பட்டினி கிடக்கும் தொழிலாளர் குடும்பத்துக்குப் பேருதவி புரிந்தார். வேலை நிறுத்தத்தில் ஈடுபட்ட இரண்டாயிரம் தொழிலாளர்களில் ஓராயிரம் பேருக்குத் தூத்துக்குடி மக்களிடம் வேண்டிக் கேட்டு, வேலைகளைப் பெற்றுத் தந்தார்.

வேலை நிறுத்தம் நடந்த எல்லா நாட்களிலும், தூத்துக்குடி நகரில் பிரிட்டிஷாரின் தொழிலாளர்கள் துரோகத்தைக் கண்டித்துப் பொதுக் கூட்டங்கள் நடைபெறும். அக்கூட்டங்களில் சிதம்பரம் பிள்ளை புயல்போலச் சுழன்று சுழன்று பிரிட்டிஷாரின் மனித நேயமற்ற தன்மைகளைச் சாடுவார். தொழிலாளர்கள் தங்களது கோரிக்கைகளைப் பெறும் வரை முதலாளிகளுக்குப் பணியக்கூடாது என்பார். சிதம்பரம் பேச்சு தொழிலாளர்களின் ஊக்கத்தையும் உறுதியையும் அதிகப்படுத்துவனவாக அமைந்தன.

'கோரல் மில்' வேலை நிறுத்தம் தொடர்ந்து நடைபெற்றது. அதனால் மில் முதலாளிகள் சிதம்பரம் பிள்ளை மீது தீராச் சினமடைந்தார்கள். வேலை நிறுத்தம் செய்வதற்குத் தூண்டி விட்டவர் சிதம்பரம் பிள்ளைதான் என்று அவர் மீது வழக்குத் தொடுத்தார்கள். பொதுக் கூட்டங்களில் அவர் பேசினால் ஊரில் கலகம் ஏற்படும். அமைதி நாசமாகும். எனவே, பொதுக் கூட்டத்தில் பேசக் கூடாது என்று மாஜிஸ்ட்ரேட் சிதம்பரம் பிள்ளையை நேரிடையாகவே அழைத்து எச்சரித்தார். மாஜிஸ்ட்ரேட் எச்சரிக்கையைச் சிதம்பரம் பிள்ளை மதிக்கவில்லை. தொடர்ந்து அவர் தொழிலாளர்களின் கூட்டங்களில் பேசினார்.

கோரல் மில் தொழிலாளர்களது வேலை நிறுத்தம் மதுரையில் உள்ள பஞ்சாலைத் தொழிலாளர்களுக்கும் தெரிந்தது. மதுரைத் தொழிலாளர்களும் தூத்துக்குடித் தொழிலாளர்களுக்கு அனுதாபம் காட்டும் எண்ணத்தில் வேலைக்குப் போக மறுத்துவிட்டார்கள். அதனால் தூத்துக்குடி வேலை நிறுத்தம் ஏழு நாட்கள் நீடித்தது. மில் முதலாளிகளான வெள்ளையர்கள் தொழிலாளர்களுக்குப் பணிந்தார்கள். கூலியை அரைப் பங்கு

உயர்த்தித் தர முதலாளிகள் ஒப்புக் கொண்டார்கள். பின்னர்தான் ஊழியர்கள் வேலைக்குச் சென்றார்கள்.

சிதம்பரம் பிள்ளையின் பேச்சும் தேசிய ஊழியமும் மக்கள் மனத்தில் நாட்டுப் பற்றைப் பொங்கச் செய்தது. இதைக் கண்டு ஆங்கிலேயர்களது அடிவயிறு நெருப்பைக் கக்கியது. அதிகாரிகள் பயந்தார்கள். தூத்துக்குடியில் எந்தக் கலகமும் ஏற்படாதிருக்கக் காவல்படை குவிந்தது. பெரும்பாலோர் இதை எதிர்த்தார்கள். ஆனால், வழக்குரைஞர் அரங்கசாமி என்பவர் மட்டும் காவலர் குவிப்பை ஆதரித்தார். அவரது மனோபாவத்தை ஊரார் வெறுத்தார்கள்.

ஒருநாள் அரங்கசாமி என்ற அந்த வக்கீல் முகச் சவரம் செய்து கொள்வதற்காக முடிதிருத்தும் தொழிலாளரை அழைத்தார். அவர் வந்து முகச்சவரம் செய்துகொண்டிருக்கும்போது, வக்கீலிடம், “நீங்கள் மட்டும் அதிகக் காவல் படை வேண்டும் என்றீர்களாமே?” என்று கேட்டார். “அதுபற்றி உனக்கென்ன? அது உன் வேலையல்ல” என்றார் வக்கீல். “அப்படியானால் உமக்குச் சவரம் செய்வதும் என் வேலையல்ல” என்று கூறி, அரைகுறையாகச் செய்த முகச்சவரத்தோடு அப்படியே நிறுத்திவிட்டு, விர்ரென்று சென்றுவிட்டார் அத்தொழிலாளி. அதுபோலவே வேறு தொழிலாளர்களும் அவருக்கு முகச்சவரம் செய்ய மறுத்து விட்டார்கள்.

அதற்குப் பின்னர், வக்கீல் ரயில் ஏறி திருநெல்வேலி சென்று மீதியுள்ள அரைகுறை முகச்சவரத்தைச் செய்து கொண்டு வந்தார். பொதுமக்களுக்குச் சிதம்பரம் பிள்ளை மீதும் அவரது லட்சிய முடிவுகள் மீதும் அவ்வளவு ஆழமான பற்றுதலும் மதிப்பும் மரியாதையும் இருந்தன.

சிதம்பரம் பிள்ளை மேடை ஏறிவிட்டால், ஏன் நாம் சுதேசித் தொழில்களை ஆதரிக்க வேண்டும் என்பதைப் பற்றி ஒரு கிராமத்தான் கூடப் புரிந்து கொள்ளுமளவிற்குப் பேசுவார்! அந்தப் பேச்சு மக்கள் இடையே அத்தகைய பெருமையைத் தேடித் தரும். ‘சுதேசிப் பொருள்களை வாங்குவதானால் விலைகள் அதிகமாகிறதே’ என்று மக்கள் சிதம்பரனாரைத் திருப்பிக் கேட்டபோது, ‘நீங்கள் கொடுப்பது உங்களுடைய சகோதரர்களுக்குத்தானே’ என்பார்.

தூத்துக்குடியில், சுதேசிக் கிளர்ச்சி அரசியல் புரட்சியாக மாறியது. அதை அறிந்த அதிகாரிகள், எவரும் ஆயுதங்களையோ, தடி, கம்பு, கொம்புகளையோ எடுத்துச் செல்லக் கூடாது என்று தடை விதித்தார்கள். சிதம்பரனார் இதைக் கேள்விப்பட்டு, பெருஞ்சினமடைந்து, ‘வேல் பிடித்த வீரத் தமிழர்களுக்கு

இப்போது கோல்கள்கூடப் பிடிக்க உரிமை இல்லையா?' என்று ஆத்திரப்பட்டு, ஆட்சி ஆணையை மீறுமாறு கட்டளையிட்டார். அடிமைத்தனத்தால்மக்கள் படும்அவதிகளைக்கண்டு வருந்தினார். 'ஆளப் பிறந்த நம்மை ஆறாயிரம் மைலுக்கப்பாலிருந்து வந்த பிரிட்டிஷார் ஆள்வதா?' என்று கேட்டார். இதுவே, பின்னாளில் திருநெல்வேலிப் புரட்சிக்குக் காரணமானது. சிதம்பரனார் பிரிட்டிஷ் ஏகாதிபத்தியத்துக்கு எதிராகப் படை திரட்டினார். மக்களும் அவரைப் பின்பற்றினர்.

பிபின் சந்திரபால், இந்தியத் தேசிய காங்கிரஸ் மகாசபையின் முக்கிய தலைவர்களுள் ஒருவர். 'சிறந்த நாவன்மை படைத்த அஞ்சா நெஞ்சர்', 'வங்க நாட்டின் தலைவர்', 'எல்லாராலும் பாராட்டத்தக்க சிறந்த பண்பாளர்'.

பிபின் சந்திரபால்

லால்-பால்-பால் என்று அழைக்கப்பட்ட மும்மூர்த்திகளான லாலா லஜபதி ராய், பால கங்காதர திலகர், பிபின் சந்திரபால் ஆகிய இம்மூவர்தான் சுயராச்சியம் பற்றிய விழிப்புணர்வை மக்களிடையே முதன் முதலில் ஏற்படுத்தியவர்கள்.

லால்-பால்-பால்

இவர் 'புரட்சி எண்ணங்களின் தந்தை' என்று அழைக்கப்படுகிறார். இவர் ஆசிரியர், பத்திரிகையாளர், மேடைப் பேச்சாளர், எழுத்தாளர் எனப் பன்முகம் கொண்டவர். இவர் 07.11.1858ம் நாள் தற்போது பங்களாதேஷ் நாட்டில் உள்ள சில்ஹட் மாவட்டத்தில் உள்ள போய்ல் என்ற கிராமத்தில் பிறந்தார். அவரது தந்தை ராமச்சந்திர பால் ஜமீந்தார். அவர் பெர்சிய மொழியில் புலமை பெற்றவர். தாயார் நாராயணி தேவி. பிபின் சந்திரபால் வசதியான ஹிந்து வைஷ்ணவக் குடும்பத்தின் ஒரே புதல்வர். அவரது சகோதரி கிரிபா.

பிபின் முதலில் தனது தந்தையிடம் கல்வி கற்றார். பின்னர் ஒரு மௌல்வியிடம் பெர்சிய மொழி கற்றார். சில்ஹட்டில் உள்ள மிஷனரி பள்ளிகளிலும், அரசாங்க உயர்நிலைப் பள்ளியிலும் பள்ளிப் படிப்பை முடித்தார். கல்கத்தாவில் உள்ள பிரசிடென்சி கல்லூரியில் பட்டப்படிப்பு படிப்பதற்காகச் சேர்ந்தார். அவர் படிப்பை முடிக்கவில்லை. ஆனால், இலக்கியத்தில் மிகுந்த ஈடுபாடு கொண்டவராக இருந்தார். பெங்காலியில் ஹேமச்சந்திரா, பக்கிம் சந்திரா போன்றோரும் ஆங்கிலத்தில் தியோடார் பார்க்கர், எமர்சன் போன்றோரும் அவருக்குப் பிடித்த நாவலாசிரியர்கள்.

வைஷ்ணவ கவிதை இலக்கியங்களையும் அவர் விரும்பிப் படிப்பார். கீதை, உபநிடதம் போன்றவற்றை ஆழமாகக் கற்றவர். கல்கத்தாவில் படிக்கும்போது கேஷப் சந்திரா சென், பிஜோய் கிருஷ்ண கோஸ்வாமி ஆகியோர் அவருக்கு ஆன்மிகத்தில் வழிகாட்டியாக இருந்தனர். ஷிவ் நாத் சாஸ்திரி, சுரேந்திர நாத் பானர்ஜி ஆகியோர் அவருக்கு அரசியலில் வழிகாட்டியாக இருந்தனர். 1879ல் கட்டாக்கில் உள்ள கட்டாக் அகாடெமியின் தலைமை ஆசிரியர் ஆனார். ஸில்ஹட், பெங்களூர், ஹபிகஞ்ச் ஆகிய இடங்களிலும் தலைமை ஆசிரியராகப் பணியாற்றினார். பின்னர் நூலகராகப் பணியாற்றினார். 1898ல் Comparitive Theology படிக்க இங்கிலாந்து சென்றார். ஓராண்டில் திரும்பிவிட்டார். நியூயார்க்கில் உள்ள National Temperence Association அழைப்பின் பேரில் நான்கு மாதம் அமெரிக்காவில் சுற்றுப்பயணம் செய்து சொற்பொழிவாற்றினார்.

1886ல் காங்கிரஸில் சேர்ந்தார். அஸ்ஸாம் தோட்டத் தொழிலாளர்கள் கொடுமைப்படுத்தப்படுவது குறித்தும் சிலசமயம் அடித்தே கொல்லப்படுவது குறித்தும் 1896ல் பிபின் போராடியதால் காங்கிரஸ் இந்த விஷயத்தைக் கையில் எடுத்தது. அப்போதைய அஸ்ஸாம் கமிஷனர் சர் ஹென்றி காட்டன் முயற்சியால் இந்தத் தீமைகள் விலகின. 1886ம் ஆண்டு கல்கத்தா காங்கிரஸ் மாநாட்டிலும், 1887ம் ஆண்டு சென்னை காங்கிரஸ்

மாநாட்டிலும், 1904ம் ஆண்டு மும்பை காங்கிரஸ் மாநாட்டிலும் கலந்து கொண்டார். வங்கப் பிரிவினையை ஒட்டி தீவிர அரசியலில் ஈடுபட்டார்.

பிரிட்டிஷாரின் பிரித்தாளும் சூழ்ச்சியை உணர்ந்து கொண்டார். அதை எதிர்த்துத் தீவிரமாகச் செயல்பட்டார். 1907ம் ஆண்டு இந்தியா முழுவதும் சுற்றுப்பயணம் செய்து மக்களிடையே சுதந்திர வேட்கையை ஏற்படுத்தினார். அவரது சொற்பொழிவு மக்களை மிகவும் ஈர்த்தது. மக்களிடையே நாட்டுப் பற்றையும் விழிப்புணர்வையும் ஏற்படுத்தினார்.

அந்நியப் பொருட்கள் புறக்கணிப்பு, சுதேசிப் பொருட்கள் பயன்படுத்துதல், பிரிட்டிஷ் தொழிற்சாலைகளில் இருந்து வெளிநடப்பு, தேசியக்கல்வி ஆகியவற்றை வலியுறுத்தி வந்தார். சுதேசிப் பொருட்கள் பயன்படுத்துவதன் மூலம் ஏழ்மையையும் வேலையில்லாத் திண்டாட்டத்தையும் நீக்கலாம் என்று நம்பினார். வந்தே மாதரம் இதழைத் தோற்றுவித்தவர்களில் பிபின் சந்திர பாலும் ஒருவர்.

1908லிருந்து 1911 வரை அவர் நாட்டைவிட்டு வெளியில் வசிக்கும்படி கட்டாயப்படுத்தப்பட்டார். 'இந்தியா ஹவுஸ்' என்பது லண்டனின் வடக்குப் பகுதியில் மாணவர்கள் தங்கும் ஓர் இடம் ஆகும். அங்கே இந்திய விடுதலைக்காகத் தீவிரமாகச் செயல்பட்ட வ.வே.சுப்பிரமணியம் ஐயர், விநாயக் தாமோதர் சாவர்க்கர், மதன் லால் டிங்கரா போன்றோருடன் இணைந்து பிரிட்டிஷ் அரசாங்கத்திற்கு எதிராகப் பணியாற்றினர். அங்கிருந்து Swaraj இதழை வெளியிட்டார்.

கர்சன் வில்லி என்பவர் மதன்லால் டிங்கராவால் கொலை செய்யப்பட்ட பின்னர், 'இந்தியா ஹவுஸ்' மீது பிரிட்டிஷாரின் கவனம் திரும்பியதால் அங்கிருந்து செயல்பட இயலவில்லை. 1916ல் திலகரின் ஹோம் ரூல் இயக்கத்தில் இணைந்தார். முதலாம் உலகப்போரின்போது காங்கிரஸ் பிரதிநிதியாக இங்கிலாந்து சென்றார். ரஷ்யாவில் நடந்த போல்ஷ்விக் புரட்சி அவரை மிகவும் கவர்ந்தது. 1921ல் பாரிசாலில் நடைபெற்ற வங்காள மாகாண மாநாட்டுக்குத் தலைமை தாங்கினார்.

காங்கிரஸ் கிலாபத் இயக்கத்தினருடன் இணைந்து பணியாற்றியதால் பிபின் சந்திர பால் 1922ல் நடைபெற்ற ஒத்துழையாமை இயக்கத்தில் கலந்து கொள்ளவில்லை. அவரால் மௌலானா முஹம்மது அலியின் வகுப்பு வாதத்தை ஏற்றுக்கொள்ள இயலவில்லை. அரசியலில் மதம்

கலப்பது ஆபத்தானது என்று மக்களிடையே விழிப்புணர்வை ஏற்படுத்தினார்.

பிபின் பிரம்ம சமாஜ உறுப்பினர் ஆவார். இளமையிலேயே இந்து சமூகத்தில் உள்ள கொடுமைகளை எதிர்த்தார். 1881ல் இவரது திருமணம் நிருத்ய காளி தேவியுடன் நடந்தது. இவர் தனிப்பட்ட வாழ்க்கையிலும் புரட்சி வீரராகவே திகழ்ந்தார். இவரது இரு மனைவியரும் விதவைகள் என்பது குறிப்பிடத் தகுந்தது. முதல் மனைவியின் அகால மரணத்திற்குப் பின்னர் பிராஜ்மோஹினி தேவி என்பவரை 1891ல் மணந்தார். இரு மனைவியரிடத்தில் அவருக்கு மூன்று புதல்வர்கள், ஐந்து புதல்விகள் பிறந்தார்கள்.

இவர் பெண் கல்வியை ஆதரித்தார். 1891ம் ஆண்டு Age of Consent Bill க்கு (திருமண வயதை அதிகரிக்கச் செய்த சட்டம்) பிபின் மிகுந்த ஆதரவு அளித்தார். அதனால் பழமைவாதிகளின் விரோதத்தைப் பெற்றார். அவரது உயிருக்குக்கூட ஆபத்து ஏற்படும் சூழ்நிலை இருந்தது.

அரவிந்த கோஷ் (ஸ்ரீஅரவிந்தர்) என்ற தீவிரவாதக் கட்சித் தலைவர் மீது பிரிட்டிஷ் ஆட்சி அப்போது சதி வழக்கைத் தொடுத்திருந்தது. அந்த வழக்கில் அரசு சார்பாகச் சாட்சி கூற பிபின் சந்திர பால் வன்மையாக மறுத்து விட்டார். சாட்சி கூற அவர் மறுத்தது நீதிமன்ற அவமதிப்பு என்று காரணம் கூறிச் சந்திரபாலருக்கு ஆறுமாதம் தண்டனையை நீதிமன்றம் வழங்கியது. தண்டனையை அனுபவித்து விட்டு, 1908ம் ஆண்டு மார்ச் மாதம் 9ம் தேதி பிபின் சந்திரபால் விடுதலை பெற்று சிறையிலிருந்து மீண்டார். அந்த நாளை திருநெல்வேலி மக்கள் விழாவாகக் கொண்டாட முடிவு செய்தார்கள். வடநாட்டிலும் அந்நாள் பிபின் சந்திரபால் வெற்றி விழாவாகக் கொண்டாடப்பட்டது.

திருநெல்வேலி மக்களது விழாவை அறிந்த ஆங்கிலேய அதிகாரிகள் கவலை மிகவும் கொண்டு, தூத்துக்குடி நகரில் 9ம் தேதியன்று ஊர்வலமோ, பொதுக் கூட்டமோ நடத்தக் கூடாது என்று தடைவிதித்து விட்டார்கள். மாஜிஸ்ட்ரேட் சிதம்பரம் பிள்ளையை வரவழைத்து, “பிபின் சந்திரபால் விடுதலை விழாக் கொண்டாட்டத்தில் நீர் கலந்து கொள்ளவோ, பொதுக் கூட்டத்தில் பேசவோ கூடாது” என்று நேரிலேயே எச்சரித்தார். உடனே, சிதம்பரம் பிள்ளை மாஜிஸ்ட்ரேட்டைப் பார்த்து, ‘நீங்கள் என்ன சொன்னீர்களோ, அதை அப்படியே எழுதிக் கொடுங்கள்” என்று கேட்டார். ஆனால், மாஜிஸ்ட்ரேட் ‘அதற்கு முடியாது’ என்று மறுத்தார்.

சுதேசிக் கப்பல் நிறுவனத்தாருக்கும் சிதம்பரம் பிள்ளையின் தீவிரவாத அரசியல் போக்கு அறவே பிடிக்கவில்லை. பிரிட்டிஷ் அதிகாரிகள் அடக்குமுறையைக் கண்டு தினம் தினம் அஞ்சிக் கொண்டே பொழுதைப் போக்கி வந்தனர். அதனால், சுதேசி நிர்வாகத்தினரின் அவசர செயற்குழுக் கூட்டம் திடீரெனக் கூடியது.

நிறுவனத்தின் வளர்ச்சி, லாபம் கருதி, சிதம்பரம் பிள்ளை தீவிரவாத அரசியலில் ஈடுபடக் கூடாது என்று நிர்வாகம் தீர்மானம் செய்தது. இந்த முடிவுகண்டு சிதம்பரனார் மனம் கலங்கினார். சுதேசி நிறுவனத்தார்களும் பங்குதாரர்களும் கம்பெனியின் லாப நோக்குதான் முக்கியம் என்று பகிரங்கமாகவே செயற்குழுவில் பேசினார்கள். மேலும், செயற்குழுவினர் சிதம்பரனார் முகத்துக்கு எதிராகவே பின்வருமாறு பேசினார்கள்.

"நாடாவது காடாவது அதன்று பிரச்சினை. நாடு என்ன துன்பப்பட்டாலும் எங்களுக்குக் கவலையில்லை. எங்களுக்கு மட்டுமன்று, யார் யார் சுதேசிக் கப்பல் கம்பெனியின் பங்குதாரர்களோ அவர்கள் எல்லாம் லாபத்துக்காகத்தான் கம்பெனியின் உறுப்பினர்களானார்கள். அவர்கள் இல்லையானால் இயங்குமா கப்பல் நிறுவனம்? சிதம்பரம் பிள்ளைக்கு வேண்டுமானால் தேச சேவை, மக்கள் சேவை என்ற நோக்கங்கள் இருக்கலாம். தவறென்று நாங்கள் அதைக் கூறமாட்டோம். ஆனால், கம்பெனி நிர்வாகிகளுக்குப் பொருளாசை உண்டு, அதே நேரத்தில் புகழாசையும் கூட உண்டுதான். எனவேதான் கூறுகிறோம், தயவுசெய்து சிதம்பரம் பிள்ளை பிரிட்டிஷாரைப் பகைக்கும் அரசியலில் தீவிரம் காட்ட வேண்டாம்."

எல்லாவற்றையும் கேட்டு பிள்ளை மனத்திற்குள் அலைமோதினார். 'நாட்டுப் பற்றா அல்லது நாணயக் குவியலா?' என்ற கேள்விக்குச் செயற்குழுவில் அவர் பின்வருமாறு பதிலளித்தார்.

"இந்தியாவில் சுரண்டிக் கொண்டிருக்கும் பிரிட்டிஷாரை வாணிபத் துறையிலே இருந்து விரட்டுவது ஒன்றே எனது நோக்கம். அந்த லட்சியத்தோடுதான் சுதேசிக் கப்பல் நிறுவனத்தை உருவாக்கினேன். எனக்குப் பொருளோ, புகழோ அல்ல பெரிது. மக்கள் சேவை, நாட்டின் விடுதலை, மனிதச் சுதந்திரம்தான் முக்கியம். எனவே, செயற்குழுவினர் பேசிய கருத்துகள் எனக்கு ஒவ்வாதவை. அதனால், கம்பெனி நிர்வாகிகள் தீர்மானப்படி என்னால் நடக்க முடியாது."

"சுதேசியத்தை வளர்ப்போம்! அதுபோதும் நமக்கு. அந்நிய பொருட்கள் புறக்கணிப்பை வேறு யாராவது செய்யட்டுமே"

எனக் கெஞ்சிப் பார்த்தார்கள்! அதற்கு அவர் அளித்த பதில் இதோ:

"இந்திய நாட்டின் விடுதலைப் போருக்குரிய துணைக் கருவியாகப் பயன்படுத்தவே கப்பல் கம்பெனியை நான் படாத பாடுபட்டு நாடெங்கும் அலைந்து ஆரம்பித்தேன். இதை உங்களைவிட பிரிட்டிஷார் நன்றாகவே உணர்ந்துவிட்டார்கள். அதனால்தான் அவர்கள் கப்பல் நிறுவனத்தை அழிக்கப் பல சதித் திட்டங்களைத் தீட்டினார்கள். ஆனால், இந்த மண்ணின் மைந்தர்களான நீங்களோ எங்களுக்குப் பணம்தான் முக்கியம்! லாபம்தான் நோக்கம் என்று என்னையே திசை திருப்புகின்றீர்கள்! எனக்கு இந்த ஈனச் செயல்கள் எல்லாம் பிடிக்காது. நான் கலெக்டர் எச்சரிக்கையினையே புறக்கணித்தேன் - தேச பக்திக்காக! கப்பல் நிர்வாகத்தினர் கட்டளையினையும் கம்பெனியைக் கலைத்துவிடுவோம் என்பதையும் புறக்கணிக்கின்றேன், நாட்டின் சுதந்திர உணர்ச்சிக்காக."

ஏற்கெனவே செய்துவைத்திருந்த ஏற்பாடுகளின்படி மார்ச் 9ம் தேதியன்று பிபின் சந்திர பாலின் சிறை மீண்ட விடுதலைத் திருநாள் நெல்லையில் மிகச் சிறப்பாகக் கொண்டாடப்பட்டது. காவல்துறை அதிகாரிகள் முன் எச்சரிக்கையோடு எல்லாத் திட்டங்களையும் ஒழுங்கான முன்னேற்பாடாகவே செய்து வைத்திருந்தார்கள்.

சிதம்பரம் பிள்ளையும் சுப்பிரமணிய சிவாவும் போலிஸார் தடையுத்தரவை மீறி, விழா ஊர்வலத்திலே பவனி வந்து கொண்டிருந்தார்கள். அதேபோல, பொதுக்கூட்ட மேடையிலே நெருப்புக் கனற்துண்டுகளைச் சொற்பிரயோகங்கள் மூலமாக பிரிட்டிஷாரை எதிர்த்து சிவா தகித்துக் கொண்டிருந்தார். பின்னர் பேசிய சிதம்பரம் தனது சூறைக் காற்று வேகத்தால் பிரிட்டிஷ் எதிர்ப்புக்கு விசிறிக் கொண்டிருந்தார்.

அந்த உணர்ச்சிகளிலே வார்த்த எஃகு ஆயுதங்களைப் போல மக்கள் சூடேறிக் கொண்டிருக்கும் போது, வந்தே மாதரம்! பாரத் மாதா வாழ்க! வந்தே மாதரம்! என்ற முழக்கங்களை விண் அதிர, மண்ணதிர மக்கள் முழக்கமிட்டவாறே கலைந்து சென்றனர்.

திருநெல்வேலி மாவட்டம் முழுவதுமே சிதம்பரனார் இட்டதே சட்டமாயிற்று. அவர் சொல்லுக்கு மறுசொல் கிடையாது. சிதம்பரனார் ஓர் ஆணை பிறப்பித்தால், மக்கள் அனலையே விழுங்கிடத் தயாராக இருந்தனர்! அவ்வளவு செல்வாக்கும்

சொல்வாக்கும் அவருக்கு மக்களிடையே அப்போது இருந்தது. சிதம்பரனார், சிவா என்ற இருபெரும் தேசபக்தர்களின் செல்வாக்கும் மக்கள் இடையே நாளுக்கு நாள் அதிகமாகப் பரவி, பிரிட்டிஷ் ஆட்சிக்கு ஆபத்தை உருவாக்குகிறது என்ற அச்சத்தால் அவர்களை எப்படியும் கைதுசெய்வது என்ற முடிவுக்கு பிரிட்டிஷ் அரசு வந்தது.

இந்த இருவரையும் தூத்துக்குடி நகரத்தில் கைது செய்தால், கலவரமும் கலகமும் அங்கே பரவிவிடும். அதனால் அரசுக்குத் தீய பெயர் ஏற்பட்டு மக்கள் இடையே தேசியப் புரட்சிக்கு வலு உருவாகிவிடும் என்று பிரிட்டிஷார் அஞ்சினர். அதனால், சிதம்பரனாரையும் சிவாவையும் திருநெல்வேலிக்கு வருமாறு மாவட்டக் கலெக்டர் விஞ்ச் உத்தரவிட்டார்.

திருநெல்வேலிக்குச் சிதம்பரனார் புறப்பட்டபோது அவரது நண்பர்கள் போகவேண்டாம் என்று அவரைத் தடுத்தார்கள். ஏனென்றால், கலெக்டர் விஞ்ச் எப்படியும் சிதம்பரனாரைக் கைது செய்து விடுவார் என்று அவர்கள் நம்பினார்கள். இதனைச் சிதம்பரம் பிள்ளையும் அறிவார். இருந்தாலும், கலெக்டர் அழைத்த பின்பு உடனடியாகச் செல்லாவிட்டால், பின்விளைவுகளும் மேலும் தொல்லைகளும் அதிகமாக ஆகிவிடுமே! அதற்கு ஏன் இடம் கொடுக்க வேண்டும் என்ற எண்ணத்தில், சிதம்பரம், சிவாவுடன் திருநெல்வேலி வந்தார்.

மார்ச் 12ம் தேதி சிதம்பரமும் சிவாவும் விஞ்ச் துரையைச் சந்தித்தனர்; கண்டனர். இருவரையும் நேரில் கண்ட கலெக்டர், “சிதம்பரம், நீங்கள் கப்பலோட்டியது முதல் குற்றம்; அனுமதி இல்லாமல் கூட்டம் கூட்டியது இரண்டாவது குற்றம்; பாமர மக்களை ‘வந்தே மாதரம்’ என்று கோஷம் போடுமாறு தூண்டிவிட்டது மூன்றாவது குற்றம்” என்று இருவர் மீதும் இந்த மூன்று குற்றங்களையும் கலெக்டர் விஞ்ச் சுமத்தினார். இந்தப் புகார்களுக்குச் சிதம்பரம் பின்வருமாறு பதில் கூறினார்.

> “எங்களது நாட்டில் பொதுமக்களோடு நாங்கள் கூடிப் பேசியது குற்றமா? அதற்கு உங்களுடைய அனுமதி எங்களுக்கா வேண்டும்? எங்களது தாய்நாடு இந்தியா. அது நாங்கள் பிறந்த மண்! அந்தப் பூமியை வாழ்க என்று நாங்கள் கோஷிப்பது எப்படிக் குற்றமாகும்? எங்களது வாணிபம் வளர, எங்களுடைய பொருளாதாரத்தைக் கொள்ளையடிப்பவர்களிடம் இருந்து காப்பாற்றிக் கொள்வதற்காக, நாங்கள் சொந்தமாக, எங்களுடைய பணத்தில் கப்பல்கள் வாங்கி வளம் பல பெருகக் கப்பல்

ஓட்டுவது எப்படிக் குற்றமாகும்? எங்களுடைய சதைகளைத் துண்டு துண்டாக வெட்டி எடுத்து வேதனைப்படுத்தினாலும் நாங்கள் எங்கள் மக்களுக்காகப் பணியாற்றுவதை ஒருபோதும் விட்டுக் கொடுக்கமாட்டோம். எங்களது இதயத்திலே இருந்து பொங்கி எழும் சுதந்திர உணர்ச்சியை எவராலும் தடுக்க முடியாது. இது உறுதி!"

பதிலைக் கேட்ட கலெக்டர், "அப்படியானால், நீர் திருநெல்வேலி நகரை விட்டு உடனே வெளியேற வேண்டும்" என்று உத்தரவிட்டார். மேலும் அவர், "அரசியல் கிளர்ச்சிகளில் இனிமேல் ஈடுபடமாட்டேன் என்று நன்னடத்தை ஜாமீன் தர வேண்டும்" என்றும் சினத்துடன் எச்சரித்தார்.

"திருநெல்வேலி மாவட்டம் நான் பிறந்த மண், ஒருபோதும் அதைவிட்டு வெளியேற மாட்டேன். வேண்டுமானால் என்னைக் கைதுசெய்து கொள்க" என்று சிதம்பரனாரும் கோபமுடன் பதிலளித்தார். உடனே, அந்த இடத்திலேயே, சிதம்பரனாரையும் சிவாவையும் கலெக்டர் உத்தரவால் கைது செய்தார்கள். சிதம்பரனார் வீட்டைச் சோதனை இடுமாறு காவல்துறைக்கு கலெக்டர் ஆணையிட்டார்.

வ.உ.சிதம்பரனாரும் சிவாவும் கைதான செய்தி மாவட்டம் முழுவதும் காட்டுத் தீப் போலப் பரவியது. வர்த்தகர்கள் கடைகளை அடைத்தார்கள். மாணவர்கள் பள்ளிக்குச் செல்ல மறுத்தார்கள். தேசாபிமானிகளும் பொதுமக்களும் கலெக்டர் பங்களாவைச் சுற்றி வளைத்துக் கொண்டு எதிர்ப்புக் கோஷமிட்டார்கள். பொதுக் கூட்டங்களைக் கூட்டி கலெக்டரின் ஆணவப் போக்கை எதிர்த்துக் கண்டனம் செய்து முழக்கமிட்டார்கள். நெல்லை நகர் முழுவதும் ஒரே கலவரமும் குழப்பமுமாகக் கொந்தளித்துக் கொண்டிருந்தது.

நகரிலே அமைதியை ஏற்படுத்த காவலர் படை குவிக்கப்பட்டது. தொழிலாளர்கள் நகர் பகுதி முழுவதிலும் கூடி சிதம்பரனாரையும் சிவாவையும் விடுதலை செய், பிரிட்டிஷ் ஆட்சி ஒழிக என்ற முழக்கங்களை வீராவேசமாக எழுப்பிக் கொண்டு ஊர்வலம் வந்தார்கள். நெல்லை நகராட்சி மண்ணெண்ணெய்க் கிடங்குக்குத் தீ வைத்தார்கள். அந்தக் கிடங்கு பெருநெருப்பிலே எரிந்து ஜுவாலைகளை எழுப்பியது. பிரிட்டிஷாரின் அலுவலகங்கள் எல்லாம் தீக்கிரையாயின.

பொதுமக்கள் நெல்லை நகராட்சி அலுவலகத்திற்குள் புகுந்து அங்கிருந்த மேசைகள், நாற்காலிகள், மற்ற பொருட்களை எல்லாம்

தவிடு பொடியாக்கினார்கள். அவற்றுக்குத் தீயிட்டார்கள். சர்ச் மிஷன் என்ற கல்லூரியிலே புகுந்து அங்கே இருந்த பொருட்களை எல்லாம் உடைத்து வீதியிலே தூக்கி எறிந்தார்கள். அந்தக் கல்லூரியும் தீக்கிரையானது. காவல் நிலையத்துக்குள் புகுந்த பொதுமக்கள் நெருப்பு வைத்துக் கொளுத்தினர்.

இதனைக் கேள்விப்பட்ட கலெக்டர் விஞ்சும் காவல்துறைக் கண்காணிப்பாளர்களும் காவலர்களும் ஆங்காங்கே ஓடிச்சென்று கலகத்தை அடக்க முயன்றார்கள். காவலர்கள் பொதுமக்களை விரட்டுவதும் பொதுமக்கள் காவலர்களைத் துரத்தித் துரத்தி அடிப்பதும் எனப் பெரும் கலவர பூமியாக மாறியது நெல்லை நகர். பொதுமக்கள் கோஷங்களை எழுப்பிக்கொண்டு வீதிகள்தோறும் ஆரவாரமிட்டபடியே இருந்தார்கள்.

இக்காட்சிகளை நேரில் கண்ட டெப்டி கலெக்டர் ஆஷ் துரை, போராட்டக்காரர்கள் மீது சுடும்படி காவல்துறையினருக்கு ஆணையிட்டார். இதனால், 12 வயது சிறுவன் உட்பட நான்கு பேர் நடுரோட்டிலேயே பிணமானார்கள். மூன்று பேர் படுகாயம் அடைந்தார்கள். இறந்தவர்களது பிணங்கள் அவரவர் உறவினர் வரும் வரை ரோட்டிலேயே கிடந்தன. துப்பாக்கியில் குண்டுள்ள வரை சுட்ட ஆஷ் துரை, குண்டுகள் தீர்ந்ததும் அங்கிருந்து தனது காரிலே ஏறி ஓடினார். அவரைப் பொதுமக்கள் விடாமல் பின்னாலேயே துரத்திக்கொண்டே ஓடினார்கள். ஆஷ் துரை தப்பித்து ஓடிவிட்டார்.

பொதுமக்களும் தேசாபிமானிகளும் காவலர்கள் மீது சரமாரியாகக் கற்களை எறிந்து பிரிட்டிஷ் அதிகாரிகளை விரட்டியபடியே இருந்தார்கள். அதனால், காவல்துறை ஆய்வாளருக்கு மண்டை உடைந்து ரத்தம் கொட்டியது. கலெக்டர் விஞ்ச் ரத்தம் சொட்டச் சொட்டப் பலத்த காயமடைந்தார். இந்தக் கலவரம் மூன்று நாட்களாகத் தொடர்ந்து இரவு பகலென்று பாராமல் நடந்து கொண்டே இருந்ததைக் கண்ட விஞ்ச், நெல்லை நகர சாதாரண காவலர்களால் அதை அடக்க முடியாது என்பதை உணர்ந்து, சென்னையிலே உள்ள பெரிய காவல் அதிகாரிகளுக்குச் செய்தியைத் தெரிவித்தார்.

உடனே, சென்னையிலே உள்ள பிரிட்டிஷ் அதிகாரிகள் ஆயுதம் தாங்கிய காவல் படைகளைத் திருநெல்வேலிக்கும் தூத்துக்குடிக்கும் தச்சநல்லூருக்கும் அனுப்பி வைத்தார்கள். திடீர் திடீரென்று தூத்துக்குடி நகரமும் தீயிலே எரிவதைக் கண்ட காவல் படைகள், அங்கேயும் விரைந்து சென்று கலகத்தை அடக்க முயன்றன. இவ்வளவு காவலர் படைகளைக் கலவர

இடங்களுக்கு அனுப்பி வைத்த பிரிட்டிஷ் அரசு, அதற்கான எல்லாச் செலவுகளையும் பொதுமக்களிடமே வசூலிக்குமாறு உத்தரவிட்டது.

பிரிட்டிஷார் தந்த கடும் தண்டனைகளை அனுபவித்துவிட்டு, 'திருநெல்வேலிக்குள் 1924ம் ஆண்டு வரை நுழையக்கூடாது' என்ற நிபந்தனையும் மற்றும் சில நிபந்தனைகளும் விதிக்கப்பெற்று 24.12.1912ம் ஆண்டு வ.உ.சி. விடுதலையானார். அவரை வரவேற்க வ.உ.சி.யின் மனைவி, சுப்பிரமணிய சிவா, வ.உ.சி. குடும்பத்திற்கு உதவிய கணபதியா பிள்ளை ஆகியோர் மட்டுமே வந்திருந்தனர். வ.உ.சியைத் தமிழக மக்கள் மறந்துவிட்டனர். வ.உ.சி.க்கு அது பெரிய அளவில் மனவருத்தத்தை அளித்தது. அவரது வக்கீல் தொழில் லைசன்ஸ் ரத்து செய்யப்பட்டிருந்தது.

கண்ணனூரில் இருந்து சென்னை சிந்தாதிரிப்பேட்டையில் வாடகை வீட்டில் குழந்தைகளுடன் குடியேறினார். வங்கி, மளிகைக் கடை, அரிசிக்கடை, நெய் வியாபாரம் எனப் பல வேலைகளைச் செய்தும் வறுமையில் வாடினார். சென்னையில் இருந்தபோது மயிலாப்பூரிலும் பின்னர் பெரம்பூரிலும் வசித்தார். பல சமயங்களில் கால் நோக சென்னையில் நடந்தே செல்வார். சிறிது காலம் சேலம் மற்றும் கோவையிலும் வாழ்ந்தார்.

வ.உ.சி., 'தான் சிறையில் இருந்தாலும் அரசியல் கைதியாக மட்டுமே இருந்தமையால் வழக்கறிஞராகப் பணியாற்ற அனுமதிக்கும்படி' அரசாங்கத்திடம் விண்ணப்பித்தார். 1908ம் ஆண்டு திருநெல்வேலியில் துணை நீதிபதியாக ஈ.எச்.வாலஸ் பணியாற்றியிருந்ததால் அவர் வ.உ.சி.யின் நேர்மையையும் திறமையையும் அறிந்திருந்தார். அதனால், அவர் அனுமதி அளித்தார். அவரது அச்செயலுக்கு நன்றி தெரிவிப்பதற்காக, அவர் தன் இளைய மகனுக்கு 'வாலேஸ்வரன்' என்று பெயரிட்டார்.

1915ம் ஆண்டு திலகரின் அழைப்பை ஏற்று புனேவில் அவரைச் சந்தித்தார். 1920ம் ஆண்டு கல்கத்தாவில் காங்கிரஸ் மாநாடு நடைபெற்றது. வ.உ.சி. பிரதிநிதியாக அதில் கலந்து கொண்டார். காந்தியின் வழிமுறைகள் வ.உ.சி.க்குப் பிடிக்கவில்லை. ஆதலால் அரசியலிலிருந்து விலகினார். 1927ம் ஆண்டு அவர் காங்கிரஸ் கட்சியில் மீண்டும் இணைந்தார். சேலத்தில் நடந்த மூன்றாவது கட்சி மாநாட்டில் கலந்து கொண்டு தலைமை உரையாற்றினார். கட்சிச் செயல்பாடுகளில் குறிப்பிடத்தக்க மாற்றங்கள் ஏற்பட்டுள்ளதால் தான் மிகவும் மகிழ்ச்சி அடைவதாகக் கூறினார். ஆனால், சேலம் மாநாட்டிற்குப் பின்னர் மீண்டும் அரசியலை விட்டு ஒதுங்கினார்.

சிறையிலிருக்கும்போது ஓய்வு நேரத்தில் தமிழ் நூல்களைப் படிப்பதும் அரிய செய்யுள்களுக்கு உரை எழுதுவதுமாக இருந்த அவர் பின்னாளில் தம்மை முழுமையாகத் தமிழ்ப்பணியில் கரைத்துக்கொண்டார். 20 நூல்களை எழுதினார். அதில் ஆறு நூல்கள் மட்டும் வெளிவந்தன. நான்கு நூல்களை மொழிபெயர்த்தார். மூன்று நூல்களுக்கு உரை எழுதினார். ஆறு நூல்களைப் பதிப்பித்தார். மூன்று பத்திரிகைகளை நடத்தினார்.

சென்னை, மயிலாப்பூரில் பரிபூரண விநாயகர் கோயில் தெருவில் வாழ்ந்த வ.உ.சி., வீட்டு வாடகை உயர்த்தப்பட்டதால் குறைவான வாடகை தேடி பெரம்பூர் பகுதியில் சுடுகாட்டுக்கு அருகில் வசித்துள்ளார். சுடுகாட்டுக்கு வரும் பிணத்தை எரிக்கும்போது வெளிவரும் வாசனை தாங்க முடியாமல் சிந்தாதிரிப்பேட்டை பகுதிகளில் சில காலம் வாழ்கிறார். அச்சமயம் தன் வாழ்நாள் ஜீவனத்தை நடத்த வேண்டி மளிகைக்கடை, நெய்க்கடை, மண்ணெண்ணெய்க் கடை போன்ற பல தொழில்களில் ஈடுபட்டாலும் வாழ்க்கை சிறக்கவே இல்லை.

வ.உ.சி. தான் இறப்பதற்கு 23 நாட்களுக்கு முன் தன் நண்பருக்குக் கடிதம் எழுதினார். அதில் உள்ள தகவல்கள் அதனை ஓர் உயில் என்றே உறுதி செய்கின்றன.

"அன்பார்ந்த ஐயா,

நமஸ்காரம்.

எனக்கும் என் குடும்பத்தாருக்கும் கடவுளையும் தங்களையொத்த உண்மைத் தேசாபிமானிகள் சிலரையும் தவிர இவ்வுலகத்தில் வேறு தஞ்சம் ஒருவருளதாக எனக்குத் தெரியவில்லை. நான் இனிமேல் அதிக காலம் ஜீவித்திருப்பேனென்று திடமாக நினைக்க வழியில்லை. எனது குடும்ப நிலைமையையும் தாங்கள் முன்னின்று என் குடும்பத்திற்குச் செய்ய வேண்டிய காரியங்களையும் இதன் கீழ் தங்களுக்குத் தெரிவித்துக்கொள்ளுகிறேன். தாங்கள் கீழ்வரும் காரியங்களைச் செய்து முடித்துக் கொடுத்து என் குடும்பத்தைக் காப்பாற்றியருளும்படியாகத் தங்களைச் சாஷ்டாங்கமாக நமஸ்கரித்துக் கேட்டுக்கொள்கிறேன்.

பம்பாய் எம்பயர் ஆப் இந்தியா அஷ்யூரன்ஸ் கம்பெனியில் ரூபாய் ஆயிரத்திற்கும் ஓரியண்ட்ஸ் லைவ் அஷ்யூரன்ஸ் கம்பெனியில் ரூபாய் ஆயிரத்திற்கும் எனது ஆயுளை இன்சூரன்ஸ் செய்திருக்கிறேன். மேற்படி இரண்டு இன்சூரன்ஸ் தொகைகளைத் தவிர என் பாகத்திற்கு ஒட்டப்பிடாரத்து

எனது பெரிய புஞ்சையில் இரண்டு சங்கிலி நிலமும் பதினாறு மரக்கால் நஞ்சையும் அதன் பக்கத்தில் கிணற்றுத் தோட்டம் என்ற ஒரு நிலமும் இருக்கின்றன. இது தவிர ஒட்டப்பிடாரத்தில் கீழ்க்காட்டில் ஒன்றே முக்கால் சங்கிலி புஞ்சை ஒன்றும் முக்கால் சங்கிலி கரிசல் புஞ்சை ஒன்றும் இருக்கின்றன. என் மக்களால் அவ்வளவு தூரத்திலுள்ள அந்த இரண்டு புஞ்சைகளையும் பயிர் செய்துகொள்ள முடியாது. அவற்றை ரூபாய் ஐந்நூற்றுக்குத் தங்கள் பேருக்குக் கிரயம் செய்து கொடுத்துவிட வேண்டுமென்று நினைத்துக்கொண்டிருக்கிறேன்.

ஒட்டப்பிடாரத்தில் பழைய காரைக்கட்டு மட்டப்படி வீடு ஒன்று இருக்கிறது. அதன் மச்சுக்கட்டைகளெல்லாம் இற்றுப்போய் ஆபத்தான நிலையில் இருக்கின்றது. மேற்படி மச்சைப் பிரித்துத் தாங்கள் புதுப்பித்துக் கொடுக்க வேண்டும். அப்படிச் செய்த பின் என் மனைவி மக்கள் குடியிருந்து வரலாம். ஆத்தூர் பிரமு அம்மாள் ரூபாய் எழுநூற்றைப்பதுக்கு என் மனைவி பேருக்கு ஓர் அடமான தஸ்தாவேஜூ எழுதிக் கொடுத்திருக்கிறாள். அடமான சொத்துகள் முந்தைய அடமானமான சொத்துகள் ரூபாய் இரண்டாயிரத்துக்கு விலைபோகும். என் மனைவி அடமான தஸ்தாவேஜைத் தங்கள் பேருக்கு மேடோவர் வாங்கிக் கொள்க. அதற்கு வசூலாகும் தொகையையும் மேலே கண்ட என் புஞ்சை நிலக்கிரயம் ரூபாய் ஐந்நூறும் அவசியமானால் என் மைத்துனர் குடும்பத்திலிருந்து என் குடும்பத்துக்குக் கிடைக்கக் கூடிய ரூபாய் ஆயிரத்து ஐந்நூறும் நான் தங்களிடம் பற்றி வருகிற தொகைக்கு ஈடு செய்து கொள்க.

இப்பொழுதும் ரூபாய் 200 விலைபோகக்கூடிய சட்டப்புத்தகங்கள் என்னிடமிருக்கின்றன. அவற்றை விற்க வேண்டும்.

தூத்துக்குடி நேஷனல் பாங்க் ஆப் இந்தியா லிமிடெட்டுக்கு ஐந்து மாத வீட்டு வாடகை ரூபாய் நூற்று முப்பத்தைந்து. தூத்துக்குடி சரோஜினி ஸ்டோர்ஸ் ஜவுளி பாக்கி சுமார் ரூபாய் முப்பது. சில்லரைக் கடன் ரூபாய் அறுபது. வன்னியஞ் செட்டியார் எண்ணெய்க் கடைக்கு சுமார் ரூபாய் முப்பது. சில்லரைக் கடன் ரூபாய் அறுபது. இன்ஸ்பெக்டர் பிள்ளைக்கு ரூபாய் இருபது. சோம்நாத்துக்கு ரூபாய் பதினாறு. வேதவல்லிக்கு ரூபாய் ஐம்பது ஆக மொத்தம் ரூபாய் எண்பத்து ஆறு.

என் தம்பி மீனாட்சி சுந்தரத்துக்குச் சாப்பாடு கிடைப்பதற்கு ஏற்பாடு செய்ய வேண்டும். இப்போது செய்ய வேண்டிய

அவசரக்காரியம் ருதுவாயிருக்கிற என் மக்களிருவரில் மூத்தவளாகிய சௌபாக்கியவதி ஆனந்தவல்லி அம்மாவுக்கு விரைவில் கல்யாணம் செய்து வைக்க வேண்டும். இப்போது சுமார் ரூபாய் ஐந்நூற்றுக்கு அவளிடத்தில் நகைகள் இருக்கின்றன."

படிப்போருக்குக் கண்ணீர் மல்கச்செய்யும் இந்த உயில் வ.உ.சி. யை மறந்துவிட்ட தமிழர்களின் கல் நெஞ்சைக் கரைக்கப் பயன்படவில்லை. திலகர் இறக்கும்வரை அவரது நிதியிலிருந்து வ.உ.சி.க்கு ரூ.50 தொடர்ந்து வந்துகொண்டிருந்தது.

1932ம் ஆண்டு வ.உ.சி.க்கு அறுபதாம் ஆண்டு நிறைவு விழாவையொட்டி அவரைக் கௌரவிக்கும் விதமாகவும், அவரது தேசபக்திக்கு நன்றியறிவிக்கும் விதமாகவும் பணமுடிப்பு வழங்க வரதராஜுலு நாயுடு தமிழ்நாடு பத்திரிகையில் விளம்பரம் செய்தார். ஆனால், போதிய அளவில் பணம் அளிக்க யாரும் முன்வரவில்லை. பின்பு, பணமுடிப்பு முயற்சி கைவிடப்பட்டது. அவர் வாழும் காலத்திலேயே தமிழ் மக்கள் அவரது தேசப் பங்களிப்பை மறந்துவிட்டனர். (நன்றி - ரெங்கையா முருகன்)

வ.உ.சி. தனது குடும்பத்தினருக்கு 26.10.1936ல் உயில் எழுதி அதை நிறைவேற்றுபவராக ஆ.சே.சு.கந்தசாமி ரெட்டியார் அவர்களை நியமிக்கிறார். அந்த உயிலில் தனது கடன்களைக் குறிப்பிடுகிறார். வீட்டு வாடகை பாக்கி ரூ.135, துணிக்கடை பாக்கி ரூ.30, எண்ணெய்க்கடை பாக்கி ரூ.30, சில்லறைக் கடன் ரூ.50, தனிநபர்களுக்குத் தரவேண்டிய கடன் ரூ.86 என்று குறிப்பிட்டுள்ளார். வ.உ.சி.க்கு ஆயுள் தண்டனை விதிக்கப்பட்டதை அறிந்த உடன்பிறந்த தம்பி மீனாட்சிசுந்தரம் பிள்ளை மனங்கலங்கிப் பைத்தியமானார். 'எனது தம்பி மீனாட்சிசுந்தரம் பிள்ளைக்குச் சாப்பாடு கிடைப்பதற்கு ஏற்பாடு செய்ய வேண்டும்' என்று தமது உயிலில் குறிப்பிட்டுள்ளார்.

1936ம் ஆண்டு செப்டம்பர் மாதம் முதல் நவம்பர் மாதம் வரை வ.உ.சி. மரணப்படுக்கையில் இருந்தார். அப்போது தம்மைப் பார்க்க வருவோரிடம் சைவ, வைணவப் பாடல்களைப் படிக்கச் சொல்லி அவற்றைக் கேட்டுக் கொண்டிருந்தார். வ.உ.சி. சுதந்திர இந்தியாவைக் காண விரும்பினார். 'இரண்டாம் உலகப் போர் மூண்டால் இந்தியா சுதந்திரம் பெறுவது உறுதி' என்று அவர் கூறிவந்தார்.

தீபாவளிப் பரிசாகத் தூத்துக்குடி வக்கீல் சங்கத்தார் ரூ.75 பணமுடிப்பு கொடுத்தார்கள். மறுநாள் 18.11.1936 புதன் கிழமை பாரதியார் எழுதிய 'எந்தையும் தாயும் மகிழ்ந்து குலாவி

இருந்ததுமிந் நாடே!' மற்றும் 'என்று தணியுமெங்கள் சுதந்திர தாகம்' என்ற பாடல்களைப் பாடச் சொல்லிக்கேட்டார். 'சுதந்திரத்தைக் காணக் கொடுத்து வைக்காமல் போனேனே' என்று கூறி உயிரைவிட்டார்.

பிறந்தது முதலே வளமாக வாழ்ந்த வ.உ.சி. இளம்வயதிலேயே சுதந்திரப் போராட்டத்தில் ஈடுபட்டு வறுமையில் வீழ்ந்தார். கோடியில் புரண்ட அவர் இந்திய விடுதலைக்காகத் தெருவில் இறங்கிப் போராடித் தெருக்கோடிக்கு வந்தார்.

6

படிப்பாளி

'மாநிலம் கொண்டிட வள்ளியும் உவந்திட
திருவள்ளுவரின் தெய்வ மாமறையின்
பெருவளக் குறள் சில பேணிப் படித்தேன்.'

- வ.உ.சி.

வ.உ.சி. தன்னுடைய ஆறாம் வயதில் வீரப் பெருமாள் அண்ணாவி என்ற தமிழாசிரியரிடம் தமிழ் கற்றுக்கொண்டார். (அந்தக் காலத்தில் பள்ளிக்கூட ஆசிரியரை 'அண்ணாவியர்' என்று அழைத்தனர்).

ஆத்திசூடி, உலகநீதி, கொன்றைவேந்தன், வெற்றிவேற்கை, நீதிவெண்பா, மூதுரை போன்ற நீதி நூல்களையும் எண்சுவடி, குழிப்பெருக்கம் ஆகிய கணக்கு நூல்களையும் ஊன்றிப் படித்தார். தன்னுடைய பாட்டனாரிடமிருந்து ராமாயணக் கதைகளையும் பாட்டியாரிடமிருந்து சிவபுராணக் கதைகளையும் கேட்டறிந்தார். அல்லிக்குளத்துச் சுப்பிரமணிய பிள்ளையிடம் மகாபாரதக் கதைகளைக் கேட்டறிந்தார். அரசாங்க அலுவலரான திரு. கிருஷ்ணன் வ.உ.சி.க்கு இரவு நேரங்களில் ஆங்கிலம் கற்பித்தார். ஒட்டப்பிடார புதிய பள்ளியின் ஆசிரியர் அறம் வளர்த்த நாத பிள்ளையிடம் பயின்றார்.

வ.உ.சி. தனது பதினான்காம் வயதில் தூத்துக்குடியில் உள்ள ரோமன் கத்தோலிக்க புனித சேவியர் உயர்நிலைப் பள்ளியில் சேர்ந்தார். (நன்றி - ஆதாரம் - https://www.tamildigitallibrary.in)

பின்னர் கால்டுவெல் உயர்நிலைப் பள்ளியில் சேர்ந்து மெட்ரிகுலேஷன் தேர்வில் வெற்றி பெற்றார். பின்னாளில் கஸ்தூரி ஐயங்கார், அண்ணாத்துரை

ஐயர் ஆகியோரிடம் ஆங்கிலத்தையும் தமிழறிஞர் சவரிராய பிள்ளையிடம் தமிழையும் கற்றுக்கொண்டார். சாமிநாத பிள்ளை, சண்முகம் பிள்ளை போன்ற ஆசிரியர்களிடமும் இவர் பயின்றுள்ளார். சோழவந்தான் அரசஞ்சண்முகனாரிடம் தொல்காப்பிய உரை கேட்டறிந்தார்.

வ.உ.சி. வேதாந்தத்தில் மிக்க ஈடுபாடும் பயிற்சியும் கொண்டவர். வேதாந்தத்தை விளக்கும் 'கைவல்யம்', 'விசார சாகரம்' எனும் இரு பெரும் தத்துவ நூல்களைக் கசடறக் கற்றுத் தேர்ந்தவர். கைவல்யம் என்பது 'கைவல்ய நவநீதம்'. வ.உ.சி.யின் வேதாந்த கல்விக்கு உற்ற துணைபுரிந்தவர் அவருடைய நண்பர் சுவாமி வள்ளிநாயகம்.

முத்தமிழ் வித்தகராக விளங்கிய சிதம்பரம் பிள்ளை மதுரை தமிழ்ச்சங்கப் புலவராகத் திகழ்ந்தவர். தமிழ் இலக்கிய இலக்கண வித்தகர். அவர் தமிழ், மலையாளம், தெலுங்கு, ஆங்கிலம் ஆகிய மொழிகளிலே புலமை பெற்றவர். சிதம்பரனார் நாட்டுத் தொண்டு, மொழித் தொண்டு என்ற இரண்டையும் கண்களைப் போலக் காப்பாற்றிய கலை இயல் வளர் நிபுணராக இருந்தார். அதனால்தான் அவரால் ஒரு நூலாசிரியராகவும் உரையாசிரியராகவும் பதிப்பாசிரியராகவும் மொழிபெயர்ப்பாசிரியராகவும் தத்துவஞான ஆசானாகவும் பணியாற்றும் திறனாளராக இருக்க முடிந்தது.

தமிழறிஞரும் பேராசிரியருமான வையாபுரிப்பிள்ளை, வ.உ.சி பற்றிக் குறிப்பிடும்போது, 'தேசிய விஷயங்களில் உழைத்துவந்தவர், இப்போது தாய்மொழியாகிய தமிழின் பொருட்டு உழைக்க முன்வந்து சென்னையில் தங்கினார்' என்கிறார்.

சிறைவாழ்க்கை வ.உ.சி.யை மொழியின் பக்கம் திரும்பும்படியான சூழ்நிலையை உருவாக்கிவிட்டது. இதன் பின்னர் தன் 24 ஆண்டுகளை இலக்கியம், இலக்கணம், சைவம் எனப் படிப்புக்காக, ஆராய்ச்சிக்காக வ.உ.சி. செலவிட்டார். வ.உ.சி. தமிழறிஞரானதோ இலக்கியப் பதிப்பாசிரியரானதோ தற்செயலாய் வந்ததல்ல. அவர் பிறந்த தென்பாண்டி நாடு தமிழ், சைவம் இரண்டுக்கும் களமாக இருந்த இடம். அவர் சிறையிலிருந்தபோதே திருக்குறள் உரைகளைப் படித்திருக்கிறார்.

பொ.யு. 19ம் நூற்றாண்டில் தமிழகக் காங்கிரஸ் தலைவர்கள் பொதுக்கூட்டங்களில் ஆங்கிலத்தில்தான் பேசினார்கள். இதனால் பெரிய கூட்டங்களுக்குச் சாதாரண மக்கள் வருவதில்லை. வேடிக்கை பார்க்கச் சிலர் வந்தனர். அந்தக் காலத்தில் 'தி இந்து' (ஆங்கிலம்) நாளிதழில் ஒரு வாசகர், 'நமது ஜனத்தலைவர்கள்

இங்கிலீசில் யோசிப்பதையும் பேசுவதையும் நிறுத்தினால் ஒழிய நமது பாஷை மேன்மைப்பட இடமில்லை' என்று எழுதியதை பாரதி மேற்கோள் காட்டினார். வ.உ.சி இதைத் தலைவர்களிடம் சுட்டிக் காட்டியிருக்கிறார்.

மொழிப்பற்று வழி நாட்டுப் பற்று உருவாகும். அதனால், தலைவர்கள் கூட்டங்களில் தமிழில் பேசவேண்டும் என வ.உ.சி. வேண்டுகோள் விடுத்தார். மேடைகளிலும் பேசினார். வ.உ.சி. பதிப்பாசிரியர், கட்டுரையாசிரியர், மொழி பெயர்ப்பாளர், உரையாசிரியர் எனப் பன்முகம் கொண்டவர். இவர் பதிப்பித்தவற்றில் தொல்காப்பியம், சிவஞான போதம், திருக்குறள் ஆகிய மூன்றும் முக்கியமானவை.

தொல்காப்பியம் இளம்பூரணத்தை வ.உ.சி. பதிப்பித்ததை வையாபுரிப்பிள்ளை எழுதியிருக்கிறார். தொல்காப்பியம் பொருளதிகாரத்தின் முதல் இரண்டு இயலை வ.உ.சி வெளியிடும்போது செல்வக்கேசவராய முதலியார் உதவியிருக்கிறார். பின்னர் வ.உ.சி.யும் வையாபுரிப்பிள்ளையும் இணைந்து பொருளதிகாரம் முழுவதையும் பதிப்பித்திருக்கின்றனர்.

திருக்குறளுக்குப் பரிமேலழகர் உரையில் சில இடங்களில் பிழை உள்ளது என்ற கருத்துடையவர் வ.உ.சி. அவருக்குப் பிடித்த உரையாசிரியர் மணக்குடவர். இந்த உரை தமிழ்ப் பண்பாடு கருதி எழுதப்பட்டது என்று கருதினார் அவர். 1918ல் வ.உ.சி.யின் மணக்குடவர் உரை வெளிவர தென்னாப்பிரிக்கத் தமிழர்கள் உதவியிருக்கின்றனர்.

பதினெண்கீழ்க்கணக்கு நூற்களில் இன்னிலையும் ஒன்று என நம்பி அதைப் பதிப்பித்தார் வ.உ.சி. அவர்கள். இப்பதிப்பு போலியானது, தவறானது என மயிலை சீனி வெங்கடசாமி, மு. அருணாசலம் போன்றோர் எழுதிய பின்பு வ.உ.சி.யின் பதிப்பு தவறானது என்று தெரிந்தது. 1931ல் அனந்தராம ஐயர் பதினெண்கீழ்க்கணக்கு நூற்களில் ஒன்று 'கைந்நிலை' எனப் பதிப்பித்த பின்னர் வ.உ.சி. மனம் நொந்திருக்கிறார். இதை வையாபுரிப்பிள்ளையும் கு.அருணாசலக்கவுண்டரும் குறிப்பிட்டிருக்கிறார்கள்.

திருநெல்வேலியைச் சேர்ந்த சொர்ணம் பிள்ளை என்பவர் 'இன்னிலை' என்ற பேரில் ஒரு நூலின் ஏட்டை வ.உ.சி.யிடம் கொடுத்து இது பதினெண்கீழ்க்கணக்கு நூற்களில் ஒன்று எனக் கூறியிருக்கிறார். வ.உ.சி.யிடம் இதற்குக் கணிசமாகப் பணமும் பெற்றிருக்கிறார். வ.உ.சி. அந்த ஏட்டை வெளியிட்டிருக்கிறார். சொர்ணம்பிள்ளை இதுபோலவே வேறு சிலரையும் ஏமாற்றியிருக்கிறார். அவர்களில் ஒருவர் வ.வே.சு.ஐயர்.

வ.உ.சி. சிவஞானபோதத்தை 1935ல் உரையுடன் வெளியிட்டிருக்கிறார். இதன் இரண்டாம் பதிப்பை முன்னுரை, பின்னிணைப்புகள், படங்களுடன் ஆ.இரா.வேங்கடாசலபதி வெளியிட்டிருக்கிறார்(1999). இப்பதிப்பில் வ.உ.சி சைவ சித்தாந்தம் தொடர்பாக எழுதி வெளிவராத ஒரு கட்டுரையும் உள்ளது.

வ.உ.சி. ஆரம்பத்திலிருந்தே சைவசமயம் தொடர்பான செய்திகளில் தீவிரமாய் இருந்தார். அவர் சிறையிலிருந்து வெளிவந்த பின் சென்னையிலும் (1913-1920) கோயம்புத்தூரிலும் (1920-24) வாழ்ந்தபோது சைவம், தமிழ் ஆகிய இரண்டும் அவரை விடவில்லை. இக்காலங்களில் யோக வாசிஷ்டத்தை முறையாகப் படித்ததைச் சொல்லியிருக்கிறார்.

வ.உ.சி.யின் சிவஞானபோத இரண்டாம் பதிப்புக்கு அணிந்துரை எழுதிய சி.சு.மணி, 'வ.உ.சி கடும் சைவத்தைக் கடுமையாக எதிர்கொண்டிருக்கிறார். அவருடைய சீர்திருத்த எண்ணங்கள் வேதாந்தத்தோடு சித்தாந்தத்தைச் சமரசம் காண வைத்துள்ளன' என்கிறார். பொதுமக்கள் புரியும்படியான உரை வேண்டும் என்பதற்காகச் சிவஞானபோத நூலுக்கு உரை எழுதியதாக வ.உ.சி. கூறுகிறார்.

வ.உ.சி.'மனம் போன வாழ்வு','அகமே புறம்','வலிமைக்கு மார்க்கம்', 'சாந்திக்கு மார்க்கம்' என்ற நூற்களை மொழிபெயர்த்திருக்கிறார். வ.உ.சி.யை பிரிட்டிஷ் எழுத்தாளர் ஜேம்ஸ் ஆலன் பெரிதும் கவர்ந்திருக்கிறார்.

எழுத்தாளர் ஜேம்ஸ் ஆலன்

ஜேம்ஸ் ஆலன் மனவூக்கம் அளிக்கும் புத்தகங்களையும் கவிதைகளையும் எழுதியமைக்காகவும் தன்னுதவி இயக்கத்தின்

முன்னோடியாக இருந்தமைக்காகவும் அறியப்படும் ஓர் ஆங்கில மெய்யியல் எழுத்தாளர். அவருடைய சிறந்த படைப்பான 'ஒரு மனிதனின் சிந்தனையின்படி' என்ற நூல் 1903ம் ஆண்டு பதிப்பிக்கப்பட்டது முதலே பெருமளவில் விற்பனையாகி வருகின்றது. இந்த நூல் தன்முனைப்பு மற்றும் தன்னுதவி நூல்களை இயற்றும் எழுத்தாளர்களுக்கு மனவூக்க ஊற்றாக இருந்து வருகிறது.

ஜேம்ஸ் ஆலன், இங்கிலாந்தின் லெஸ்டர் பகுதியில் உழைக்கும் வகுப்புக் குடும்பத்தில் மூன்று ஆண்பிள்ளைகளில் மூத்தவராக 28 நவம்பர் 1864ம் நாள் பிறந்தார். அவருடைய தந்தை தொழிலகப் பின்னல் வினைஞர். ஆலனின் பதினைந்தாம் வயதில் அவரது தந்தை அமெரிக்கா சென்றார், நியூயார்க் சென்ற இரண்டாம் நாளிலேயே அவர் இறந்துவிட்டதாக அறிவிக்கப்பட்டார். குடும்பச் சூழல் காரணமாக, ஆலன் தனது பள்ளிப் படிப்பை விடுத்துப் பணிபுரியச் சென்றார். 1890களில் பல உற்பத்தி நிறுவனங்களில் அவர் உதவியாளராகவும் தனிச்செயலராகவும் பணிபுரிந்தார்.

1893ல் லண்டனுக்கும் பின்னர் தென் வேல்சுக்கும் சென்று இதழியல் துறையில் பணியாற்றினார். 1895ம் ஆண்டு லில்லி ஒரமை மணம்புரிந்தார். 1898ம் ஆண்டு, தன் ஆன்மிக, சமூக ஈடுபாடுகளை வெளிப்படுத்தக்கூடிய வகையில் பொற்காலத்துக்கான கட்டியங்கூறு என்ற இதழின் எழுத்தாளரானார். 1901ல் 'வறுமையிலிருந்து வலிமைக்கு' என்ற முதல் படைப்பை வெளியிட்டார். அது முதற்கொண்டு பல நூல்களை எழுதினார். அதிலும் விவிலியத்தின் பழைய ஏற்பாடு நீதிமொழி 23:7-ன் சொற்றொடரைத் தலைப்பாகக் கொண்டு 1903ல் எழுதிய 'ஒரு மனிதனின் சிந்தனையின்படி' என்ற புத்தகம் மனவூக்கக் கருத்துகளால் உலகம் முழுவதும் புகழ்பெற்றது.

அந்தப் புத்தகத்தின் வெற்றியின் காரணமாக அவர் செய்துவந்த தனிச்செயலர் பணியைத் துறந்து எழுதுவதையே தன் முழு நேர வேலையாகக் கொள்ளமுடிந்தது. அதே ஆண்டில் அவர் தன் குடும்பத்தினருடன் டேவனிலுள்ள இல்பிராகோம்புக்கு இடம்பெயர்ந்தார். அவர் தாம் இறப்பதற்கு முன்புவரை, அதாவது 24 ஜனவரி 1912ம் நாள் வரை அவர் தொடர்ந்து ஒன்பது ஆண்டுகள் எழுதி மொத்தம் பத்தொன்பது படைப்புகளை வெளியிட்டார்.

அவர் இறந்த பின்னர் அவருடைய மனைவி, அவருடைய படைப்புகளை த எபோ என்ற பெயரில் தொடர்ந்து

வெளியிட்டார். இவர் (லில்லி ஆலன்) தனது கணவரின் இறப்புக்குப் பின் வெளியான 'மகிழ்ச்சிக்கும் வெற்றிக்குமான அடிக்கற்கள்' என்ற நூலில், தன் கணவரின் இலக்கிய நோக்கைப் பற்றி, 'அவர் ஒருபோதும் கோட்பாடுகளையோ, எழுதவேண்டுமே என்பதற்காகவோ எழுதவில்லை. மாறாக, அவரிடம் ஏதாவதொரு செய்தி இருந்தால் மட்டுமே அவர் எழுதுவார். அவர் தன் வாழ்க்கையில் கடைப்பிடித்து அது நன்மை என்றுணர்ந்த பின்னரே அதையும் செய்தியெனக் கொள்வார். எனவே, அவருடைய வாழ்வில் செயல்படுத்தி மெய்ப்பித்தவற்றை மட்டுமே, அந்த உள்ளமைகளை மட்டுமே அவர் எழுதினார்' என்று குறிப்பிட்டார்.

ஆலன் கீழைநாட்டுத் தத்துவங்களில் ஈடுபாடுடையவர். வ.உ.சி. மொழிபெயர்த்த ஜேம்ஸ் ஆலனின் 'மனம் போல வாழ்வு' என்ற நூல் 13 பதிப்புகளைக் கண்டிருக்கிறது. வ.உ.சி. வாழ்ந்தபோதே இப்பதிப்புகள் வந்தன. 'வலிமைக்கு மார்க்கம்' நூல் 9 பதிப்பும் அகமே புறம் 6 பதிப்பும் பெற்றன. 'ஒரு வகையில் வ.உ.சி.யின் வாழ்வாதாரத்துக்குக் கடைசிக் காலத்தில் ஜேம்ஸ் ஆலன் உதவியிருக்கிறார்' என்று பேராசிரியர் முனைவர் அ.கா.பெருமாள் தெரிவித்துள்ளார்.

7

படைப்பாளி

'தமிழர்களெல்லாரும் வள்ளுவர் குறளை உரையுடன் அறிந்து பாராயணம் செய்துவர வேண்டும். 1330 குறளையும் பொருளுடன் உணர்ந்திலாத தமிழர் முற்றத்துறந்த முனிவரேயாயினும் என்னைப் பெற்ற தந்தையேயாயினும் யான் பெற்ற மக்களேயாயினும் யான் அவரைப் பூர்த்தியாக மதிப்பதுமில்லை; நேசிப்பதுமில்லை.'

– வ.உ.சி.

சிதம்பரம் பிள்ளை, 'மெய்யறம்', 'மெய்யறிவு', 'வலிமைக்கு மார்க்கம்', 'சாந்திக்கு மார்க்கம்', தனது முதல் மனைவி நினைவாக 'வள்ளியம்மை சரித்திரம்' என்ற நூல்களை எழுதினார். மனித குலத்தை மேம்படுத்தும் எண்ணங்களை அடிப்படையாகக் கொண்டு மேற்கண்ட புத்தகங்களில் தத்துவங்களைப் பொழிந்த ஞானியாக நடமாடினார்.

கண்ணனூர் சிறையிலே சிறைத் தண்டனைகளை அனுபவித்துக் கொண்டே 'மெய்யறிவு' என்ற தத்துவ நூலைச் செய்தவர் சிதம்பரம் பிள்ளை. திருவள்ளுவரின் திருக்குறளை அமுதமாக உண்டவர். திருக்குறள் கூறும் அறங்களை எல்லாம் தொகுத்து அறத்துக்கென ஒரு வடிவ நூலாக 'மெய்யறம்' வடித்தவர். இந்த நூலில் திருவள்ளுவரால் கூறப்படாத பல புதிய அறங்களைக் கூறி வழி நூலாக வழிகாட்டினார்! எடுத்துக்காட்டாக, துணையிழந்தாரை மணப்பது புண்ணியம் என்று விதவை வாழ்வைப் போற்றி அறம் கூறியவர் அவர்.

மங்கையர் மற்ற ஆண்களை மறந்தும் நாடக் கூடாது என்பதற்கேற்றவாறு, ஆண்களும் மற்ற பெண்களை

மறந்தும் நாடுவது பெரும் பாதகம் என்று கூறிய நெறியாளர் சிதம்பரம் பிள்ளை. இவையெல்லாம் 'மெய்யறம்' நூலிலே படித்துச் சிந்திக்கலாம். சமயப் பழக்கவழக்கங்களிலே சில சந்தர்ப்பவாத ஆன்மிகர்களால் புகுத்தப்பட்ட ஆன்மிகக் கோட்பாடுகளையும் அவர் சாடி, தனது புரட்சி மனப்பான்மையைக் காட்டியுள்ளார்.

திருக்குறள் என்ற வாழ்வியல் மறைக்குப் பரிமேலழகர் சில குறட்பாக்களுக்கு நேர் பொருள் கொள்ளாமல், மாறுபட்ட உரைகளைக் கண்டுள்ளார் என்று எண்ணிய சிதம்பரம் பிள்ளை, மற்றோர் திருக்குறள் உரையாசிரியரான மணக்குடவரை மனமாரப் பாராட்டி, வள்ளுவர் உள்ளத்தை உணர்ந்தவர் மணக்குடவரே என்று போற்றி, மணக்குடவர் உரையைத் திருத்தமாக வெளியிட்டார்.

திருக்குறள் நூல் அறிஞர்களுக்காக மட்டுமே எழுதிய வேத நூலல்ல. எல்லா வகையினரும் எளிதாக உணர்ந்துகொள்ள வேண்டிய வாழ்வியல் புதையல் நூல் என்றுணர்ந்து, எளிய விளக்க உரை ஒன்றைத் திருக்குறளுக்கு எழுதிய தமிழ்த் தொண்டர் சிதம்பரம் பிள்ளை. திருவள்ளுவரின் திருக்குறள், சிவஞான போதம், கைவல்ய நவநீதம் என்ற நீதி நூல்களினும் சித்தாந்த நூல்களினும் வேதாந்த நூல்களினும் ஒப்புயர்வற்ற சிறந்த மேன்மையான நூல் என்று அவர் எழுதிய தனது சிவஞான போதம் என்ற நூலின் முன்னுரையில் கூறியுள்ளார்.

தமிழ்மொழியின் பழமையான இலக்கண நூலான தொல்காப்பியம் என்ற நூலிலே, இளம்பூரணர் இயற்றிய உரை மிக எளிமையாக இருப்பதால், அதனைப் பல சுவடிகளோடு ஒப்பிட்டுப் பார்த்து, 'இளம்பூரணம்' என்ற நூலை வெளியிட்டவர் சிதம்பரம் பிள்ளை. தொல்காப்பிய பொருளதிகாரப் பகுதிக்கும் அதேபோல ஒரு திருத்தமான பதிப்பையும் சிதம்பரம் வெளியிட்டார். அதன் எஞ்சிய பகுதிகளையும் சுவடிகள் பலவற்றோடு ஒப்புநோக்கி, வையாபுரிப்பிள்ளை போன்ற அறிஞர்களின் ஆய்வறிவோடும் சிதம்பரம் பிள்ளை தனது பெயரோடு வையாபுரியார் பெயரையும் இணைத்து ஒரு பதிப்பாகத் தொல்காப்பியத்தை வெளியிட்டார்.

பதினெண்கீழ்க்கணக்கு நூல்களுள் ஒன்றான 'நன்னிலை' என்ற நூலுக்கும் சிதம்பரனார் எளிய உரை எழுதினார். சைவ சித்தாந்தத்தில் பழுத்த ஞானமுடைய சிதம்பரம் பிள்ளை 'சிவஞான போதம்' என்ற சைவ தத்துவ நூலுக்கு நயமான, எளிமையான உரை ஒன்று எழுதினார். ஆங்கில மொழியிலே எழுதிய ஜேம்ஸ் ஆலன் என்ற ஆங்கிலப் பேராசிரியரது வாழ்வியல் ஒழுக்க ஞான நூலை, தமிழில் மொழியாக்கம்

செய்து ‘மனம் போல வாழ்வு’, ‘அகமே புறம்’ என்ற பெயரில் வெளியிட்டுள்ளார்.

நமது நாட்டின் சமய அறிவையும் நெறிகளையும் மக்கள் சரியாகப் பின்பற்றவில்லை. அவர்களது அரைகுறையான சமய ஞானத்தால் நமது நாடு வீழ்ச்சி அடைந்தது. எல்லாம் விதியின் வழியே நடக்கும் என்ற கொள்கைக்குத் தவறான பொருள் கொண்டுவிட்டார்கள். அதனால் மக்கள் செயலற்றுச் சோம்பினார்கள். விதி விதி என்று ஆழ்கின்றார் வீணாகத் துன்பில், விதிவிதிக்கத் தம்மையன்றி வேறு - பதி ஒருவன் உண்டென்று நம்பிய ஒரு சிலர், இங்கு அன்னாரின், கண்டறியேன் - பேதையரைக் காண் என்று சிதம்பரம் பிள்ளை தனது மெய்யறிவு நூலில் கூறுகின்றார்.

அறநெறிகளைப் போற்றாத, கடைப்பிடிக்காத மக்கள் என்றும் உயர்வு பெற முடியாது என்பது பிள்ளையின் சித்தம். இதை அவர், ‘அகமே புறம்’ என்ற நூலில்,

‘அறத்தை அறிய அறிவே மறமாம்;
அறத்தைப் பிழைத்த அறிவே மிருகம்;
அறத்தைப் புரியும் அறிவே மனிதன்;
அறத்தைக் காக்கும் அறிவே கடவுள்’

என்று சிதம்பரம் பிள்ளை அறம் என்ற தத்துவத்தின் மூலமாக மிருகத்தன்மை, வீரத்தன்மை, மனிதத்தன்மை, தெய்வத்தன்மை ஆகியவற்றை அற்புதமாகத் தெளிவுபடுத்தியுள்ளார். படித்து உணர்க!

இவ்வளவு அரிய ஆற்றல்கள் சிதம்பரம் பிள்ளையிடம் ஆமைபோல் அடங்கி, அரசியல் புரட்சி மட்டுமே தலைதூக்கி மக்களை உணர்ச்சியின் உருவங்களாக, எஃகு உள்ளங்களாக மாற்றிடும் திறமையும் எழுச்சியும் அவரிடம் அமைந்திருந்ததால்தான் மகாகவி பாரதியார் அவரைத் ‘தமிழகத்தார் மன்னன்’ என்று தனது கவிதையிலே ஏற்றிப் போற்றிப் பாடினார்.

கவிமணி தேசிக விநாயகம் பிள்ளை சிதம்பரம் பிள்ளையை ‘ஒப்பே கூற முடியாத செந்தமிழ் அறிவுச் செல்வன்’ என்றார். ஆனால், தேசியத்தைக் கவிதையிலே எளிமையும் அற்புதமுமாகப் பாடிய நாமக்கல் கவிஞர் ராமலிங்கம் பிள்ளை, ‘சிதம்பரனாரிடம் வேதாந்த சித்தாந்த மணமே வீசும்’ என்று அவரைத் ‘தத்துவஞானத் தலைவன்’ என்று நாட்டுக்கு அடையாளம் காட்டினார்!

வ.உ.சி. இயற்றிய நான்கு நூல்களுமே கவிதைகளால் ஆனவைதான். அவை: 1.மெய்யறம் 2.மெய்யறிவு 3.பாடல் திரட்டு 4.சுயசரிதை.

மெய்யறம் - 1914

வ.உ.சி. கண்ணனூர்ச் சிறையில் இருக்கும் பொழுது எழுதிய நூலே 'மெய்யறம்' ஆகும். அவர் விடுதலை பெற்ற பின்னர் அந்த நூல் வெளியிடப்பட்டது. வ.உ.சி. அந்த நூலைத் தஞ்சாவூரைச் சேர்ந்த ராவ் பகதூர் திரு.சீனிவாச பிள்ளை என்பவருக்குச் சமர்ப்பித்துள்ளார். இவர் தமிழ் இலக்கிய வரலாற்றை முதன் முதலில் எழுதியவர் ஆவார். வ.உ.சி. காலத்திலேயே இந்நூல் மூன்று பதிப்புகள் கண்டுள்ளது. முதல் பதிப்பு சென்னையில் ப்ரோக்ரஸிவ் அச்சகத்தில் 1914ம் ஆண்டு அச்சிடப்பட்டது. இரண்டாவது பதிப்பு சென்னையில் கலா ரத்னாகரா அச்சகத்தில் 1917ம் ஆண்டு அச்சிடப்பட்டது. மூன்றாவது பதிப்பு அம்பாசமுத்திரத்தில் சண்முக விலாஸ் அச்சகத்தில் 1930ம் ஆண்டு அச்சிடப்பட்டது.

'மெய்யறம்' என்ற சொல்லில் இரு பகுதிகள் உள்ளன. முதல் பகுதி 'மெய்', இரண்டாம் பகுதி 'அறம்'. 'மெய்' என்றால் உண்மை என்று பொருள். 'அறம்' என்பது தர்ம நெறி ஆகும். வ.உ.சி. இந்நூலில் உண்மையான அறத்தைப் பற்றி இளம் வயதினரும் புரிந்துகொள்ளும் வகையில் விளக்கி உள்ளார். இந்நூல் மிக எளிய, சிறிய வரிகளின் தொகுப்பு ஆகும். இது அனைத்து வயதினருக்கும் ஏற்றது ஆகும். இந்நூல் தெளிந்த சிந்தனை, வாழ்க்கையைப் பற்றிய அறிவு, ஞானம் இவற்றை அளிக்கக் கூடியது ஆகும். இந்நூலில் இருந்து ஒழுக்கம், கலாசாரம், வாழும் முறை இவை குறித்து நாம் அறியலாம். இளைஞர்கள் நல்வாழ்க்கை வாழ நன்னடத்தையைக் கற்பிக்கிறது. இது அறிவுரைகளைக் கட்டளைகளாகக் கூறுகிறது. மெய்யறம் என்னும் இந்நூலில் ஐந்து பகுதிகளும் 125 அதிகாரங்களும் உள்ளன. ஓர் அதிகாரத்தில் பத்து வரிகள் உள்ளன. மொத்தம் 1250 வரிகள் உள்ளன. ஒவ்வொரு வரியும் ஓர் அறிவுரையைக் கூறுகிறது.

1. மாணவரியல்
2. இல்வாழ்வியல்
3. அரசியல்
4. மெய்யியல்
5. அந்தணரியல்

முதல் பகுதி மாணவர்களுக்கானது. அதில் 30 அதிகாரங்கள் உள்ளன. இரண்டாவது பகுதி இல்லறத்தார்களுக்கானது. அதுவும் 30 அதிகாரங்கள் உடையது. மூன்றாவது பகுதியில் ஓர் அரசன் எவ்வாறு இருக்க வேண்டும் என்று 50 அதிகாரங்களில் வ.உ.சி. விளக்குகிறார். நான்காவது பகுதி 10 அதிகாரங்களுடன் நன்னெறி

குறித்து விளக்குகிறது. கடைசிப் பகுதியில் உண்மையை அடைவது எப்படி என்று 5 அதிகாரங்களில் வ.உ.சி. விளக்குகிறார்.

முதல் பகுதியான 'மாணவரியல்' மாணவர்களுக்கானது. அது 30 அதிகாரங்கள் கொண்டது. இந்தப் பகுதியில் வ.உ.சி. இளமைப் பருவமே கல்வி கற்பதற்கு ஏற்ற பருவம் என்று குறிப்பிடுகிறார். இப்பருவத்தில் கற்க வேண்டியவற்றைக் கற்க வேண்டும், அறியக் கூடாதவற்றைத் தவிர்த்துவிட வேண்டும் என்றும் கூறுகிறார். மேலும் கடமை, அடக்கம், கல்வி, உடல் நலம் இவற்றின் முக்கியத்துவம் குறித்தும் விளக்குகிறார். அவர் நமது உடல், ஆன்மா, மனம் இவை குறித்தும் கூறியுள்ளார். நமது மனமே நமது செயல்களுக்குக் காரணமாகும். நமது உடலை, அதாவது ஐம்புலன்களைக் கட்டுப்படுத்துவது நமது மனமே ஆகும். ஆன்மா நமது மனத்தை வழி நடத்துகிறது. நமது விதியைத் தீர்மானிப்பது கடவுளல்ல, நாம்தான். ஏனெனில் நமது செயல்களின் பயனே நமது விதியாகும் என்று உறுதிபடக் கூறுகிறார். நமது நன்மைக்கும் தீமைக்கும் நமது செயல்களே காரணம். அதனால், நல்விதியை விரும்பினால் நல்ல செயல்களைச் செய்ய வேண்டும். மாணவர்கள் இறைச்சி, மது, திருட்டு, புறங்கூறுதல், பொய், இரத்தல், பொறாமை, போதைப் பொருட்கள், பயனில் சொல் போன்றவற்றை விலக்கும்படி வ.உ.சி. கூறுகிறார். மேலும் நட்பு, நன்றி மறவாமை, நடுநிலைமை, அடக்கம், ஒழுக்கம், முயற்சி, ஊக்கம் போன்றவற்றின் முக்கியத்துவம் குறித்தும் எடுத்துரைக்கிறார்.

இரண்டாவது பகுதி 'இல்வாழ்வியல்' ஆகும். இதில் 30 அதிகாரங்கள் உள்ளன. இதில் வ.உ.சி. இல்லறம் குறித்து விளக்குகிறார். வாழ்க்கைத் துணையைத் தேர்ந்தெடுப்பது குறித்து விளக்குகிறார். பின்னர் வாழ்க்கையை நல்ல முறையில் நடத்திச் செல்வதற்கும் அறிவுரைகள் கூறுகிறார். மறதி, காலம் தாழ்த்துதல், மடி, பேதைமை போன்றவற்றை நீக்க வேண்டும் என்றும் அதிக துயில், அச்சம், அதிக ஆசை, செருக்கு போன்றவற்றைத் தவிர்க்க வேண்டும் என்றும் வ.உ.சி. கூறுகிறார். பெற்றோர், குழந்தைகள், விருந்தினர், முன்னோர் ஆகியோரைப் பேணிப் பாதுகாப்பது நமது கடமை என்றும் அறிவுறுத்துகிறார். சமுதாய வாழ்க்கை, அன்பு, பொறுமை, ஈகை ஆகியவை எவ்வளவு முக்கியம் என்றும் கூறுகிறார்.

மூன்றாவது பகுதி 'அரசியல்' ஆகும். இதில் 50 அதிகாரங்கள் உள்ளன. இதில் ஒரு மன்னர் எப்படி அரசாள வேண்டும் என்று விளக்குகிறார். நல்ல அரசாங்கத்தின் முக்கியத்துவம், அதற்கு இருக்க வேண்டிய இயல்புகள் பற்றிக் கூறுகிறார். ஓர்

அரசன் பரிவுடன் இருக்க வேண்டும். எதையும் ஆலோசித்துச் செய்ய வேண்டும் என்று சொல்கிறார். ஒற்றர்கள், அமைச்சர்கள் ஆகியோரின் முக்கியத்துவம், ஒரு நாட்டின் சிறப்புகள் எவை, நாட்டிற்குப் பாதுகாப்பு எப்படி அளிக்க வேண்டும், தொழில்களின் சிறப்பு, படை எவ்வளவு அவசியம், ஓர் அரசன் மக்களுக்குச் செய்ய வேண்டிய கடமைகள் எவை என்று இந்தப் பகுதியில் தெளிவாகக் கூறுகிறார்.

10 அதிகாரங்கள் கொண்ட நான்காவது பகுதி 'அந்தணரியல்' ஆகும். இது துறவறம் பற்றிக் கூறும் பகுதி ஆகும். இதில் துறவிகளின் இயல்பு, அவர்களுக்கு ஒழுக்கம் எவ்வளவு முக்கியம், அவர்களுக்கு இருக்கக் கூடாத குணங்கள் (வெஃகாமை, வெகுளாமை, இன்னா செய்யாமை போன்றவை), அவர்கள் செய்ய வேண்டியவை (தவம், துறவு) ஆகியவற்றை விளக்குகிறார்.

இறுதிப் பகுதி 'மெய்யியல்' ஆகும். இதில் 5 அதிகாரங்கள் உள்ளன. இது மிகவும் நுட்பமானது. ஏனெனில் இது கடவுளைப் புரிந்துகொள்ள முயற்சிக்கும் அத்தியாயம் ஆகும். இதில் உண்மை நிலையை (கடவுளை) அடைவதற்கான வழிமுறைகளை எடுத்துரைக்கிறார். கடவுள்தான் உண்மை, மற்றவை எல்லாம் உண்மை அல்ல என்பதால், வ.உ.சி. கடவுளை 'மெய்' என்றே அழைக்கிறார். கடவுள் என்பது என்ன, கடவுளைப் புரிந்துகொள்வது எப்படி, உணர்வது எப்படி, அந்த நிலைமையை அடைவது எப்படி என்று படிப்படியாக விளக்குகிறார். இந்தப் பகுதி ஆழ்ந்து படிக்க வேண்டிய பகுதி ஆகும்.

ஒவ்வொரு அதிகாரமும் குறிப்பிடத்தக்க ஒழுங்குடன் உள்ளது. ஒவ்வொரு அதிகாரத்தின் முதல் வரியில் அதன் தலைப்பை விளக்குகிறார். அடுத்து வரும் வரிகளில் அதன் நன்மை, தீமைகளை எடுத்துச் சொல்கிறார். கடைசி வரியில் அதைப் பின்பற்ற வேண்டுமா அல்லது தவிர்க்க வேண்டுமா என்று ஆலோசனை கூறுகிறார். எடுத்துக்காட்டாக 29வது அதிகாரமான 'ஊக்கமுடைமை' என்ற அதிகாரத்தை எடுத்துக்கொள்ளலாம். முதல் வரியில் ஊக்கம் என்பது என்னவென்று கூறுகிறார். உயர்ந்த நிலையை அடைய வேண்டும் என்ற மன உறுதியே ஊக்கம் ஆகும். இரண்டாவது வரி ஊக்கமுடைமையின் அவசியத்தையும் அதனால் ஏற்படும் நன்மைகளையும் கூறுகிறது. மூன்றாவது வரி ஊக்கமில்லாதவர்களின் நிலையை விளக்குகிறது. நான்காவது, ஐந்தாவது வரிகள் ஊக்கமுடையவர்கள், ஊக்கமில்லாதவர்கள் இவர்களிடையே உள்ள வேற்றுமையை எடுத்துரைக்கின்றன. தொடர்ந்து வரும் வரிகளில் ஊக்கமுடைமையை மேற்கொள்வதற்கான ஆலோசனைகளை வழங்குகிறார். இவ்வாறு

ஒவ்வொரு அதிகாரமும் முழுமையாகவும் ஓர் ஒழுங்குடனும் உள்ளது.

ஒவ்வொரு வரியும் எளிமையாகவும் உறுதியான கருத்துடனும் உள்ளது. அது தெளிவாகவும் அழுத்தமாகவும் உள்ளது. எடுத்துக்காட்டாக நாம் 12வது வரியை எடுத்துக்கொள்வோம். ஒரு வரியில் நான்கு சொற்கள் உள்ளன. 'விதிசெய் கர்த்தா வினைசெய் யுயிரே'. இவ்வரியின் பொருள் செயல்களைச் செய்பவனே அவனது விதியைத் தீர்மானிக்கிறான் என்பது ஆகும். இச்சொற்கள் எளிமையாகவும் படித்தவுடன் பொருள் புரிந்து கொள்ளும்படியும் உள்ளன. வ.உ.சி. செயல்களைச் செய்பவனால் மட்டுமே அவனது விதியைத் தீர்மானிக்க முடியும் என்றும் வேறு யாராலும் அதைச் செய்ய முடியாது என்றும் உறுதியாகக் கூறுகிறார்.

வ.உ.சி. இந்நூலில் புரட்சிகரமான கருத்துகளையும் முன் வைக்கிறார். நூறு ஆண்டுகளுக்கு முன்னர் பெண்கள் கல்வி கற்பதற்கு எந்த முக்கியத்துவமும் அளிக்கப்படவில்லை. ஆனால் வ.உ.சி. பெண்களும் ஆண்களைப் போலவே கல்வி கற்பதற்குச் சம உரிமை உள்ளவர்கள் என்று வலியுறுத்துகிறார். ஏழாவது அதிகாரத்தில் ஆசிரியர்களின் நற்குணங்களைப் பற்றி விளக்குகிறார். இந்த அதிகாரத்தில் இரண்டாவது வரியில் ஆண், பெண் இருவருமே ஆசிரியராகத் தகுதி உடையவர்கள் என்று கூறுகிறார். அந்தக் காலகட்டத்தில் பெண்கள் கல்வி கற்பதே சாத்தியக் குறைவான விஷயம். ஆனால் வ.உ.சி. பெண்கள் கல்வி கற்பது மட்டுமல்லாமல் ஆசிரியர்களாகவும் ஆகலாம் என்று சிந்திக்கிறார்.

முப்பத்து மூன்றாவது அதிகாரத்தில் அவர் மறுமணம் குறித்துப் பேசுகிறார். அது உண்மையில் மிகவும் புரட்சிகரமான கருத்துதான். விதவைப் பெண் எவ்வளவு இளம் வயதினளாக இருந்தபோதும் தனிமையில்தான் வாழ வேண்டும் என்று சமூகம் எண்ணியிருந்த காலகட்டத்தில் 'துணையிழந்தாரை மணப்பது புண்ணியம்' என்று எழுதியுள்ளார். முப்பத்து நான்காவது அதிகாரத்தில் முதல் வரி: 'இருவரு ளறிவிற் பெரியவ ராள்க'. இரண்டாவது வரி: 'ஆண்பா லுயர்வெனல் வீண்பேச் சென்க'. வ.உ.சி. அவர் கருத்துகளில் மிகவும் தெளிவாக இருக்கிறார். ஆண்களைப் போலவே பெண்களும் அறிவுடையவர்களாக இருக்க முடியும் என்று அவர் கருதுகிறார். அதனால் ஒரு குடும்பத்தில் ஆணும் பெண்ணும் கலந்தாலோசித்து எல்லா விஷயங்களையும் செய்து மகிழ்ச்சியுடன் வாழ்வது விரும்பத் தகுந்தது என்று கூறுகிறார்.

வாழ்க்கையை நல்ல முறையில் வாழ்வதற்குச் செல்வம் மட்டும் போதுமானதல்ல, மன நிம்மதியும் அவசியம் என்று வ.உ.சி. எண்ணுகிறார். அதை அவர் ஓர் எடுத்துக்காட்டுடன் விளக்குகிறார். செல்வத்தால் கட்டிலை வாங்க இயலும். ஆனால், மன நிம்மதியே நல்ல உறக்கத்தைத் தரும் என்று புரிய வைக்கிறார். நிம்மதியாக வாழ்வதற்கு நாம் எவற்றைச் செய்ய வேண்டும் எவற்றைத் தவிர்க்க வேண்டும் என்று வழிகாட்டுகிறார். நம் உடல் நலத்தை நாம் பேண வேண்டும். ஏனெனில், உடல் நாம் நினைத்ததைச் செய்யும் ஓர் ஒப்பற்ற கருவி ஆகும். நாம் நம் மனத்தைக் கட்டுப்படுத்த வேண்டும். ஏனெனில் நம் மனம் ஆக்க, காக்க, அழிக்க வல்லது ஆகும். நம் பெற்றோரையும் குழந்தைச் செல்வங்களையும் பேணிக் காக்க வேண்டும். இவ்வாறு நமக்கு அவர் வாழும் வழிகளைக் கற்றுக் கொடுக்கிறார். நாம் அவற்றைப் பின்பற்றினால் மன நிம்மதியுடன் வாழ இயலும்.

மெய்யறிவு - 1915

வ.உ.சி. கண்ணனூர் சிறையில் இருக்கும்போது மற்ற கைதிகளுக்கு நீதி நெறிகளை விளக்குவார். அக்கைதிகள் இந்த அறிவுரைகள் செய்யுள் வடிவில் இருந்தால் மனனம் செய்ய எளிதாக இருக்கும் என்று வ.உ.சி.யிடம் கூறினார்கள். அவ்வாறு இயற்றப்பட்ட செய்யுள்களே மெய்யறிவு என்ற நூலாகும். அது 10 அதிகாரங்கள் உடையது. ஒவ்வொரு அதிகாரமும் 10 செய்யுள்கள் உடையது. ஒவ்வொரு செய்யுளும் 4 வரிகள் உடையது. இந்த நூலில் வ.உ.சி தன்னை அறிந்துகொள்வது எப்படி, நம் விதியைத் தீர்மானிப்பது எவ்வாறு, ஆரோக்கியத்தைப் பேணும் முறைகள், மனதை ஆளுவது எங்ஙனம், நம் மனத்தில் தீய எண்ணங்களை விலக்கி நல்ல எண்ணங்களை ஏற்படுத்துவது எப்படி, உண்மை நிலையை என்ன செய்ய வேண்டும் என்று விளக்குகிறார்.

பாடல் திரட்டு - 1915

இந்நூல் பல சந்தர்ப்பங்களில் வ.உ.சி. எழுதிய பாடல்களின் தொகுப்பாகும். இது அவரது தலைசிறந்த படைப்பாகும்.

சுயசரிதை - 1946

இது இரு பகுதிகளை உடையது. முதல் பகுதி 1916-ம் ஆண்டு வெளியிடப்பட்டது. அதில் அவர் தனது குழந்தைப் பருவம், ஆசிரியர்கள், குடும்பம், சட்டக்கல்வி இவற்றைப் பற்றிக் குறிப்பிடுகிறார். இரண்டாவது பகுதி 1930ம் ஆண்டு வெளியிடப்பட்டது. அதில் கோயம்புத்தூர் சிறை வாழ்க்கை, சிறை அதிகாரி மீது தாக்குதல், சிறையில் ஏற்பட்ட கலவரம்,

கண்ணனூர்ச் சிறை வாழ்க்கை, ஆஷ் கொலை, விடுதலை இவை குறித்து விளக்குகிறார். அவர் இறந்து 10 ஆண்டுகளுக்குப் பின்னர் 1946ம் ஆண்டு இரண்டு பகுதிகளும் சேர்ந்து ஒரே நூலாக வெளிவந்தது.

வ.உ.சி. சிவஞான போதம், திருக்குறள் ஆகிய நூல்களுக்கு உரை எழுதி உள்ளார்.

சிவஞான போதம் - 1935

சிவஞான போதம் ஒரு பக்தி நூலாகும். வ.உ.சி. இந்நூலுக்கு மிகச் சிறந்த விளக்க உரை எழுதியுள்ளார். இந்நூலினை ஆழமாக ஆராய்ச்சி செய்ததில் தத்துவம் மற்றும் பக்தியில் சிறந்தவர் ஆனார். மத வேற்றுமை காண்பவர்கள் 'யான், எனது' என்னும் மதவெறி பிடித்தவர்களென்றும் நாடு இருக்கும் ஒற்றுமையற்ற நிலையில் மத வேற்றுமை காண்பது நாட்டு ஒற்றுமைக்குத் தீங்கு ஏற்படுத்தக் கூடியது என்றும் வ.உ.சி. இந்நூலில் கூறுகிறார். அவர் இந்நூலில் மதங்களின் பொய்யான உயர்வு, தாழ்வு குறித்து ஒன்றும் எழுதவில்லை.

திருக்குறள் - 1935

பழந்தமிழ் இலக்கியங்களான திருக்குறள், தொல்காப்பியம் இவற்றின் மீது வ.உ.சி.க்கு அளவு கடந்த பற்று உண்டு. அவரது உரை அவரது ஆழ்ந்த இலக்கண அறிவை வெளிப்படுத்துகிறது. அவர் பொருள் கூறும் விதம், பல்வேறு உரைகளை ஒப்பிடும் விதம், அவர் தரும் இலக்கணக் குறிப்புகள் இவற்றின் மூலம் அவர் எவ்வளவு பெரிய மேதை என நாம் அறியலாம்.

வ.உ.சி.யால் பதிப்பிக்கப்பட்ட நூல்கள்

1. திருக்குறள் (மணக்குடவர் உரையுடன்) - 1917
2. தொல்காப்பியம் (இளம்பூரணனார் உரையுடன்) - 1928

வ.உ.சி பல்வேறு விஷயங்களைப் பற்றி வெவ்வேறு பத்திரிகைகளில் நிறையக் கட்டுரைகள் எழுதியுள்ளார். வ.உ.சி. எழுதிய நூல்கள் பல, போதிய நிதி வசதி இல்லாததால் பதிப்பிக்கப்படவில்லை. ஆனால் இப்பொழுது அக்கையெழுத்துப் பிரதிகள் கிடைக்கவில்லை. அவை காணாமல் போய்விட்டன. அவற்றுள் சில நமக்குக் கிடைத்துள்ளன.

1. கடவுளும் பக்தியும்
2. கடவுள் ஒருவரே
3. மனிதனும் அறிவும்

4. மனமும் உடம்பும்
5. வினையும் விதியும்
6. விதி அல்லது ஊழ்

வ.உ.சி. தலைசிறந்த மேடைப் பேச்சாளர். சேலத்தில் நடந்த மூன்றாவது காங்கிரஸ் மாநாட்டில் அவர் நிகழ்த்திய தலைமையுரை 'எனது அரசியல் பெருஞ்சொல்' என்ற தலைப்பில் வெளி வந்துள்ளது. வ.உ.சி. விவேகபாநு, இந்து நேசன், தி நேஷனல் போன்ற பத்திரிகைகளுக்கு ஆசிரியராகப் பணியாற்றியுள்ளார்.

மொழிபெயர்ப்பாளர் வ.உ.சி.

வ.உ.சி. நான்கு நூல்களை மொழிபெயர்த்துள்ளார். அவை யனைத்தும் ஜேம்ஸ் ஆலன் என்பவரால் எழுதப்பட்டது. மொழிபெயர்ப்புப் பணி அவ்வளவு எளிதானதல்ல. எளிதாகப் புரிந்துகொள்வதற்காகச் சில வார்த்தைகளைச் சேர்த்தும் சில வார்த்தைகளைத் தவிர்த்தும் மொழிபெயர்த்துள்ளதாக வ.உ.சி. கூறுகிறார்.

வ.உ.சி.யின் மொழிபெயர்ப்பு நிறைவானதாகவும் மதிப்பு மிக்கதாகவும் அவரது திறமையை வெளிப்படுத்துவதாகவும் அமைந்துள்ளது. அவை அனைத்துமே அறத்திற்கு முக்கியத்துவம் கொடுக்கக்கூடிய நூல்களாகும்.

மனம் போல் வாழ்வு - 1909

ஜேம்ஸ் ஆலனின் 'As a man Thinketh' என்ற நூலை வ.உ.சி. 'மனம் போல் வாழ்வு' என்று மொழிபெயர்த்தார். மனிதர்களின் எண்ணங்களே அவர்களது வாழ்க்கையைத் தீர்மானிக்கின்றன. எண்ணங்களே விதைகள். செயல்களே மலர்கள். இன்பங்களும் துன்பங்களும் கனிகள். எண்ணங்களே சொற்களாகவும் செயல்களாகவும் பழக்கமாகவும் மாறுகின்றன. பழக்கமே ஒரு மனிதனின் ஒழுக்கமாக மாறுகிறது. (வ.உ.சி. நூல் திரட்டு. பக்க எண் 615.)

அகமே புறம் - 1914

ஜேம்ஸ் ஆலனின் 'Out from the heart' என்ற நூலை வ.உ.சி. 'அகமே புறம்' என்று மொழிபெயர்த்தார். இந்நூல் மனோ நிலைமையின் வலிமையை விளக்குகிறது. நம் மனம் அளவு கடந்த வலிமை உடையது. மனத்தால் மனிதனை ஆக்கவும் முடியும், அழிக்கவும் முடியும். அதனால் மனிதன் நல்லவற்றைச் சிந்திக்கும்படி மனத்தைப் பழக்கப்படுத்த வேண்டும். அறச் செயல்களே செய்ய

வேண்டும். நமது சொற்களைக் கட்டுப்படுத்த வேண்டும். நல்ல மன நிலையிலிருந்து சுகமும் தீய மன நிலையிலிருந்து துக்கமும் ஏற்படுகின்றன. நாம் அறிவுடையவர்களாக இருந்தால் தீய செயல்களைச் செய்யமாட்டோம். (வ.உ.சி. நூல் திரட்டு. பக்க எண் 602.)

வலிமைக்கு மார்க்கம் - 1916

ஜேம்ஸ் ஆலன் எழுதிய 'From Poverty to Power' என்ற நூலின் முதல் பகுதி 'The part of prosperity' ஆகும். அதனை வ.உ.சி. 'வலிமைக்கு மார்க்கம்' என்று மொழிபெயர்த்தார். ஒவ்வொரு துன்பமும் ஓர் அனுபவத்தைக் கொடுத்துவிட்டு விரைவில் மறைந்துவிடுகிறது. ஆனால், அது நல்ல ஆசிரியர். நாம் கற்றுக்கொள்ளத் தயாராக இருந்தால் அது நமக்கு நல்வழிகளைக் கற்பிக்கும். வலிமை என்பது மகிழ்ச்சி போன்று புற அனுபவம் இல்லை. அது உள் அனுபவம்.

நாம் வாழ்க்கையில் வெற்றி பெற விரும்பினால் இன்பத்தையும் துன்பத்தையும் சமமாக ஏற்றுக்கொள்ள வேண்டும். நாமே எதையும் செய்யும் வலிமையுடையவர்களாக இருக்க வேண்டும். ஒருவன் தன்னைத் தானே கட்டுப்படுத்த முடிந்தால் அவனால் மற்றவர்களையும் கட்டுப்படுத்த முடியும். (வ.உ.சி. நூல் திரட்டு. பக்க எண் 615, பக்க எண் 652-653.)

சாந்திக்கு மார்க்கம் - 1934

ஜேம்ஸ் ஆலன் எழுதிய 'From Poverty to Power' என்ற நூலின் இரண்டாம் பகுதி 'The way to peace' ஆகும். அதனை வ.உ.சி. 'சாந்திக்கு மார்க்கம்' என்று மொழிபெயர்த்தார். ஆத்ம தியானம் கடவுளை அடைவதற்குரிய வழியாகும். தியானமென்பது கொள்கையை அல்லது விஷயத்தை முற்றிலும் அறிய வேண்டும் என்ற நோக்கத்துடன் ஆழ்ந்து சிந்தித்தல் ஆகும். அன்பு எல்லாவற்றையும் ஆளக் கூடியது. அடக்கம் கடவுள் தன்மை ஆகும்.

எவன் எல்லாச் சந்தர்ப்பங்களிலும் பொறுமையானவனாகவும் இனிமையானவனாகவும் அன்பானவனாகவும் மன்னிப்பவனாகவும் இருக்கிறானோ, அவன்தான் மெய்ப்பொருளை உணர்கிறான். சுயநலத்தைத் துறத்தலும் இறை நம்பிக்கையும் கடவுள் தன்மையை அடைவதற்கு உரிய வழிகளாகும். அன்பே நிரந்தரமானது. (வ.உ.சி. நூல் திரட்டு. பக்க எண் 715, 740, 760, 766.)

தொல்காப்பியம் - இளம்பூரணனார் உரை

பத்தொன்பதாம் நூற்றாண்டின் இடைப்பகுதியில் எழுத்ததிகாரம் மற்றும் சொல்லதிகாரத்திற்கு இளம்பூரணர் உரைச் சுவடி,

அச்சுப் பதிப்புகளாக வெளிவந்துவிட்டன. 1920ல் கா.நமச்சிவாய முதலியார் இளம்பூரணர் உரையில் பொருளதிகார அகத்திணை, புறத்திணையியல் பகுதிகளை மட்டுமே அச்சிட்டு வெளியிட்டிருந்தார். பொருளதிகார இளம்பூரணர் உரையை முழுவதுமாக முதன்முதலாகப் பதிப்பித்து வெளியிட்டவர் வ.உ.சி.தான்.

1910ம் ஆண்டு கோவைச் சிறையில் இருந்த நேரத்தில் தொல்காப்பியத்தை முழுவதுமாக வாசித்துத் தெளிந்ததின் பயனாகப் பழைய உரைகளின் கடும்நடையை வ.உ.சி. உணர்ந்துள்ளார். பாமர மக்களும் தொல்காப்பியத்தைப் புரிந்துகொள்ளும் வகையில் எளிய உரை எழுத எண்ணியிருந்தார். சிறையிலிருந்து வெளிவந்த பின்னர் எளிய உரையையும் எழுதினார்.

சென்னை எழும்பூரில் வசித்த காலத்தில் தான் எழுதிய உரையைப் பூர்த்தி செய்யக்கருதி தி.செல்வகேசவராய முதலியாரிடம் எடுத்துச் சென்று சரிபார்த்துள்ளார். இவரின் ஆலோசனையும், த.கனகசுந்தரம் பிள்ளையிடமிருந்து கிடைத்த தொல்காப்பிய இளம்பூரண அச்சுப் புத்தகமும், சொல்லதிகார ஏட்டுப் பிரதியும், பொருளதிகார ஏட்டுப் பிரதி சிலவும் வ.உ.சி. அவர்களுக்குத் தொல்காப்பியம் பற்றிய தெளிவைத் தந்திருக்கின்றன. அவர்களிடமிருந்து பெற்ற சுவடிகளையெல்லாம் படித்துப் பார்த்த வ.உ.சி., இளம்பூரணரின் எளிய உரையைக் கண்டு வியந்துள்ளார். தாம் எழுதியுள்ள உரையைக் காட்டிலும், இவரின் உரை எளிமையாக உள்ளதே என்று கண்டு தெளிந்து உரை எழுதும் நோக்கத்தைக் கைவிட்டுள்ளார். பின்னர், தொல்காப்பியம் இளம்பூரணர் உரைச் சுவடியைப் பதிப்பிக்கும் பணியை அவர் தொடங்கியுள்ளார்.

1928ம் ஆண்டு தொல்காப்பியம் இளம்பூரணர் எழுத்ததிகாரப் பகுதியை முதன் முதலாக அச்சிட்டு வெளியிட்டுள்ளார். பின்னர் பொருளதிகாரம் இளம்பூரணர் உரைச் சுவடியையும் அச்சிடத் தொடங்கியுள்ளார். 1931ல் பொருளதிகாரத்தின் அகத்திணையியல், புறத்திணையியல் ஆகிய இரண்டு இயல்களைக் கொண்ட முதல் தொகுதியை வெளியிட்டுள்ளார். பொருளதிகார இளம்பூரணர் உரை ஏடுகளை அறிஞர் எஸ்.வையாபுரிப்பிள்ளை, தி.நா. சுப்பிரமணிய ஐயர், த.மு.சொர்ணம் பிள்ளை ஆகிய அறிஞர் பெருமக்களிடமிருந்து வ.உ.சி. பெற்றுள்ளார்.

பின்னர் பொருளதிகாரத்தின் எஞ்சிய ஏழு இயல்களைப் பேராசிரியர் வையாபுரிப்பிள்ளையுடன் இணைந்து பதிப்பித்து

வெளியிட்டார். 1933ல் களவியல், கற்பியல், பொருளியல் எனும் மூன்று இயல்களைத் தனியொரு நூலாக வெளியிட்டுள்ளார். பின்னர் 1935ல் மெய்ப்பாட்டியல், உவமவியல், செய்யுளியல், மரபியல் பகுதிகளைக் கொண்ட தனி நூலை அச்சிட்டு வெளியிட்டார்.

இவற்றைச் சுவடியில் இருந்தவாறு அச்சிட்டு மட்டும் வெளியிடாமல் பல சுவடிகளோடு ஒப்பிட்டு ஆராய்ந்து பாட வேறுபாடுகளையும் அவர் குறித்துக் காட்டியிருக்கிறார். வ.உ.சி. அவர்களுக்கு எஸ்.வையாபுரிப்பிள்ளையுடன் இருந்த தொடர்பு இவ்வகைப் பணியைச் செய்வதற்கு உதவியுள்ளது.

தொல்காப்பியப் பொருளதிகாரப் பதிப்பு உருவாக்கத்திற்கு த.மு. சொர்ணம் பிள்ளையின் கடிதப் பிரதி, தி.நா.சுப்பிரமணிய ஐயரின் கடிதப் பிரதி, எஸ்.வையாபுரிப்பிள்ளையின் ஏட்டுச்சுவடி ஆகியன உதவியதாக வ.உ.சி. தனது பதிப்புரையில் குறிப்பிட்டிருக்கிறார். வாவிள்ள ராமஸ்வாமி சாஸ்த்ருலு எனும் அறிஞர் பொருளுதவி புரிந்ததையும் வ.உ.சி. நன்றியோடு பதிப்புரையில் குறிப்பிடுகிறார். இது இன்றைய பதிப்பாசிரியர்கள் பின்பற்ற வேண்டிய நல்ல நடைமுறையுமாகும்.

தொல்காப்பிய எழுத்து, சொல், பொருள் எனும் மூன்று அதிகாரத்திற்குமான நச்சினார்க்கினியர் உரைப் பகுதியை சி.வை.தாமோதரம் பிள்ளை எனும் யாழ்ப்பாணத்து அறிஞர் அச்சில் பதிப்பித்து வெளியிட்டதைப் போன்று, தொல்காப்பியம் முழுமைக்கும் உள்ள இளம்பூரணர் உரைச் சுவடியைப் பதிப்பித்து வெளியிட வ.உ.சி. எண்ணியிருக்கிறார். ஆனால், எழுத்து, பொருள் எனும் இரண்டு அதிகாரத்தை மட்டுமே பதிப்பித்து வெளியிடவே காலம் அவருக்குப் பணித்தது. சொல்லதிகார இளம்பூரணர் உரைப் பகுதியை இறுதிவரை அவரால் பதிப்பிக்க முடியாமலேயே போனது வரலாற்றுச் சோகம்.

> 'அரசியல் போராட்டக் களத்தில் வாழ்ந்த வ.உ.சி.யால், எப்படி நூல் பதிப்புப் பணியில் ஈடுபட்டுச் செயல்பட முடிந்தது என்பது வியப்பான வரலாறாகும். இதற்கான சில காரணங்களை அவர் வரலாற்றிலிருந்தே கண்டெடுக்க முடிகிறது. அவரிடம் இயல்பாகவே இருந்த தமிழ் உணர்வும் ஆர்வமும், 1912ல் சிறையிலிருந்து வெளிவந்த பின்னர் திருமணம் செல்வக்கேசவராய முதலியார், எஸ்.வையாபுரிப்பிள்ளை போன்ற தமிழ் அறிஞர்களிடத்து ஏற்பட்ட நட்பும் முக்கியமான காரணங்களாக இருந்தன'. (நன்றி - முனைவர் இரா.வெங்கடேசன்)

வ.உ.சிதம்பரனார் குறித்து மு.வரதராசனார் எழுதிய பாடல்:

'ஒழுக்கத்தின் உரவோய் நாட்டின்
உரிமைப்போர் நடந்த காலை
எழுச்சியின் தலைமை ஏற்றே
இணையிலாத் தியாகம் செய்தோய்
மொழிப் பற்றும் நாட்டுப் பற்றும்
முற்றிலும் ஒன்றி நிற்க
விழிப் பொறி இரண்டும் போல
விழுப்பமாய்க் கொண்டாய் அய்யா
பாரதி பெற்ற நண்ப
பழியிலா வீர வாழ்க்கை
பாரெல்லாம் ஏத்தும் வண்ணம்
பண்புடன் நடத்தி நின்றோய்
வேருடன் நைந்து வாடி
வெள்ளையர் ஆட்சி வீழ
நேரிலாப் போர்கள் செய் தாய்
நித்தமும் நின் பேர் வாழி'

- மு.வரதராசனார்

சிதம்பரனார் செய்த தியாகங்களை உலகறியச் செய்தவர் ம.பொ.சி. வ.உ.சி.யின் வரலாற்றைப் பற்றி, ம.பொ.சி எழுதிய 'கப்பலோட்டிய தமிழன்' என்னும் நூல் பெருமை வாய்ந்தது. இதன் காரணமாகப் பின்னாளில் வ.உ.சி, 'கப்பலோட்டிய தமிழன்' என்றே தமிழ்நாடு முழுவதும் போற்றப்பட்டார். பி.ஆர். பந்துலு ம.பொ.சி.யின் நூலைத் தழுவி 'கப்பலோட்டிய தமிழன்' என்னும் திரைப்படத்தை இயக்கினார். சிதம்பரனார் பற்றி ம.பொ.சி. எழுதிய நூல்கள் மூன்று ஆகும்.

1. *கப்பலோட்டிய தமிழன் [1944]*
2. *தளபதி சிதம்பரனார் [1950]*
3. *கப்பலோட்டிய சிதம்பரனார் (விரிவான பதிப்பு) [1972]*

1939ம் ஆண்டு சென்னை ஜில்லா காங்கிரஸ் கமிட்டியின் செயலாளராகத் தேர்ந்தெடுக்கப்பட்டதும், வ.உ.சிதம்பரனாருக்குச் சிலை வைக்க முயன்று அச்செலவிற்குப் பணம் படைத்தோரின் உதவி நாடி அம்முயற்சி தோல்வியுற்றதால் மனம் வருந்தி, ஹாமில்டன் வாராவதியருகிலுள்ள கட்டைத் தொட்டிக் கடைக்காரர்களிடம் சென்று கடைக்கு ஒரு ரூபாய் இரண்டு ரூபாய் என்று கையேந்திப் பணம் பெற்றும் டிராம்வே

தொழிலாளர் சங்கம், ராயபுரம் அலுமினியம் தொழிலாளர் சங்கம் போன்ற பல்வேறு சங்கங்களின் உதவியோடும் சிலை வைத்ததாகக் குறிப்பிட்டுள்ளார்.

ஒரு வீடாக இருந்த இந்தக் கட்டடத்தை அருங்காட்சியகமாகப் புதிதாக நிர்மாணிக்கத் திட்டம் எழ, 7.8.1957 அன்று அப்போதைய தமிழக முதலமைச்சராக இருந்த திரு.கு.காமராஜர் அவர்களால் இக்கட்டடத்திற்கு அடிக்கல் நாட்டப்பட்டது. இக்கட்டடம் முழுமையடைந்த பின்னர் 12.12.1961ல் அன்றைய முதலமைச்சர் திரு.கு.காமராஜர் அவர்களால் இது திறந்து வைக்கப்பட்டது. வ.உ.சி அவர்கள் பெயரிலேயே ரூ.80 லட்சம் செலவில் 2005ம் ஆண்டு திருநெல்வேலியில் ஒரு மணிமண்டபம் ஒன்றும் தமிழக முதலமைச்சர் மாண்புமிகு செல்வி.ஜெ.ஜெயலலிதா அவர்களால் திறந்து வைக்கப்பட்டது.

வ.உ.சி. எழுதிய நூல்களில் இதுவரை வெளிவராத நூல்கள்:

1. சிவ மதம்
2. விஷ்ணு மதம்
3. புத்த மதம்
4. ஊழை வெல்ல உபாயம்
5. இஸ்லாம் மதம்
6. கிருஸ்து மதம்
7. மனித மதம்
8. முத்தி நெறி
9. The Universal Scripture
10. திருக்குறள்
11. பாரத ஜோதி ஸ்ரீதிலக மகரிஷியின் ஜீவிய வரலாறு

உயர் குலச் சமூகத்தினருக்கும் வசதி வாய்ப்புகள் நிறைந்தோருக்கும் மட்டுமே கிடைத்த கல்வி ஞானத்தை, அச்சுப் பதிப்பாக்க முயற்சிகள் சமூகத்தில் புரட்சியை ஏற்படுத்தி, கல்வியும் ஞான நூல்களும் இலக்கியங்களும் எல்லோருக்கும் கிடைக்கும் வகை செய்தன. அந்த வகையில் 18, 19, 20ம் நூற்றாண்டுகளில் பல சேவையாளர்களின் முயற்சியில் அறிய பல தமிழ் நூல்கள் ஏட்டுச் சுவடிகளிலிருந்து அச்சுப் பதிப்பாக வெளிவந்தன.

வ.உ.சி அவர்களும் இந்த முயற்சியில் பங்கெடுத்துக் கொண்டவர் என்பது பலரும் அறியாத ஒன்று. அவரது முயற்சியில் பனை ஓலைச் சுவடிகளிலிருந்து பதிப்பிக்கப்பட்ட நூல்களின் பட்டியல்: தொல்காப்பியம் - எழுத்ததிகாரம் (இளம்பூரணர்

உரை), தொல்காப்பியம் - சொல்லதிகாரம் (இளம்பூரணர் உரை), சிவஞான போதம்.

சைவ சித்தாந்த சாஸ்திரங்களில் தலையாயதும் குரு பரம்பரையினர் போற்றிப் புகழ்ந்ததுமான மெய்கண்டாரின் சிவஞான போத நூலை முதன் முதலில் பனை ஓலைச் சுவடியிலிருந்து அச்சு வடிவத்திற்குக் கொண்டு வந்தார். தமிழறிஞர் வையாபுரிப்பிள்ளையையும் ரா.பி.சேதுப்பிள்ளையையும் போலவே, கம்பனின் கவிநயத்தில் தன்னைப் பறிகொடுத்து, ரசிகமணி டி.கே.சி.யுடன் இணைந்து, திருநெல்வேலியில் கம்பன் கழகத்தை உருவாக்கியதில் பெரும் பங்கு வகித்தார்.

மகாகவி சுப்பிரமணிய பாரதி, செக்கிழுத்த செம்மல் வ.உ.சி. ஆகிய இருவரிடமும் வையாபுரிப்பிள்ளைக்கு நெருங்கிய அறிமுகம் இருந்தது. தனது சிறைவாசத்துக்குப் பின்னர் அரசியல் வாழ்வில் வெறுப்புற்றிருந்த வ.உ.சிதம்பரனார், ஏட்டில் இருந்த இளம்பூரணரின் தொல்காப்பிய உரையைப் பதிப்பிக்கும் நோக்கத்தோடு படி எடுத்தார். அதனை, வையாபுரிப்பிள்ளையிடம் காட்டித் திருத்தம் செய்து, அவரையும் அதன் பதிப்பாசிரியராக இருக்குமாறு கேட்டார். ஆனால், வையாபுரிப்பிள்ளையோ, 'நீங்களே பதிப்பாசிரியராக இருந்தால் போதும்' என மறுத்து விட்டதாக, அந்த உரைப்பதிப்பின் முன்னுரையில் வ.உ.சி. இதனை நன்றியுடன் குறிப்பிட்டிருக்கிறார்.

இத்தகைய இலக்கியப் பணிகள் மட்டுமின்றி இவர் பத்திரிகைகளையும் நடத்தியிருக்கின்றார். அவற்றின் பட்டியல்:

1. விவேக பாநு
2. தமிழ் நேஷனல்
3. பத்திரிகை
4. இந்து நேசன்

சைவ சித்தாந்த சபையில் முக்கியமான அங்கம் வகித்தும் சைவ சித்தாந்த தத்துவங்களில் ஆர்வம் கொண்டவராகவும் திகழ்ந்திருக்கின்றார் வ.உ.சி அவர்கள். தான் அச்சு வடிவத்தில் வெளியிட்ட சிவஞானபோத நூலுக்கு உரை எழுதுவதற்கு முன்னரே தூத்துக்குடியில் சைவ சித்தாந்த சபையில் அவர் பல சைவ சித்தாந்தத் தத்துவக் கொள்கைகள் தொடர்பான உரைகளைத் தொடர்ந்து நிகழ்த்தி வந்துள்ளார்.

1934-1935களில் அப்போது புதிதாகத் தொடங்கப்பட்டிருந்த தினமணி நாளிதழின் வருஷ அனுபந்தத்தில்தான் வ.உ.சிதம்பரம் பிள்ளை தனது சிவஞானபோத உரையின் முதல் வடிவை

எழுதியிருக்கின்றார். பின்னர் அந்த உரை, நூல் வடிவில் தூத்துக்குடி எட்டயபுரம் நெடுஞ்சாலையிலுள்ள குறுக்குச் சாலையில் அரங்கேற்றம் செய்யப்பட்டிருக்கின்றது. இவரது சொற்பொழிவுகள் அடங்கிய கட்டுரைகளின் தொகுப்பு 'எனது அரசியல் பெருஞ்செயல்' என்ற தலைப்பில் அச்சு வடிவம் கண்டுள்ளது. இது அவரது அரசியல் அனுபவங்களை எடுத்துக்காட்டும் சிறந்த வரலாற்று நூலாகக் கருதப்படுகின்றது.

'தென்னாட்டுத் திலகர்' என்று போற்றப்பட்ட வ.உ.சி. தம் குருநாதர் லோகமான்ய பால கங்காதர திலகர் பற்றி எழுதிய நூல் 'திலக மகரிஷி'. இலங்கை 'வீரகேசரி' இதழில் 1933-34ல் தொடராக வெளிவந்த நிறைவுபெறாத இவ்வாழ்க்கை வரலாற்று நூலை முதன்முறையாக நூலாக்கம் செய்தார் ஆ.இரா.வேங்கடாசலபதி.

வ.உ.சி.க்கும் திலகருக்குமான உறவை இந்திய விடுதலைப் போரின் பின்னணியில் ஏராளமான புதிய செய்திகளுடன் தம் முன்னுரையில் விவரிக்கும் பதிப்பாசிரியர் ஆ.இரா.வேங்கடாசலபதி, பல அரிய ஆவணங்களைப் பின்னிணைப்பில் வழங்கியுள்ளார்.

தமது நாற்பதாண்டு காலப் பணியை (அரசியல் பணி) மக்கள் போதிய அளவு மதிப்பளிக்கும் அளவில் உணரவில்லை என்ற வருத்தம் வ.உ.சி.க்கு இருந்திருக்கிறது. அவ்வருத்தத்தை மனதளவில் ஆற்றிக்கொள்ளும் துறையாக இலக்கியத் துறை அவருக்கு வாய்த்திருந்தது. 'இலக்கியத் துறையில் ஈடுபட்டு அரசியல் துயரத்தை வ.உ.சி. அகற்றிக்கொண்டார்' என க.ப.அறவாணன் குறிப்பிடுகிறார். (செந்தமிழ் செல்வி, செப்.1972). (நன்றி - முனைவர் இரா.வெங்கடேசன்)

வ.உ.சி.யின் இந்த இலக்கியப் பணியை மக்கள் போதிய அளவு மதிப்பளிக்கும் அளவில் உணர்ந்துள்ளார்களா என்பதும் கேள்விக்குறியே!

வ.உ.சி.யின் நினைவாக...

சிலைகள்

1. சென்னை ராயப்பேட்டையில் உள்ள காங்கிரஸ் கட்சி அலுவலக முகப்பு.(1939)

2. திருநெல்வேலி பாளையங்கோட்டை நுழைவாயில்.

3. சென்னை மெரீனா கடற்கரை.

4. தூத்துக்குடி துறைமுகம். (முன்னாள் பிரதம மந்திரி திருமதி. இந்திரா காந்தி அம்மையாரால் திறந்து வைக்கப்பட்டது.)

5. மதுரை சிம்மக்கல் (முன்னாள் முதல் அமைச்சர் திரு.எம். ஜி.ராமச்சந்திரன் அவர்களால் திறந்து வைக்கப்பட்டது.)

6. திருநெல்வேலி வ.உ.சி. நினைவு இல்லம். (முதல் அமைச்சர் செல்வி.ஜெ.ஜெயலலிதா அவர்களால் திறந்து வைக்கப்பட்டது.)

7. இன்னும் பல இடங்களில் வ.உ.சி. சிலைகள் உள்ளன. தெருக்கள், பள்ளிகள், குடியிருப்புகள் ஆகியவற்றிற்கு வ.உ.சி. பெயர் சூட்டப்பட்டுள்ளது.

நினைவு இல்லங்கள்

தமிழ்நாடு அரசு வ.உ.சிதம்பரனார் பிறந்த தூத்துக்குடி மாவட்டம், ஒட்டப்பிடாரம் ஊரில் வ.உ.சிதம்பரனார் இல்லம் அமைத்துள்ளது. இதில் நூலகம் ஒன்று அமைக்கப்பட்டு, செயல்பட்டு வருகிறது. இங்கு வ.உ.சி. அவர்களின் வாழ்க்கை வரலாற்றைச் சித்தரிக்கும் புகைப்படங்கள் கண்காட்சியாக வைக்கப்பட்டுள்ளன.

அஞ்சல் தலை

வ.உ.சி.யின் நூற்றாண்டு விழாவின்போது முன்னாள் பிரதம மந்திரி திருமதி. இந்திரா காந்தி அம்மையாரால் 5 செப்டம்பர் 1972 அன்று வெளியிடப்பட்டது.

திரைப்படம்

வ.உ.சி.யின் வாழ்க்கை வரலாறு 'கப்பலோட்டிய தமிழன்' என்ற பெயரில் வெளியானது. நடிகர் திலகம் திரு.சிவாஜி கணேசன் அவர்கள் வ.உ.சி.யாகத் தோன்றினார். திரு.டி.ஆர்.பந்துலு

அவர்கள் படத்தைத் தயாரித்து இயக்கினார். அரசிடமிருந்து முதன் முதலில் வரிவிலக்கு பெற்ற தமிழ்த் திரைப்படம் இதுதான். ஒன்பதாவது தேசிய திரைப்பட விருது வழங்கும் விழாவில் இந்தத் திரைப்படம் சிறந்ததாகத் தேர்ந்தெடுக்கப்பட்டது.

துறைமுகம்

தூத்துக்குடி துறைமுகம் வ.உ.சிதம்பரனார் துறைமுகம் என்று பெயரிடப்பட்டுள்ளது. தூத்துக்குடியைத் தலைநகராகக் கொண்டு 1986ம் ஆண்டு மாவட்டம் உருவாக்கப்பட்டபோது இவருடைய பெயர் அந்த மாவட்டத்துக்கு வைக்கப்பட்டது.

●

திலகரைப் பற்றி வ.உ.சிதம்பரம் பிள்ளை 1933-34ம் வருஷங்களில் ஒரு பத்திரிகையில் 'திலக மகரிஷி' என்ற பெயரில் தொடராக எழுதினாராம். அது இலங்கைப் பத்திரிகையாம், வீரகேசரி என்று பெயராம். பச்சையப்பன் கல்லூரியில் தமிழ்ப் பேராசிரியராகப் பணிபுரிந்த மா.ரா.அரசு என்பவர் இவற்றைத் தொகுத்து 2010ம் வருஷம் புத்தகமாக வெளியிட்டாராம்.

கப்பலோட்டிய தமிழர் வ.உ.சிதம்பரம் பிள்ளை அவர்களைக் கோவைச் சிறைச்சாலையில் அவருடைய மனைவி மக்களும் அவருடைய ஆப்தராகிய ஸ்ரீவள்ளிநாயக சாமியாரும் வேறொரு நண்பரும் பார்வையிடச் சென்றிருந்தனர். அவர்கள் மூலமாக வ.உ.சி அவர்கள் தமிழ்ச் சமுதாயத்தின் தேசபக்தர்களுக்கு வெளியிட்ட செய்தி:

'தமிழர்களெல்லாரும் வள்ளுவர் குறளை உரையுடன் அறிந்து பாராயணம் செய்து வர வேண்டும். 1330 குறளையும் பொருளுடன் உணர்ந்திலாத தமிழர் முற்றத் துறந்த முனிவரேயாயினும் என்னைப் பெற்ற தந்தையேயாயினும் யான் பெற்ற மக்களேயாயினும் யான் அவரைப் பூர்த்தியாக மதிப்பதுமில்லை; நேசிப்பதுமில்லை. ஞானமும் திறமையும் இல்லாத ஜாதியார் விரைவில் நாசமடைவார்கள். அவையிரண்டுமுடையார் நீடுழி வாழ்வர். ஆதலால் பாரதபக்தர் அனைவரும் அவ்விரண்டையும் விரைவில் கைக்கொள்வாராக. தெரியாது என்ற வார்த்தையும் முடியாது என்ற வார்த்தையும் பாரத பக்தர்கள் தவிர ஏனையோரின் பொருட்டாகவே உண்டாகின்றன. இவ்வுண்மை உங்கள் மனத்தில் எப்போதும் நிற்கட்டும்.' (நன்றி - கர்மயோகி பத்திரிகையில் ஸௌம்ய வருஷம் பங்குனி மாதம் - மார்ச் 1910ல் வெளிவந்த செய்தி)

‘அஞ்சாமை கல்வி அடக்கம் கருணை
எஞ்சாமல் நிரம்பிய என் வள்ளிநாயகம்
இலகுநம் தேயம் இன்புற வுழைக்குந்
திலகன், அரவிந்தன், கப்பர்டே, மூஞ்சி,
சீனிவாசன், பாரதி செப்பரும் பிறசிலர்
நானிவண் உணர்ச்சியால் நட்ட நண்பினர்’

வ.உ.சி. சிறையிலிருந்தபோது பரலி சு.நெல்லையப்பர் கேட்டுக்கொண்டதற்கு இணங்க தமது சுயசரிதை முழுவதையும் அகவற்பாவில் எழுதினார் (காலம் 1912). மேற்காணும் குறிப்பு அதில் காணப்படுகிறது.

1936ம் ஆண்டு வ.உ.சி.யின் மறைவுக்குப் பின்னர் நெல்லையப்பரின் ‘லோகோபகாரி’ இதழில் அவர் சுயசரிதை தொடராக வெளிவந்தது. 1946ம் ஆண்டு நூலாகப் பதிப்பித்தபோது இப்பாவுக்குக் கொடுக்கப்பட்ட தலைப்பு ‘மாண்பு நிறைந்த நண்பர்கள்’ (ஆ.இரா.வேங்கடாசலபதி, வ.உ.சி.யும் பாரதியும்).

இதில் ‘மூஞ்சி’ என்பவர் மாபெரும் விடுதலை வீரரும், ஹிந்து மகாசபையின் மிக முக்கியமான தலைவருமான டாக்டர் மூஞ்சி (Dr.B.S.Moonje) ஆவார். ஆர்.எஸ்.எஸ். இயக்கத்தின் நிறுவனர் டாக்டர் ஹெக்டேவாரின் வழிகாட்டியாகவும் குருவாகவும் திகழ்ந்தவர்.

சிறையிலிருந்து வெளிவந்த பிறகும் அவருடைய உள்ளத்தில் சுதேசிய உணர்வும், பாரத பக்தியும் துடித்துக்கொண்டிருந்தன. இதற்கு ‘சிவ நேசன்’ எனும் பத்திரிகைக்கு அவர் எழுதிய கடிதம் ஓர் எடுத்துக்காட்டு.

‘பலவான்குடி ‘சிவநேசன்’ ஆசிரியர் அவர்களுக்கு,

ஐயா,

சிவநேசனாகவோ தமிழ்நேசனாகவோ அவ்விருபொருள் நேசனாகவோ என்னை மதித்து என்னிடமிருந்து யாதொரு கைமாறும் கருதாது, ‘சிவநேசன்’ வாரந்தோறும் என்னைக் காணும்படி நீங்கள் செய்ததற்காக யான் உங்கள் பால் நன்றி செலுத்தக் கடமைப்பட்டுள்ளேன். சிவநேசன் தமிழ் நடையைப் படிக்குந்தோறும் யான் அடையும் இன்பத்துக்கு அளவேயில்லை. அவ்வின்பமே ‘சிவநேசனை’ப் பற்றிப் பின்வரும் வரிகளை எழுதும்படி தூண்டிற்று. எனது நண்பர் சி.சுப்பிரமணிய பாரதியான் இவ்வுலகை நீத்த பின்னர், யான் இனிய தமிழ் நடைக் குறிஞ்சியைக் காணாது கடிய தமிழ்நடைப்பாலையில் அமர்ந்து வருந்திக் கொண்டிருந்தேன்.

அவ்வருத்தத்தையெல்லாம் உங்கள் 'சிவநேசன்' நீக்கிவிட்டது. தமிழ்மொழி நடையின் இனிமையை யாரேனும் காண விரும்புவாராயின் அவர் சிவநேசனைப் படிக்கவேண்டுமெனத் தெரியப்படுத்திக் கொள்கிறேன். சிவநேசனில் சிவப்பொருளைக் கண்டிலீரோ என வினவின் அகத்தின் ஆட்டத்தையே எப்பொழுதும் (எப்போழ்தும்) சூழக்கண்டு கொண்டிருக்கும் யான் சிவப்பொருளை எங்ஙனம் காணுதல் கூடும்? சிற்சில சமயங்களில் சிவநேசனில் காணப்படும் பொருள்கள் எனது உள்ளத்தைக் கவர்கின்றன. அவற்றில் ஒன்று ஆவணி மீ கஉ-உ வெளிவந்த 'சிவநேசன்' அ-ம் பக்கத்திலுள்ள ஸ்ரீசுவாமி விவேகானந்தர் வாக்கு. என் போன்ற சீர்திருத்தக்காரருக்கு அஃது ஒப்புயர்வற்ற ஒரு மருந்தாக விளங்குகின்றது. அதனை இச்சமயம் வெளியிட்டதற்காக யான் பேருவகை எய்துகின்றேன்.'

உண்மையுள்ள,
வ.உ.சிதம்பரம் பிள்ளை
கோவில்பட்டி
29-8-'28

1944ம் ஆண்டு சக்தி காரியாலயம் வெளியிட்ட பரலி சு.நெல்லையப்பர் எழுதிய வ.உ.சி.வரலாற்றின் பிற்பகுதியில் 'புதுச்சேரி ஸ்ரீஅரவிந்தாசிரமவாசி சுவாமி சுத்தானந்த பாரதியார் 20-12-1939ல் எழுதியது' என்ற குறிப்புடன் வெளியான கட்டுரையில், 'கோவைச் சிறையில் வ.உ.சி.யைக் காணச் சென்ற நெல்லையப்பரிடம் சுப்பிரமணிய பாரதி மூன்று அழகிய பாடல்களை எழுதி அனுப்பினார். அதில் இதுவே கிடைத்தது' என்ற குறிப்புடன் சுத்தானந்த பாரதியார் கீழ்கண்ட இப்பாடலை வெளியிட்டுள்ளார்.

'வேளாளன் சிறை புகுந்தான் தமிழகத்தார்
மன்னனென மீண்டான் என்றே
கேளாத கதை விரைவில் கேட்பாய் நீ,
வருந்தலையென் கேண்மைக் கோவே
தாளாண்மை சிறிதுகொலோ யாம்புரிவேம்
நீ இறைக்குத் தவங்கள் ஆற்றி
வாளாண்மை நின்துணைவர் பெறுகெனவே
வாழ்த்துதி நீ வாழ்தி வாழ்தி'

\- பாரதியார்

ஆனால், பாரதி பாடல்களில் அவர் வாழ்ந்த காலத்தில் இது வெளிவரவில்லை. தற்போது வெளிவரும் எல்லாத் தொகுப்புகளிலும் உள்ளது.

‘சிதம்பரம் பிள்ளையின் பிரசங்கத்தையும் பாரதியாரின் பாட்டையும் கேட்டால் செத்த பிணம் உயிர்பெற்று எழும். புரட்சி ஓங்கும். அடிமைப்பட்ட நாடு ஐந்தே நிமிடங்களில் விடுதலை பெறும்’ என்று 1908ம் ஆண்டு சிதம்பரனாருக்கு இரட்டை ஆயுள் தண்டனை அளித்த தீர்ப்பில், நீதிபதி ஃபின்ஹே எழுதியுள்ளார். வ.உ.சி.யின் விடுதலை வேட்கைக்கும் வேகத்துக்கும் இதனைவிடச் சிறந்த அங்கீகாரத்தை வேறு எவரும் தந்துவிட முடியாது.

அரசை எதிர்த்துப் பேசிய ஒரு மேடைப்பேச்சுக்காக 40 ஆண்டுகாலம் கடுங்காவல் தண்டனை பெற்ற ஒரு மனிதர் வ.உ.சி.தான். சிறையில் அவர் பட்ட வேதனைகளை அவரே தனது செய்யுள் நடையில் அமைந்த சுயசரிதை நூலில் குறிப்பிட்டுள்ளார்.

‘அவன் எனைச் சணல் கிழி யந்திரம் சுற்றெனச்
சுற்றினேன். என்கைத் தோலுரிந் திரத்தம்
கசிந்தது. என்னருங் கண்ணீர் பெருகவே
. . .
திங்கட்கிழமை ஜெயிலர் என் கைத்தோல்
உரிந்ததைப் பார்த்தான். உடன் அவன் எண்ணெய்
ஆட்டும் செக்கினை மாட்டிற்குப் பதிலாகப்
பகலெலாம் வெயிலில் நடந்து தள்ளிட அனுப்பினன்
அவனுடை அன்புதான் என்னே!’

வ.உ.சி.யின் தீவிரமான தேச பக்திக்கும் இலக்கியங்களின் மீதான காதலுக்கும் ஈடு இணை கூற முடியாது. திருக்குறளைத் தன் உயிராக நேசித்தார். வறுமையிலும் தான் கொண்ட கொள்கைகளைத் துளியும் விட்டுவிடவில்லை.

வ.உ.சி.யின் பெயர்த்தி (பேத்தி) திருமதி. மரகத மீனாட்சி ராஜா அவர்கள், பிரஞ்சு மொழியில் எம்.பில் பட்டம் பெற்றவர். எம்.ஏ. படிப்புக்காக வ.உ.சிதம்பரனாரின் வாழ்க்கை வரலாற்றை பிரஞ்சு மொழியில் எழுதியுள்ளார். எம்.பில் படிப்புக்காக வ.உ.சிதம்பரனார் எழுதிய ‘மெய்யறம்’ என்ற நூலில் 500 வரிகளை மொழி பெயர்த்துள்ளார். பின்னர் மீதி 750 வரிகளையும் மொழிபெயர்த்தார். மெய்யறம் 1250 வரிகளுக்கும் பொழிப்புரை எழுதியுள்ளார்.

வ.உ.சிதம்பரனார் பற்றி விக்கிப்பீடியாவில் ஆங்கிலம் மற்றும் தமிழில் இருந்த விக்கி பக்கங்களை விரிவுபடுத்தியுள்ளார். மேலும் குஜராத்தி, ஹிந்தி மற்றும் பிரஞ்சு மொழியில் விக்கி பக்கங்களை உருவாக்கியுள்ளார். மேலும் சுதந்திரப் போராட்ட வீரர்களான

உத்தம் சிங், கர்த்தார் சிங் சரபா, மதன்லால் டிங்கரா ஆகியோர் பற்றியும் நேதாஜியின் மரணத்தின் மர்மம் பற்றியும் தமிழில் விக்கி பக்கங்களை உருவாக்கியுள்ளார்.

திலகர் கால சுதந்திரப் போராட்டத் தலைவர்களின் தமிழ் விக்கி பக்கங்களை விரிவுபடுத்தியுள்ளார். திலகர் கால சுதந்திரப் போராட்டத் தலைவர்களின் தியாகங்கள் குறித்து மக்கள் அறிய வேண்டும் என்பதில் ஆர்வம் உள்ளவர். நமது சுதந்திரம் எத்தனையோ பேரின் தியாகத்தால்தான் நமக்குக் கிடைத்தது என்பதை மக்கள் உணர்ந்தால் நாட்டுப்பற்று அதிகமாகும் என்ற எண்ணம் உள்ளவர்.

வ.உ.சி.க்குத் திருக்குறள் மீது இருந்த ஈடுபாடு பற்றி இவர் சொல்வனம் இதழ் – 154ல் 02.08.2016ம் நாள் 'வ.உ.சி.யின் திருக்குறள் பற்று' என்ற தலைப்பில் கட்டுரையொன்று எழுதியிருக்கிறார். அந்தக் கட்டுரையின் வழியாக வ.உ.சி.யின் திருக்குறள் பற்று பற்றி நாம் தெளிவாக அறிந்துகொள்ள இயலும். அதற்காக அந்தக் கட்டுரையை அப்படியே மாற்றமின்றி அடுத்த அத்தியாயத்தில் கொடுத்துள்ளேன்.

8
வ.உ.சி.யின் திருக்குறள் பற்று

திருவள்ளுவரையும் திருக்குறளையும் பாராட்டாத புலவர்கள் இலர். தமிழின் தலைசிறந்த படைப்பு திருக்குறள் ஆகும். அந்தச் சிறப்பினால்தான் திருக்குறள் பல்வேறு மொழிகளில் மொழிபெயர்க்கப்பட்டுள்ளது. வ.உ.சிதம்பரனார் திருக்குறள் மீது மிகுந்த ஈடுபாடு உடையவர். இளமையில் இருந்து இறக்கும்வரை வ.உ.சி.யின் சிந்தனையில் திருக்குறள் நிறைந்திருந்தது.

வ.உ.சி. தனது சுயசரிதையில் கூறியுள்ள,

'மாநிலம் கொண்டிட வள்ளியும் உவந்திட
திருவள்ளுவரின் தெய்வ மாமறையின்
பெருவளக் குறள் சில பேணிப் படித்தேன்'

என்ற வரிகளின் மூலம் இருபதாம் நூற்றாண்டின் ஆரம்பத்திலேயே வ.உ.சி.யின் திருக்குறள் பற்றை அறிய முடிகிறது.

பிரிட்டிஷ் ஆட்சியாளர்கள், தேசபக்த செம்மல் மீது தேசத் துரோக வழக்குத் தொடுத்துச் சிறையில் அடைத்தனர். தேசியக் கவி சி.சுப்பிரமணிய பாரதியார் புதுவையில் இருந்தபோது, மகான் ஸ்ரீஅரவிந்தரின் ஆங்கில இதழைத் தழுவி 'கர்மயோகி' என்னும் மாத இதழை நடத்தி வந்தார். அதில் சௌமிய வருடம் பங்குனி மாதம் (மார்ச், 1910)ல் வந்துள்ள செய்தி:

'சில தினங்களுக்கு முன்பு கோயம்புத்தூர் சென்ட்ரல் ஜெயிலில் இருக்கும் ஸ்ரீமான் சிதம்பரம் பிள்ளையை அவருடைய மனைவி, மக்களும் அவரது ஆப்தராகிய ஸ்ரீவள்ளி நாயக சாமியாரும் வேறொரு நண்பரும் பார்வையிடச் சென்றார்கள். அந்தச் சந்திப்பில் நடந்த

சம்பாஷணையினிடையே ஸ்ரீசிதம்பரம் பிள்ளையவர்களின் வாக்கிலிருந்துதித்த சில வசனங்கள்...'தமிழர்களெல்லாம் வள்ளுவர் குறளை உரையுடன் அறிந்து பாராயணம் செய்தல் வேண்டும். 1330 குறளையும் பொருளுடன் உணர்ந்திலாத தமிழர் முற்றுந் துறந்த முனிவரேயாயினும் என்னைப் பெற்ற தந்தையேயாயினும் யான் அவரைப் பூர்த்தியாக மதிப்பதுமில்லை; நேசிப்பதுமில்லை.' 1910ம் ஆண்டு கோவைச் சிறையில் தன்னைச் சந்திக்க வந்தவர்களிடம் வ.உ.சி. கூறிய இக்கூற்று வ.உ.சி. திருக்குறள் மீது கொண்டிருந்த மதிப்பை உணர்த்துகிறது.

24.12.1912ல் கொடுஞ்சிறைவாசத்தை முடித்து விடுதலையானார். வ.உ.சி. தனது வாழ்வில் ஏற்பட்ட பல்வேறு சிரமங்களுக்கு மத்தியிலும் தனது சிந்தையிலிருந்து திருக்குறளை மறந்துவிடவில்லை. தொடர்ந்து திருக்குறள் ஆராய்ச்சியில் ஈடுபட்டு வந்தார். அதன் விளைவு திருக்குறள் மணக்குடவர் உரையினை வ.உ.சி. தாமே முதன்முதலில் அச்சில் பதிப்பித்து மகிழ்ந்தார்.

மணக்குடவர் முதல் பரிமேலழகர் வரை திருக்குறளுக்குப் பழங்காலத்தில் உரை தந்தவர்கள் பத்துப் பேர்கள் ஆவர். திருக்குறள் உரைகளில் பரிமேலழகர் உரைக்கு அடுத்தபடியாக மக்களிடத்தில் பரவிச் செல்வாக்குப் பெற்ற பெருமை மணக்குடவர் உரைக்கு உண்டு. பரிமேலழகர் உரையை மறுப்பவர்களும் அவரது கருத்தை ஏற்காதவர்களும் மணக்குடவர் உரையை நோக்குவது பல ஆண்டுகளாக இருந்துவரும் வழக்கமாகும்.

மணக்குடவர் உரை தெள்ளிய தமிழில் எளிய நடையில் அமைந்துள்ளது. பொழிப்புரையும் சில இடங்களில் விளக்கமும் உள்ளன. தமிழ்ப் பண்பாடு தழுவி எழுதப்பட்ட தெளிந்தவுரை என்று இவரது உரையைப் போற்றுவர். இவர் பிற உரையாசிரியர்களைப் போல வட நூற்கருத்தைத் தம் உரையில் புகுத்துவது இல்லை. புதிய பாடங்களைக் கொண்டு சொற்களைப் பிரிக்கும் முறையில் புதுமை கையாண்டு சிறப்பாக உரை எழுதிச் செல்வது இவரது பண்பாகும் என்பர் மு.வை.அரவிந்தன்.

வ.உ.சி. பதிப்புப் பணியை மேற்கொண்ட காலகட்டத்தில் பழைய நூல்களைப் பதிப்பிக்க முன்வந்தோர்க்குப் பொருட்பற்றாக்குறை இருந்தது. அதனை மீறித் தமிழ் நூல் ஒன்று பதிப்பிக்கப்பட்டு வெளிவரினும் ஆங்கில மொழி ஆட்சி மொழியாக அமைந்திருந்ததால் நூலினை வாங்கிப் பயில்வோர் மிகச் சிலராக இருந்தனர்.

பயின்ற மிகச் சிலரும் பதிப்பாசிரியர்களைக் குறைகூறி அவர்களின் ஊக்கத்தினையும் உரனையும் அழிக்கலாயினர். பழங்கால ஏடுகளைக் கண்டுபிடிப்பது மிக அரிய செயலாய் இருந்தது. கிடைத்த ஏடுகளும் செம்மையற்று இருந்தன. அவ்வேடுகளில் காணப்பட்ட எழுத்துகளின் முறைமை குழப்பத்தைத் தந்தது. இத்தகைய இடர்ப்பாடுகள் நிறைந்த சூழ்நிலையில் திருக்குறள் மீது கொண்டிருந்த அளவற்ற ஆர்வம் காரணமாக வ.உ.சி பதிப்புப் பணியினை ஆற்ற முன் வந்தார் என்று சங்கர வள்ளி நாயகம் 'வ.உ.சி. வாழ்க்கை வரலாறும் இலக்கிய பணிகளும்' என்ற நூலில் கூறுகிறார்.

இலக்கியத்துறையில் வ.உ.சி.பதிப்பித்த நூல்கள் தொல்காப்பியமும் திருக்குறளும் ஆகும். சென்னை பெரம்பூரில் வ.உ.சி. வாழ்ந்தபோது 1917ல் திருக்குறள் அறத்துப்பால் மணக்குடவர் பதிப்பு என்னும் தலைப்பில், திருக்குறள் மணக்குடவர் உரையினைப் பதிப்பித்து 140 பக்கங்களைக் கொண்ட நூலாக வெளியிட்டு மகிழ்ந்தார்.

மணக்குடவர் உரைப்பதிப்பு உருவான வரலாறு:

திருக்குறளுக்கு உரைசெய்திட்ட பரிமேலழகர் தவிர எஞ்சிய ஒன்பதின்மர் உரைகளைத் தேடும் முயற்சியில் ஈடுபட்டார் வ.உ.சி. அவருக்கு மணக்குடவர் உரைப் பிரதி கிடைத்தது. தமக்குக் கிடைத்த பிரதியைச் சென்னை அரசிற்குட்பட்ட கையெழுத்துப் புத்தகசாலையில் உள்ள மணக்குடவர் உரைப் பிரதியோடு ஒப்பிட்டுப் பார்த்தார் வ.உ.சி.

'அரசாங்கப் புத்தகசாலையில் உள்ள மணக்குடவர் உரைப் பிரதியில் அதிகாரப் பெயரும் முறையும் பரிமேலழகர் முறையைப் பின்பற்றியிருந்தனவென்றும் அதில் சில குறள்களின் மூலமும் உரையும் சிதைந்த நிலையிலும் குறைந்த நிலையிலும் இருந்தன என்றும்' வ.உ.சி. திருக்குறள் மணக்குடவர் பதிப்புரையில் கூறியுள்ளார்.

திருக்குறள் பதிப்பு முயற்சியில் ஈடுபட்ட வ.உ.சி தமிழ்த்தாத்தா உ.வே.சாமிநாதையர் அவர்களிடத்தில் இருந்த மணக்குடவர் உரைப் பிரதியைத் தருவித்துப் பார்த்தார். அந்தப் பிரதி முற்கூறிய அரசாங்கத்தின் புத்தகப் பிரதியிலிருந்து பிரதியெடுக்கப்பட்டது என்பதையும் அறிந்தார். தமக்குக் கிடைத்த மணக்குடவர் உரைப்பிரதியையும் உ.வே.சா. அவர்களிடம் பெற்ற பிரதியையும் வைத்துக்கொண்டு சாமி சகஜானந்தர் உதவியுடன் இருப்பவற்றை ஒழுங்குபடுத்தியும் பிழைபட்டனவற்றை நீக்கியும் மணக்குடவர் உரையை முழுமையாகப் பதிப்பித்துள்ளார்.

தமிழறிஞர்கள் தி.செல்வ கேசவராய முதலியார், த.கனக சுந்தரம் பிள்ளை ஆகியோரும் மணக்குடவர் உரைப்பிரதியைப் பலமுறை பார்த்துச் சீர்படுத்தித் தந்துள்ளதாக வ.உ.சி. தன் திருக்குறள் மணக்குடவர் பதிப்புரையில் தெரிவித்துள்ளார்.

மேலும், திருக்குறள் மணக்குடவர் உரையினைத் தான் பதிப்பித்த சூழலைப் பின்வருமாறு விளக்குகின்றார்.

> "மணக்குடவரும் பரிமேலழகரும் அதிகார முறையிற் சிறிதும் பாக்களின் முறையில் பெரிதும் வேறுபட்டிருப்பதோடு பல குறள்களில் வெவ்வேறு பாடங்கள் கொண்டும் பலப்பல குறள்களுக்கு வெவ்வேறு பொருள்களும் உரைத்துள்ளனர். இவ்வேற்றுமைகளைக் காண்பார் திருக்குறளின் பெருமையையும் அதன் மூல பாடங்கள் வேறுபட்டுள்ள தன்மையையும் நன்கு அறிவதோடு குறள்களுக்குப் புதிய பொருள்கள் உரைக்கவும் முயல்வர். அவர் அவ்வாறு செய்ய வேண்டுமென்னும் விருப்பமே யான் இவ்வுரையை அச்சிடத் துணிந்ததற்கு முக்கியக் காரணம்."

வ.உ.சி.யின் திருக்குறள் பதிப்பின் சிறப்புக் கூறுகளாகக் கீழ்வருவனவற்றை சங்கர வள்ளி நாயகம் 'வ.உ.சி வாழ்க்கை வரலாறும் இலக்கியப் பணிகளும்' என்ற நூலில் கூறுகிறார். அவர் அருஞ்சொல் விளக்கம் தருதல், சொல் வருவித்து விளக்கம் தருதல், விடுபட்ட பகுதிகளுக்கு விளக்கம் தருதல், விளக்கம் இல்லா இடங்கட்கு விளக்கம் தருதல், உரை ஒப்பீடு, இலக்கணக் குறிப்பு சுட்டுதல், அதிகார வைப்பு முறை என ஏழுவகையாகப் பிரித்து விரிவான விளக்கம் தருகிறார்.

வ.உ.சி திருக்குறள் மணக்குடவர் உரைப் பதிப்பில் குறள்களையும் உரையினையும் எளிதில் பொருள் கொள்ளும் நிலையில் சந்தி பிரித்துப் பதிப்பித்துள்ளார். பதவுரை தந்துள்ளார். துறவற இயலினைப் பொருத்தமான முறையில் விளக்கியுள்ளார். உரையாசிரியர் உரை காட்டாத குறள்களுக்குத் தமது உரையினை வழங்கியுள்ளார்.

உரையாசிரியர் விடுத்துள்ள அதிகாரங்களுக்கு வைப்பு முறையினையும் சுட்டிக்காட்டியுள்ளார். 'வ.உ.சி. பதிப்பித்த திருக்குறள் மணக்குடவர் உரை, பிறர் காட்டாத பல புதுமைக் கூறுகளுடன் அமைந்துள்ளது' என்பார் சங்கர வள்ளி நாயகம்.

திருக்குறள் சொற்பொழிவுகள்:

திருக்குறளில் பெரிதும் ஈடுபாடு கொண்ட வ.உ.சி, திருக்குறள் குறித்த சொற்பொழிவுகளையும் தலைமை உரைகளையும் நிகழ்த்தி வந்தார். 1928ம் ஆண்டு தென்காசியில் திருவள்ளுவர்

கழகம் நடத்திய முதல் ஆண்டு விழாவில் தலைமை ஏற்றுச் சிறப்பித்தவர் தேசபக்தர் கப்பலோட்டிய தமிழர் வ.உ.சிதம்பரம் பிள்ளை ஆவார். (பொற்குவியல், தென்காசி 1978.பக்-12)

1935 மே மாதத்தில் சாத்தூரில் நடைபெற்ற திருவள்ளுவர் திருநாள் நிகழ்ச்சிக்கு வ.உ.சி. தலைமை ஏற்றுள்ளார். (திருவள்ளுவர் நினைவு மலர், திருவள்ளுவர் திருநாட்கழகம், பவளக்காரத் தெரு, சென்னை. 1936, பக்-136)

திருக்குறள் 'பாயிர ஆராய்ச்சி':

1929-30களில் வெளிவந்த 'தமிழ்ப்பொழில்' என்னும் இதழில் துணர் 5, மலர் 6,9,10களில் வ.உ.சி., திருவள்ளுவர் திருக்குறள் 'பாயிர ஆராய்ச்சி' குறித்து விரிவான கட்டுரை எழுதியுள்ளார்.

1930-32களில் வெளிவந்த 'தமிழ்ப்பொழில்' இதழில் துணர் 6ல் பக்கம் 456 முதல் 462 வரை தனது திருக்குறள் 'பாயிர ஆராய்ச்சி' குறித்துத் தொடர்ந்து எழுதியுள்ளார். இந்த இதழில் திருக்குறள் குறித்த ஆய்வுக்கட்டுரைகளைத் தொடர்ந்து எழுதியுள்ளார் என்று அறியலாம்.

பாயிரம் என்பது நூன்முகம். நூலுக்கு முகம் போன்று விளங்குதலால் அது நூன்முகம் எனப்பட்டது. இக்காலத்து வழங்கும் திருக்குறட் சுவடிகளிலெல்லாம் 'கடவுள் வாழ்த்து', 'வான் சிறப்பு', 'நீத்தார் பெருமை', 'அறன் வலியுறுத்தல்' என்னும் நான்கு அதிகாரங்களும் பாயிரமாகக் காணப்படுகின்றன. 'கடவுள் வாழ்த்து' முதலிய மூன்று அதிகாரங்களும் 'உரை கோளாளன்' முதலியோர்களால் கூறப்பெற்ற சிறப்புப்பாயிரம். 'அறன் வலியுறுத்தல்' என்னும் அதிகாரம் ஒன்றே வள்ளுவரால் கூறப்பெற்ற பொதுப்பாயிரம் என்று துவங்கி வ.உ.சி. அந்தக் கட்டுரையில் விரிவாக ஆதாரங்களுடன் எழுதிக்கொண்டே செல்வார்.

துறவறவியலின்கண் 'துறவு' என்ற ஓர் அதிகாரமும் 'மெய்யுணர்தல்' என்ற ஓர் அதிகாரமும் அமைத்துக் கூறிய வள்ளுவர், பாயிரத்தின்கண் 'நீத்தார் பெருமை' என்னும் ஓர் அதிகாரமும் 'கடவுள் வாழ்த்து' என்னும் ஓர் அதிகாரமும் அமைத்துக் கூறுதல் மிகையாம் என்றும் வலியுறுத்துவார். 'வ.உ.சி. கட்டுரைத் தொகுப்பு' என்ற நூலிலுள்ள 'வ.உ.சி திருவள்ளுவர் திருக்குறள் பாயிர ஆராய்ச்சி' என்ற கட்டுரையில் இதனை முழுமையாகக் காணலாம்.

வ.உ.சியின் திருக்குறள் அறப்பால் விருத்தியுரை:

திருக்குறளின் மீது மிக ஈடுபாடு கொண்டிருந்த வ.உ.சி, அதுவரை எழுதப்பட்ட உரைகள் கடினமாக இருந்ததை

உணர்ந்து அனைவரும் படிப்பதற்கேற்ற நிலையில் எளிமையான உரையினை எழுதி 1935ம் ஆண்டு திருச்செந்தூர் முருகன் ஆலயத்தில் அரங்கேற்றினார். 'காகிதம், மை, கட்டு நூல் முதலியனவெல்லாம் சுதேசியம்' என்ற அறிவிப்புடன் திருக்குறள் அறத்துப்பால் உரையினை வ.உ.சி. வெளியிட்டார்.

தூத்துக்குடி வேலாயுதம் பிரிண்டிங் பிரஸில் அச்சிடப்பட்ட வ.உ.சி.யின் அறப்பால் விருத்தியுரை 300 பக்கங்களைக் கொண்டது. நூல் அச்சிட்டு முடித்தவுடன் இ.மு.சுப்பிரமணிய பிள்ளையின் பார்வைக்கு அதனை அனுப்பி வைத்தார். அவர் நூலில் பிழைதிருத்தம் என இரண்டு பக்கங்கள் அளவில் குறித்து அனுப்பி அதுவும் அச்சாகியுள்ளது. ஆக, 302 பக்கங்களைக் கொண்ட அந்த விருத்தியுரை ஒரு ரூபாய் விலையில் அப்போது வெளியிடப்பட்டது.

சமர்ப்பணம்:

வ.உ.சி. தூத்துக்குடிக்கு அருகில் உள்ள சிலுக்கம்பட்டி அ.செ. சு.கந்தசுவாமி ரெட்டியார், அ.செ.சு.முத்தையா ரெட்டியார் என்னும் இரண்டு வள்ளல்களுக்கு இந்த நூலை அச்சிட உதவியதற்காக மிகுந்த நன்றி தெரிவிக்கிறார். அவர்களுக்குத் தனது திருக்குறள் உரையினை சமர்ப்பணம் செய்து நேரிசை ஆசிரியப்பா 24 வரிகளில் பாடியுள்ளார்.

திருக்குறள் அறப்பால் முன்னுரை:

முன்னுரையில் வ.உ.சி. அறப்பால், பொருட்பால், இன்பத்துப்பால் ஆகிய மூன்று பால்களின் உரைகளையும் மூலத்துடன் அச்சிட்டு அவற்றை ஒரே புத்தகமாக வெளியிட வேண்டுமென்று நினைத்ததாகக் குறிப்பிடுகிறார். (1935ம் ஆண்டு வ.உ.சி. வெளியிட நினைத்தது; 2008ம் ஆண்டு பாரி நிலையத்தாரால் வெளியிடப்பட்டது.)

வ.உ.சி. 'அறப்பாலில் 76 குறள்களில் என் உரை பரிமேலழகர் உரைக்கு வேறுபடுகின்றது. 12 குறள்களில் என் உரை அவர் உரையை வெளிப்படையாக மறுக்கின்றது. 5 குறள்களில் என் உரை அவர் உரையை வெளிப்படையாக ஆமோதிக்கின்றது. மீதக்குறள்களில் என் உரையும் அவர் உரையும் ஒத்திருக்கக் கூடும்' என்று கூறுகிறார்.

அச்சுப்பிழை தவிர்க்க செய்த முயற்சிகள்:

அச்சுப்பிழைகளைத் தவிர்ப்பதற்காக வ.உ.சி.யால் மூன்று முறையும், மதுர ஆசிரியர் க.ரா.ராதா கிருஷ்ணையர்,

பிரசங்கரத்தினம் மு.பொன்னம்பலம் பிள்ளை ஆகியோரால் இரண்டு முறையும் படிக்கப்பட்டது. இவ்விருவரும் உரை எழுதும்போதும் உதவியதற்காக வ.உ.சி. திருக்குறள் அறப்பால் முன்னுரையில் மனமார்ந்த வந்தனத்தைத் தெரிவிக்கிறார்.

வ.உ.சி. உரை எழுதியுள்ள விதம்:

வஉசி. தாம் உரை எழுதியுள்ள விதத்தை அவரே விளக்குகிறார். அதாவது,

> "பொருள் என்னும் தலைப்பில் பதவுரை எழுதியுள்ளேன். அவ்வுரையில் பொருள் புரிந்துகொள்வதற்காக வருவிக்கப்பட்ட சொற்களை ( ) இவ்வடையாளங்களுக்குள் எழுதியுள்ளேன். அகலம் என்னும் தலைப்பில் இலக்கணக்குறிப்பு, வினா விடை, மேற்கோள், பாடபேதம் முதலியவற்றை எழுதியுள்ளேன். கருத்து என்னும் தலைப்பில் கருத்தினை எழுதியுள்ளேன்."

வ.உ.சி. படிக்கும் முறையையும் கூறுகிறார். முதன்முறை படிக்கும்போது பொருளையும் கருத்தையும் மட்டும் படிக்குமாறும் இரண்டாம் முறை படிக்கும்போது அகலத்தையும் சேர்த்துப் படிக்குமாறும் கூறுகிறார்.

எடுத்துக்காட்டு:

ஆள்வினையுடைமை

அஃதாவது ஆளும் வினையை உடைமை (வ.உ.சி. அதிகாரத்தின் பெயரைத் தந்து அதன் பொருளை ஓரிரண்டு தொடர்களில் விளக்குகிறார்.)

'ஊழையு முப்பக்கங் காண்ப ருலைவின்றித்
தாழா துஞற்று பவர்'.

பதவுரை

உலைவு இன்றி தாழாது உஞற்றுபவர்த-ளர்ச்சியின்றிக் காலந் தாழ்த்தாது முயல்பவர், ஊழையும் உப்பக்கம் காண்பர்வி-தியையும் பின்பக்கம் காண்பர்.

அகலம்

உப்பக்கம் - பின்பக்கம். பின்பக்கம் காண்டலாவது, முதுகு காட்டி ஓடும்படி செய்தல். அஃதாவது, தோல்வியுறச் செய்தல்.

கருத்து

விடாமுயற்சியுடையார் விதியையும் வெல்வர்.

அறப்பால் விருத்தியுரைச் சிறப்புகள்:

வ.உ.சி.யின் குறள் உரைச் சிறப்பிற்குச் சில சான்றுகள்:

1.பாட பேதம் காணல்

'பெற்றாற் பெறிற் பெறுவர் பெண்டிர் பெருஞ்சிறப்புப்
புத்தேளிர் வாழு முலகு.'

'பெறிற் பெறுவர்' என்பது, 'பேணிற் பெறுவர்' என்று பாடமாய் இருந்திருக்கலாம். ஓலைச் சுவடியில் இருந்து மாற்றி எழுதும்போது 'பேணிற் பெறுவர்' என்ற வார்த்தை 'பெறிற்' என்று எழுதப்பட்டிருக்கலாம் என்றும் 'பேணில்' என்ற பாடத்தை வைத்துப் படித்தால் பொருள் மிக எளிதாய் விளங்கும் என்றும் உரையாசிரியர் 'பெறிற் பெறுவர்' என்ற வார்த்தையை வைத்துக் கொண்டு சுற்றி வளைத்துப் பொருள் சொல்லுகிறார்கள் என்றும் சொன்னார்கள்' எனப் பிள்ளையவர்களிடம் நேரில் பாடம் கேட்ட 'அறம் வளர்த்த நாதன்' தனது, 'வ.உ.சி.யின் திருக்குறள் பரப்பும் தொண்டு' என்ற நூலில், மிகத் துணிந்து பாட பேதம் காணும் வ.உ.சி. யின் திறத்தைப் பாராட்டுகின்றார்.

2. பழைய உரை மறுத்துப் புத்துரை தருதல்

'அன்பிற்கும் உண்டோ அடைக்குந்தாழ் ஆர்வலர்
புன்கணீர் பூசல் தரும்.'

என்ற குறளை, அடைக்கும் தாழ் அன்பிற்கு உண்டோ? - (அகத்தினின்றும் வெளிப்படாமல்) அடைத்து வைக்கும் (வலிய) கதவு அன்பிற்கும் உண்டோ?; ஆர்வலர் புன்கண் ஈர் பூசல் தரும்-அன்பு செய்யப்பட்டாரது துன்பம் (அக்கதவை) பிளக்கும் தாக்குதலை உண்டாக்கும் என்று பதம் பிரித்துப் பொருள் உரைப்பர். 'புன்கணீர்' என்பதைப் 'புன்கண் ஈர்' என்று பிரித்துப் பொருள் கண்டிருப்பது நோக்கத்தக்கது.

அகல உரையில், இதனை விளக்கும் வகையில், 'ஆர்வலர் புன்கணீர் பூசல் தரும்' என்பதற்கு 'தம்மால் அன்பு செய்யப்பட்டவரது துன்பங்கண்டுழி' என்று சொற்களை வருவித்து'அன்புடையார் (கண் பொழிகின்ற) புல்லிய கண்ணீரே (உள் நின்ற அன்பினை எல்லோரும் அறியத் தூற்றும்)' என்று உரைப்பாரும் உளர். அவர் 'ஆர்வலர்' என்பதற்கு 'அன்பு செய்யப்பட்டார்' என்பதே பொருள் என்பதை அறியார். அன்றியும் 'துன்பம்' என்னும் பொருள் தரும் 'புன்கண்' என்ற சொல்லைப் புன், கண் எனப் பிரித்தும், அடைக்கும் தாழ்

உண்டோ? என்ற வினாவிற்கு விடையில்லாதும் பொருள் உரைத்து இடர்ப்பட்டனர் என உரை வகுத்துச் செல்லுகையில் அறிவுபூர்வமாகவும் தருக்க நெறியாகவும் காண்கையில் அவர் விளக்கம் சரியாக அமைந்துள்ளது போன்ற உணர்வைப் படிப்பார்க்குத் தோற்றுவிக்கிறது.

3. நடைமுறை வாழ்க்கைக்கு ஏற்பப் பொருள் கூறுதல்

'தோன்றிற் புகழொடு தோன்றுக' என்ற குறட்பாவிற்குப் 'புகழ் இல்லையெனில் பிறவாமல் சாவதே மேல்' என்று அறிவிற்குப் பொருத்தமில்லா உரைகண்ட நாளில் வ.உ.சி. 'எத்தொழிலில் ஈடுபடுவோரும் அதனால் புகழ் வரும்படியாகத் திறம்படத் தொழிலாற்ற வேண்டும். இல்லையெனில் அதில் ஈடுபடாமல் இருத்தலே சிறந்தது' என்று கருத்துத் தெரிவிப்பார். வாழ்க்கைக்கு ஏற்ற வண்ணம் அறக்கருத்துகளைப் புரிந்துகொள்ளுதல், நடைமுறை வாழ்வில் அவற்றைக் கடைபிடித்தற்கு வகை செய்யும் என்ற உண்மையை உணர்ந்தவர் வ.உ.சி.

4. பரிமேலழகர் உரை மறுத்தல்

'ஈன்ற பொழுதின்' என்ற குறட்பாவிற்குப் 'பெண்ணியல்பால் தானாக அறியாமையின் கேட்ட தாயெனக் கூறினார்' என்று உரைப்பாரும் உளர். 'பெண்ணின் இயல்பு தானாக அறியாமை' என்பது அறிவிலார் கூற்றென அவ்வுரையை மறுக்க' எனக் கடுமையாகச் (பரிமேலழகரை) சாடுகிறார் வ.உ.சி. இக்கடுமை வ.உ.சி. பெண்கள்பால் கொண்ட பெருமதிப்பைக் காட்டுவதாகும்.

மேற்கண்ட சான்றுகள் வ.உ.சி.யைச் சிறந்த இலக்கிய உரையாசிரியராக இனம் கண்டு பாராட்ட வழிவகுக்கின்றன. பின்னர், தமிழ் ஆய்வு உலகில் குறள் உரை வேறுபாடுகளும் மிகப்பலவாகப் பெருகின.

'குறள் மக்களிடையே பரவலான செல்வாக்குப் பெறாத காலங்களில் குறளைப் பரப்பியும், உரை விளக்கம் தந்தும், புது விளக்கம் (Interpretation), மறு விளக்கம் (Re interpretation) என்ற இரு வகை ஆய்வு நெறிகளைப் பின்பற்றிப் புத்துரையும் மறு உரையும் கண்டு, தமிழ் இலக்கிய நலன்களைப் போற்றிக் காத்த வ.உ.சி.யின் தொண்டு, குறிப்பாக குறள் தொண்டு, தமிழ் ஆய்வு வரலாற்றில் மிகப் பாராட்டிப் போற்றத்தக்கதாம்' என்று தனது 'தமிழ் தந்த வ.உ.சி.' என்ற நூலில் தி.லீலாவதி குறிப்பிட்டுள்ளார்.

தமிழ்த்தொண்டு:

28-3-1935ம் நாள் த.வேதியப்ப பிள்ளைக்கு வ.உ.சி. எழுதிய கடிதத்தில் 'திருவள்ளுவர் திருக்குறளுக்கு யான் இயற்றியுள்ள உரையில் அறத்துப்பால் புத்தகம் ஒன்று இதனுடன் Book Postல் வருகின்றது. இதனையும் வாங்கிப் படிப்பார் தமிழ் நாட்டில் இரார் என்றுதான் தோன்றுகிறது' என்று எழுதியுள்ளார்.

'இதிலிருந்து வ.உ.சி. பொருள் வரவை எதிர்பார்த்து திருக்குறள் பணியினைச் செய்யவில்லை என்பது புலனாகிறது. பொருள் இழப்பை எதிர் நோக்கியே தமிழ்த் தொண்டாற்றியுள்ளார் எனத் தெரிகிறது' என்பர் தி.லீலாவதி.

'பதிப்புப் பணியில் சி.வை.தாமோதரம் பிள்ளை, உ.வே.சாமிநாதையர் என்ற பதிப்பாளர் வரிசையில் வ.உ.சிதம்பரனாரையும் இணைத்து வைத்துப் போற்றும் கடப்பாடு நமக்குண்டு' என்கிறார் தி.லீலாவதி. (தமிழ் தந்த வ.உ.சி. - உலகத் தமிழாராய்ச்சி நிறுவனம்)

வள்ளல் உள்ளம்:

4-9-1935ம் நாள் த.வேதியப்ப பிள்ளைக்கு வ.உசி. எழுதிய கடிதத்தில், 'இதனுடன் திருக்குறள் 1ம், மெய்யறம் 1ம் Certified Book Postல் வருகின்றன. பாடத் திருத்தங்களிலும் தங்களுக்கு உண்டாகும் சந்தேகங்களையெல்லாம் தெரிவித்திடுக. அவற்றை நிவர்த்திக்க முயலுகிறேன். எனது நூல்களைத் தாங்கள் வேண்டும் பிரதிகள் அனுப்பச் சித்தமாயிருக்கிறேன். அவற்றைத் தாங்கள் விற்றுத் தங்கள் செலவுக்குப் பணத்தை உபயோகித்துக் கொள்ளலாம்' என்று குறிப்பிட்டதில் வறுமையிலும் வ.உ.சி.யின் வள்ளல் உள்ளம் தெள்ளத் தெளிவாகத் தெரிகிறது.

வ.உ.சி.யின் பொருட்பால் விருத்தியுரை:

வ.உ.சி. பொருட்பால் மூலமும் உரையும் 300 பக்கங்களிலும், இன்பத்துப்பால் மூலமும் உரையும், திருக்குறள் மற்றும் திருவள்ளுவர் குறித்த ஆராய்ச்சிக் குறிப்புகளை 300 பக்கங்களிலும் வெளியிட எண்ணியுள்ளதாகத் திருக்குறள் அறத்துப்பால் முன்னுரையில் குறிப்பிடுகிறார்.

வ.உ.சி 1935ம் ஆண்டு வெளியிட்ட அறத்துப்பால் விருத்தியுரையின் பின் பக்கத்தில் 'திருக்குறள் எனது பொருட்பால் அச்சில் ஒரு ரூபாய்' என்று விளம்பரம் செய்துள்ளார். வ.உ.சி.யின் பொருட்பால் விருத்தியுரை அச்சேறிக்கொண்டிருந்ததாக சென்னை மாகாண தமிழ்ச் சங்க அமைச்சர் இ.மு.சுப்பிரமணிய

பிள்ளை தனது 'நெல்லை தமிழ்ப்புலவர்கள்' என்ற நூலில் குறிப்பிடுகிறார். '1936 ஏப்ரல் முதல் வாரத்தில் பொருட்பாலின் முதல் எட்டுப் பக்கங்கள் அவர் பார்வைக்கு வந்ததாகவும், அவற்றை அவர் திருத்தியனுப்ப வ.உ.சி. பாராட்டிக் கடிதம் எழுதியதாகவும்' அந்நூலில் குறிப்பிட்டுள்ளார்.'

அவர் எழுதிய திருத்தங்களையும் ஆராய்ச்சிக் குறிப்புகளையும் வ.உ.சி. ஏற்றுக் கொண்டுள்ளார். 23 அதிகாரங்களும் 24வது அதிகாரத்தில் ஏழு பாடல்களும் அச்சாகியுள்ளன. அச்சிட்டு முடித்தவுடன் இ.மு.சுப்பிரமணிய பிள்ளையின் பார்வைக்கு அதனை அனுப்பி வைத்துள்ளார்.

'வ.உ.சி.யின் பொருட்பாலுரை முழுவதும் அச்சாகி வருதல் வேண்டும். காமத்துப்பாலுக்கும் வ.உ.சி. விரிவுரை எழுதி முடித்து வைத்திருக்கிறார். அவை வெளிவந்தால் தமிழ் நூல்களிலே ஒப்புயர்வற்றதாகிய திருக்குறளுக்குச் சிறந்த திறவுகோல்களாகப் பெரிதும் உதவும். வீரர் சிதம்பரனார் தம் வாழ்நாளெல்லாம் அரிதின் முயன்று ஆராய்ந்து கண்ட உண்மைகள் வீண் போகாமல் நிலை நிற்கும்' என்று இ.மு.சுப்பிரமணிய பிள்ளை குறிப்பிடுகிறார்.

ஆனால், வ.உ.சி.யின் பொருட்பால் விருத்தியுரை வ.உ.சி. காலத்தில் வெளிவரவில்லை. அவர் உடல் நலம் குறைந்து அதே ஆண்டு நவம்பரில் இறந்துவிட்டார்.

தர்ம சாஸ்திரம்:

1933ம் ஆண்டு தொடங்கிய தூத்துக்குடி கம்பன் கழகத்தின் மூல ஸ்தாபகர்களில் ஒருவர் என்றும், கம்பன் பற்றிய ஆராய்ச்சிகள் நிகழ்ந்த ஏறக்குறைய 150 கூட்டங்களுக்கும் வ.உ.சி. வந்து கலந்து கொண்டார் என்றும் தமிழறிஞர் ஏ.சி.பால் நாடார் குறிப்பிடுகின்றார். (தென்னாட்டுத் திலகர், வ.உ.சி. மலர், பம்பாய் தமிழ்ச் சங்கம், பக் - 60)

வள்ளுவரையும் கம்பனையும் தமிழர் அனைவரும் கற்க வேண்டுமென்று வஉசி. அந்த நாளில் அடிக்கடி நண்பர்களிடம் கூறுவதுண்டு. அது தர்ம சாஸ்திரம், இது சகோதர தர்ம சாஸ்திரம். அதன் விளக்கம் இது என்று கூறுவார் என்று பி.ஸ்ரீ. வஉசியின் இரு பெரும் இலக்கிய ஈடுபாட்டினைச் சுட்டிக்காட்டுகிறார். (தென்னாட்டுத் திலகர், வஉசி மலர், பம்பாய் தமிழ்ச் சங்கம், பக் - 60)

வ.உ.சி.க்குப் பிடித்த அதிகாரங்கள்:

வ.உ.சி.க்குப் பிடித்த அதிகாரங்கள் ஊழ், செய்ந்நன்றி அறிதல் என்பர். 'ஊழையும் உட்பக்கம் காண்பர்' என்ற குறளையும்,

'எந்நன்றி கொன்றார்க்கும்' என்ற குறளையும் எல்லாக் கூட்டங்களிலும் தவறாது சொல்லிக் காட்டுவார் என்று பரலி சு.சண்முக சுந்தரம் குறிக்கின்றார். ('தமிழ் தந்த வ.உ.சி.' என்ற நூலில் தி.லீலாவதி)

மெய்யறம்:

மெய்யறம் திருக்குறளை, திருக்குறள் விளக்கும் நீதிக்கருத்துகளை மையமாகவைத்துஎழுதப்பட்டநூலாகும்.தமிழ்இலக்கியங்களுக்குள் வ.உ.சி.யின் மனதை மிகவும் ஈர்த்தது திருக்குறளே ஆகும்.

'மாக்களைப் போல் மனம் போனபடி வாழ்க்கை நடத்தும் மக்கள் மனந்திருந்தி நல்வாழ்வு வாழத் துணைபுரிவது திருக்குறளே!' என்பது வ.உ.சி.யின் அசைக்க முடியாத நம்பிக்கை.

மக்கள் மன நலம் பேணி நல்வாழ்வு பெற வேண்டும் என்பதற்காகக் குறளின் அடிப்படையில் மெய்யறம் என்னும் இந்நூலை இயற்றியுள்ளார். இதனைத் திருக்குறளின் வழிநூல் (வள்ளுவர் மறையின் வழிநூன் மெய்யறம் - பாயிரம்- வரி - 2) என்றே வ.உ.சி. குறிப்பிடுகின்றார்.

திருக்குறள் இரண்டு அடிகளால் ஆனது. மெய்யறம் ஒரே அடியால் ஆனது. அது 133 அதிகாரங்களைக் கொண்டது. இது 125 அதிகாரங்களைக் கொண்டது. இரண்டுமே ஓர் அதிகாரத்திற்கு 10 பாடல்கள் கொண்டவை. திருக்குறளில் கூறப்பட்டவை சுமார் 82 அதிகாரங்களில் மெய்யறத்திலும் கூறப்பட்டுள்ளன.

இப்படியும் ஒரு தமிழ்க்காதலா?

வ.உ.சி. மறைவதற்கு இரண்டு நாட்களுக்கு முன் சந்தித்த கெ.அனந்த ராமையங்கார் கூறுகிறார், 'கைகளைக் கட்டிக்கொண்டு 'என்னை மன்னித்து விடுங்கள். உங்களைக் கண்டால் இரண்டு குறளை உங்களுக்குச் சொல்லி இரண்டு செய்யுள் ராமாயணத்தில் இருந்து நீங்கள் சொல்லக் கேட்டு இன்பமடைவேன். இனிமேல் அதற்கும் இயலாது, என்னை மன்னித்துவிடுங்கள்' என்று தழுதழுத்த குரலில் பேசிய அவர் முகத்தைப் பார்க்கக் கண்ணீர் நிறைந்த கண்கள் மறுத்தன. சொல்லும் பதிலோ தொண்டையில் சிக்கிக் கொண்டது. முகத்தை மூடிக்கொண்டு வீடு திரும்பினேன். இரண்டு நாளில் விடுதலை வீரர் விடுதலை அடைந்த செய்தியைக் கேள்வியுற்றேன். இப்படியும் ஒரு தமிழ்க்காதலா என்று பெருமூச்செறிந்தேன். என் நெஞ்சு பெருமிதத்தில் விம்மியது.' (பாவலர் ஆ.முத்துராமலிங்கம் - வரலாற்று நாயகர் வ.உ.சிதம்பரனார்)

செ.திவான் 'வ.உ.சி.யும் திருக்குறளும்' என்ற நூலை எழுதியுள்ளார்.

திருக்குறள் வகுப்பு:

'வ.உ.சி. தினமும் மாலையில் சிறுவர்களுக்குத் திருக்குறள் வகுப்பு நடத்துவார் என்றும் வகுப்பு முடிந்தவுடன் சிறுவர்களுக்குச் சுண்டல் வழங்கப்படும் என்றும் எனது தந்தையார் மதிப்பிற்குரிய வ.உ.சி.வாலேஸ்வரன் அவர்கள் குறிப்பிடுவார்கள்.

இறக்கும்போதும் திருக்குறள் பற்றிய சிந்தனை:

வ.உ.சி. இறக்கும்போது அவருக்கு இரண்டே இரண்டு வருத்தங்கள்தான் இருந்தன. சுதந்திர இந்தியாவில் வாழ முடியவில்லை என்பதும், திருக்குறள் உரை முழுவதும் அச்சிட்டு வெளியிடவில்லை என்பதும்தான் அவை. வாழும்போது மட்டுமல்லாமல் இறக்கும்போதும் தாய் நாடும் திருக்குறளும்தான் அவர் நினைவில் இருந்தன.

வ.உ.சி. திருக்குறள் உரை:

வ.உ.சி. திருக்குறள் உரை இப்பொழுது பல பதிப்பகத்தாரால் அச்சிடப்பட்டுள்ளன. கையடக்கப் பதிப்பாகவும் விளக்கமான பதிப்பாகவும் வெளியிடப்பட்டுள்ளன. மலிவு விலைப்பதிப்பும் கிடைக்கிறது. வ.உ.சி.யின் கனவு தற்போது பலித்துவிட்டது. எல்லோரும் திருக்குறளைப் படிக்க வேண்டும் என்ற வ.உ.சி.யின் நல்லெண்ணத்தையும் நாம் நிறைவேற்றுவோம்.'

நன்றி – சொல்வனம் இதழ். (https://solvanam.com/2016/08/02/வ-உ-சி-யின்-தி-ருக்குறள்).

9

உயர்நீதிமன்றத் தீர்ப்பு

நீதியரசர்கள் ஆர்னால்ட் ஒயிட் மற்றும் மில்லர் ஆகியோர் வழங்கிய தீர்ப்பின் தமிழாக்கம்:

'திருநெல்வேலி கூடுதல் செஷன்ஸ் நீதிபதியின் கோப்பில் 1908ம் ஆண்டின் காலண்டர் வழக்கு எண் 1ல் மனுதாரரர் வ.உ.சிதம்பரம் பிள்ளை இரண்டாவது குற்றவாளி ஆவார். முதலாவது குற்றவாளியின் மேல்முறையீடு (1908ம் ஆண்டின் 503ம் இலக்க குற்றவியல் மேல்முறையீட்டு மனு) எம்மால் கையாளப்பட்டு, அதனைத் தீர்ப்பதில், இருவரின் வழக்குகளுக்கும் பொதுவான சில கேள்விகளை மனுதாரரர்களின் சட்டத்தரணியிடம் கேட்ட பின்னர் நாங்கள் தீர்மானித்துள்ளோம். அந்த முடிவுகளைத் தற்போதைய மேல்முறையீட்டுக்கு நாங்கள் பயன்படுத்துகிறோம். ஆனால், அவற்றை மறுபரிசீலனை செய்ய வேண்டிய அவசியமில்லை.

முதல் சிறைக்கைதி தேசத்துரோக வார்த்தைகளை உச்சரிக்கத் தூண்டிய மூன்று குற்றங்களே தற்போதைய மனுதாரர் தண்டிக்கப்பட்ட குற்றங்கள் ஆகும். 1908 பிப்ரவரி 23, 25 மற்றும் அதனைத் தொடர்ந்து மார்ச் மாதம் 5ம் நாள்களில் ஆற்றிய உரைகளே இந்நிகழ்வுகளாகும். மனுதாரர் கடந்த சந்தர்ப்பத்தில் ஆஜராகவில்லை. ஆனால், மற்ற இரண்டு பேரில் இருந்தார், அதன்படி இந்தியத் தண்டனைச் சட்டத்தின் பிரிவுகள் 109 மற்றும் 124 ஏ ஆகியவற்றின் கீழ் ஒரு குற்றத்தின் கீழும் இந்தியத் தண்டனைச் சட்டத்தின் பிரிவுகள் 124 ஏ மற்றும் 114ன் கீழ் இரண்டு குற்றங்களின் கீழும் தண்டிக்கப்பட்டுள்ளார். அவருக்கு ஆயுள் தண்டனை விதிக்கப் பட்டுள்ளது.

சடகோபாச்சாரியார் அவர்கள் இந்த வழக்கிற்கும் முதல் கைதிக்கும் பொதுவான கேள்விகளைத் தவிர, சட்டத்தின் சில கேள்விகளை எழுப்பியுள்ளார். அவற்றை நாம் ஆரம்பத்தில் கையாள்வோம்.

முதலாவதாக, தூண்டுதல் புகார் (காட்சி XIX) உத்தரவின் மூலமாகவோ அல்லது அரசாங்கத்தின் அதிகாரத்தின் கீழோ செய்யப்படவில்லை என்று அவர் வாதிடுகிறார்.

அசல் முறைப்பாடு (1908ன் குற்றவியல் மேல்முறையீட்டு இலக்கம் 492ல் காட்சி பி) தற்போதைய வழக்கில் தாக்கல் செய்யப்படவில்லை. ஆனால், நாங்கள் அதைப் பார்த்தோம். இந்த வழக்கில் முதல் குற்றவாளியான சுப்பிரமணிய சிவாவுக்கு எதிரான புகார் கிட்டத்தட்ட காட்சி யு உடன் தொடர்புடையது என்பதைக் கண்டறிந்தோம். 1908ம் ஆண்டு மார்ச் மாதம் 23ம் நாள் சமர்ப்பிக்கப்பட்டதுடன், 1908ம் ஆண்டு ஏப்ரல் மாதம் 6ம் நாளன்று மனுதாரர் சிதம்பரம் பிள்ளை சுப்பிரமணிய சிவாவுடன் தொடர்புபட்டது மட்டுமன்றி, அவருக்கு உதவியதாகவும் தேசத்துரோக உரைகளை நிகழ்த்த சதித்திட்டம் தீட்டியதாகவும் சதித்திட்டத்தின் தொடர்ச்சியாகச் சுப்பிரமணிய சிவா தேசத்துரோக உரைகளை நிகழ்த்தியதாகவும் குற்றம் சாட்டப்பட்டு காட்சி 1908 ஏப்ரல் 6ம் நாள் சமர்ப்பிக்கப்பட்டது.

அரசாணையின் பொருள் (காட்சி அ) தெளிவாக உள்ளது. அந்த உத்தரவில் கூறப்பட்டுள்ள பிரிவுகளின் கீழ்த் தண்டனைக்குரிய குற்றங்கள் இழைக்கப்படுவதாகப் புகார்கள் முன்வைக்கப்பட உள்ளன.

1908ம் ஆண்டு பிப்ரவரி மற்றும் மார்ச் மாதங்களில் சுப்பிரமணிய சிவா ஆற்றிய உரைகள் தொடர்பாகச் சிதம்பரம் பிள்ளைக்கு எதிரான புகார்தான் இப்போது, காட்சி XIX என்பது துணைப் புகாராக அழைக்கப்படுகிறது, எனவே, அது அரசாணைக்குள் இல்லை என்று வாதிடப்படுகிறது.

'அவர்கள்' என்ற சொல்லைப் படிக்க வேண்டிய கட்டாயத்தில் நாம் இருந்தால், அதாவது, பெயரிடப்பட்ட மூவரில் ஒவ்வொருவரும், அவர் ஆற்றிய உரைகள் தொடர்பாக வழக்குத் தொடரப்பட வேண்டும் என்று கருதினால், இந்த வாதம் சரியானதாக இருக்கலாம். ஆனால், நாம் அந்த உத்தரவைப் படிக்க வேண்டும் என்று நாங்கள் நினைக்கவில்லை.

1 மற்றும் 2ம் சிறைக்கைதிகள் சம்பந்தப்பட்ட தொடர் கூட்டங்களின்போது இந்த உரைகள் நிகழ்த்தப்பட்டன என்பதில்

எந்த ஐயமும் இல்லை. மேலும் குறிப்பிட்ட பிரிவுகளின் கீழ் தண்டனைக்குரிய அனைத்துக் குற்றங்களையும் உள்ளடக்கும் நோக்கத்துடன் அரசாங்கத்தின் உத்தரவு இருந்தது என்று நாங்கள் கருதுகிறோம். இந்தக் கட்டுமானத்தைத் தாங்கும் அளவுக்கு இந்த உத்தரவு அகலமானது. அதன் நோக்கத்தைக் கட்டுப்படுத்த நாங்கள் விரும்பவில்லை. நாம் பார்க்க வேண்டியது என்னவென்றால், 'புகார் அங்கீகரிக்கப்பட்டதா?' இது சந்தேகத்திற்கு இடமின்றி அங்கீகரிக்கப்பட்ட நபரால் அவரது அதிகாரத்தின் வண்ணத்தின் கீழ்ச் செய்யப்பட்டது. மேலும் புகார் செய்யப்பட்ட குற்றங்கள் இந்தியத் தண்டனைச் சட்டத்தின் குறிப்பிடப்பட்ட பிரிவுகளின் கீழ்த் தண்டனைக்குரிய குற்றங்களாக இருந்தால் அதை மறைக்க அதிகாரம் பரந்ததாக இருப்பதாக நாங்கள் நினைக்கிறோம். அப்படியானால், அவர்கள் அவ்வளவு தண்டனைக்குரியவர்களா என்பதுதான் கேள்வி.

1908 பிப்ரவரி 23 மற்றும் 25 தேதிகள் தொடர்பான குற்றச்சாட்டுகள், நாம் ஏற்கெனவே கூறியது போல, இந்தியத் தண்டனைச் சட்டத்தின் பிரிவுகள் 124 ஏ மற்றும் 114ன் கீழ் உள்ளன. இப்போது பிரிவு 114ன் படி, ஒரு நபர், இல்லையெனில், தூண்டுதலின் விளைவாக தண்டிக்கப்படக்கூடிய செயல் அல்லது குற்றம் செய்யப்படும்போது, அவர் அத்தகைய செயல் அல்லது குற்றத்தைச் செய்ததாகக் கருதப்படுவார்.

சிதம்பரம் பிள்ளை (தற்போதைக்கு நாம் நினைப்பது போல) சதிக்கு உடந்தையாக இருந்தவர்கள், 124 ஏ பிரிவின் கீழ்த் தண்டனைக்குரிய குற்றமாகக் கருதப்படும் உரையை நிகழ்த்தும்போது, அவர் 124 ஏ பிரிவின் கீழ்க் குற்றம் செய்ததாகக் கருதப்படுவார். அவர் ஆக்கப்பூர்வமாக ஓர் அதிபர், அவர் தண்டிக்கப்பட வேண்டும். சடகோபாச்சாரியார் குற்றத்தின் சாராம்சம் கொஞ்சமும் குறைந்ததல்ல என்று வாதிடுகிறார். நாங்களும் அப்படித்தான். ஆனால், இந்தக் குற்றம் பிரிவு 124 ஏ என்பதின் கீழ்த் தண்டனைக்குரியது. பிரிவு 114 எந்தத் தண்டனையையும் வழங்காது. குற்றத்தின்போது தூண்டுதல் மற்றும் இருத்தல் குற்றம் ஆக்கப்பூர்வமாகத் தூண்டப்பட்ட குற்றமாகும். மேலும் அது தண்டனைக்குரியது. தூண்டுதலாக அல்ல. 1908ம் ஆண்டு பிப்ரவரி மாதம் 23 மற்றும் 25ம் நாள்களில் இடம்பெற்றதாகக் கூறப்படும் குற்றங்கள் தொடர்பில் செய்யப்பட்ட முறைப்பாட்டுக்கு இவ்விதமாக அரசாங்க ஆணை அங்கீகாரம் அளிக்கிறது.

பிரிவு 124 ஏ என்பதின் கீழ்க் குற்றம் தண்டனைக்குரியதாக இருந்தால் மூன்றாவது குற்றச்சாட்டும் அரசு ஆணையின் கடிதத்திற்குள் உள்ளது.

இந்தியத் தண்டனைச் சட்டத்தின் பிரிவு 124 ஏ என்பதின் கீழ்த் தேசத்துரோகத்தைத் தூண்டுவது தண்டனைக்குரியது, எனவே, குற்றவியல் நடைமுறைச் சட்டத்தின் பிரிவு 196ல் குறிப்பிடப்பட்டுள்ள குற்றங்களில் இதுவும் ஒன்றாகும். ஆனால், இது அட்டவணை ஏ என்பதில் பட்டியலிடப்பட்ட குற்றங்களில் ஒன்று அல்ல. எனவே, அரசுத் தரப்பு அங்கீகரிக்கப்படாதது என்று வாதிடப்பட்டது. ஆனால், காட்சி A பிரிவைப் பின்பற்றுகிறது, குற்றவியல் நடைமுறைச் சட்டத்தின் பிரிவு 196ல் உள்ள 'அல்லது அத்தகைய குற்றத்தைத் தூண்டுதல்' என்ற வார்த்தைகளை நாம் படிக்க வேண்டும் என்றால், அவற்றைக் காட்சி ஏ என்பதில் படிக்க மறுப்பதற்கு எந்தக் காரணமும் இல்லை. மறுபுறம், திரு.ரிச்மண்ட் அரசுத் தரப்பு சார்பாக வாதிட்டதைப் போல, குற்றவியல் நடைமுறைச் சட்டத்தின் பிரிவு 196, இந்தியத் தண்டனைச் சட்டத்தின் பிரிவு 108 ஏ என்பதில் வரையறுக்கப்பட்டுள்ள ஒரு குறிப்பிட்ட தூண்டுதல் வழக்கைத் தவிர, தூண்டுதல் குற்றங்களைக் கையாளவில்லை என்றால், புகாரை ஆதரிக்க எந்த உத்தரவும் தேவையில்லை. இந்த வாதத்தை ராணி பேரரசி வி.அப்துல் காதர் ஷெரீப் சாஹிப் 20 எம்.8 வழக்கு ஆதரிக்கிறது. ஆனால், அந்த வழக்கைப் பின்பற்ற நாம் தயாராக இருக்க வேண்டுமா, இல்லையா என்பதை நாம் தீர்மானிக்க வேண்டிய அவசியமில்லை. காட்சி XIX என்ற புகாரை, நாங்கள் எந்தக் கருத்தை எடுத்தாலும். அது முறையாக அங்கீகரிக்கப்பட்டதாகக் கருதப்பட வேண்டும் என்று நாங்கள் நினைக்கிறோம்.

1908ம் ஆண்டின் 503ம் இலக்க குற்றவியல் மேல்முறையீட்டில் எமது தீர்ப்பில் குறிப்பிடப்பட்டுள்ள காரணங்களுக்காக, குற்றச்சாட்டுக்களில் உள்ள குறைபாடுகள் காரணமாக, தற்போதைய மேல்முறையீட்டாளர் தவறாக வழி நடத்தப்பட்டுள்ளார் என்றும், நீதியின் தோல்வி ஏற்பட்டுள்ளது என்றும் நாங்கள் நினைக்கவில்லை.

1908ம் ஆண்டின் 503ம் இலக்க குற்றவியல் மேல்முறையீட்டில், அரசுத் தரப்பு சாட்சியங்களின் நம்பகத்தன்மை, எடை மற்றும் தற்போதைய மேன்முறையீட்டாளரின் சார்பாக முன்வைக்கப்பட்ட விடயங்கள் குறித்து நாம் பரிசீலித்துள்ளோம். குற்றம் சாட்டப்பட்டவர்கள் இருவரும் ஆற்றிய உரைகளின் கணிசமான சரியான சுருக்கத்தை அரசுத் தரப்பு சாட்சியமாக நாங்கள் ஏற்றுக்கொள்கிறோம். மேலும் முதல் குற்றம் சாட்டப்பட்டவர் செய்த குற்றங்களின் சதி மூலம் மேல்முறையீடு செய்தவரின் தூண்டுதலை நிறுவ இந்த ஆதாரமும் வழக்கின் பிற ஆதாரங்களும் போதுமானதா என்பதை நாங்கள் இப்போது பரிசீலிக்க வேண்டும்.

சிதம்பரம் பிள்ளை சுப்பிரமணிய சிவாவுடன் சேர்ந்து அரசு மீது அதிருப்தியைத் தூண்டும் சதியில் ஈடுபட்டிருந்தால், அந்தச் சதித்திட்டத்தின் தொடர்ச்சியாகவும், அதிருப்தியின் எழுச்சியைத் தூண்டும் வகையிலும் ஒரு செயல் 'நடந்திருந்தால்' சிதம்பரம் பிள்ளை அதிருப்தியின் எழுச்சியைத் தூண்டியதாகக் குற்றம் சாட்டப்படுகிறார் (பிரிவு 107, இந்தியத் தண்டனைச் சட்டம்).

கூடுதல் செஷன்ஸ் நீதிபதியின் தீர்ப்பின் 29 முதல் 33 வரையிலான பத்திகளில் சாட்சியங்கள் சூழ்நிலை சார்ந்தவை. சுப்பிரமணிய சிவா தூத்துக்குடியில் மனுதாரரர் சிதம்பரம் பிள்ளையின் வீட்டில் (பத்திகள் 30, 31) வசித்தார் என்பதும் சிதம்பரம் பிள்ளை செல்வாக்கு மிக்கவர் என்பதும் சுப்பிரமணிய சிவா தூத்துக்குடிக்கு அந்நியர் என்பதும் அங்கு செல்வாக்கு இல்லாமல் இருந்தார் என்பதும் சிதம்பரம் பிள்ளை வழக்கமாகக் கூட்டங்களை முடித்துவிட்டு அடுத்த கூட்டத்தின் நேரத்தையும் இடத்தையும் அறிவிப்பதையும் அவர் நிரூபிக்கிறார். இருவரும் ஒரே மேடையில் தொடர்ந்து பேசிக் கொண்டிருந்தனர். வழக்கமாக ஒன்றாக வந்து வெளியேறினர் (பத்திகள் 32 மற்றும் 33). தொடர்க் கூட்டங்களின் முக்கிய அமைப்பாளராகச் சிதம்பரம் பிள்ளை கருதப்பட்டார் என்பதைக் காட்டும் சில சம்பவங்களையும் அவர் குறிப்பிடுகிறார்.

தூத்துக்குடியில் பிப்ரவரி மாதத் தொடக்கத்தில் தொடங்கி மார்ச் முதல் பாதியில் தொடர் திறந்தவெளிக் கூட்டங்கள் நடைபெற்றன. அதில் முதல் குற்றவாளி முதன்மைப் பேச்சாளராக இருந்தார். 2வது குற்றவாளியும் 19ம் தேதி கூட்டங்களில் பேசினார் என்பது சந்தேகத்திற்கு இடமின்றி நிரூபிக்கப்பட்டுள்ளது. பிப்ரவரி 22, 23, 24, 26 மற்றும் மார்ச் 4ம் நாள்களில் 1908. 1908 பிப்ரவரி 27 மற்றும் 28ம் நாள்களில் 11 வது சாட்சிக்குச் சொந்தமான இடத்தில், 2வது குற்றவாளிக்குச் சொந்தமான இடத்தில் கூட்டங்கள் தனிப்பட்ட முறையில் நடத்தப்பட்டன. எனினும் கூட்டங்களை அழைக்கும் அறிவிப்பு (காட்சி எம் 1) 2வது குற்றவாளியின் எழுத்தராக இருந்த ஒருவரால் வழங்கப்பட்டது. அதில் 'கட்டிடம்' என்பது 'எனது கட்டிடம்' என்று அழைக்கப்படுகிறது.

1908ம் ஆண்டு பிப்ரவரி மாதம் 25ம் நாள் முறையீடு செய்தவர் கூட்டத்தில் கலந்து கொண்டு அடுத்த கூட்டத்தை அறிவித்தபோதிலும் வேறு வழியில் பேசவில்லை. அவர் மார்ச் 1ம் தேதியும் கலந்து கொண்டார். பின்னர் 3ம் தேதி ஒரு கூட்டத்தை அறிவித்தார். 1908 மார்ச் 5ம் தேதி அவர் கலந்து கொள்ளவில்லை. எங்களிடம் உள்ள உரைகள் 1908 பிப்ரவரி 19 அன்று தொடங்கின. ஆனால், அதற்கு முன்னரே சில

கூட்டங்களில் மனுதாரர் கலந்துகொண்டு உரையாற்றினார் என்பதைச் சான்றுகள் காட்டுகின்றன.

இந்தக் கூட்டங்கள் முதலில் இளைஞர் தேசபக்த சங்கத்தால் ஏற்பாடு செய்யப்பட்டிருக்கலாம் (காட்சி எம் 4 மூலம்). ஆனால், அந்தத் தொடர்க் கூட்டங்கள் 1908 பிப்ரவரி 3 முதல் ஒரு வாரம் மட்டுமே நீடிக்க வேண்டும். அந்தத் தொடர் முடிந்ததும் சங்கத்தின் செயலாளராக இருந்த 6வது சாட்சியின் கூற்றுப்படி, முதல் குற்றவாளியால் 'மற்ற' சொற்பொழிவுகள் வழங்கப்பட்டன. சிதம்பரம் பிள்ளை இளைஞர் தேசபக்த சங்கத்தில் உறுப்பினராக இருந்தார் என்று காட்டப்படவில்லை. ஆனால், பிரசாரம் தொடங்கிய உடனேயே சுப்பிரமணிய சிவா மற்றும் பிறரின் சொற்பொழிவுகளுடன் அவர் தொடர்பு கொண்டிருந்தார். பிந்தைய உரைகள் அசல் நிகழ்ச்சியின் தொடர்ச்சியாக இருந்தாலும் சிதம்பரம் பிள்ளை அமைப்புக் குழுவின் நடவடிக்கைகளில் ஆரம்பத்தில் பங்கேற்றிருக்க வேண்டும் என்பதற்கான சான்றுகள் காட்டுகின்றன. காட்சி M4 என்பது சங்கத்தின் உறுப்பினர்களுக்கு எதிரான சதியின் சான்றாக இருக்கலாம். இது மனுதாரருக்கு உதவாது. இந்த விடயம் தொடர்பில் பிரதிவாதியின் 36வது சாட்சியும் பிரதிவாதியின் 40வது சாட்சியும் மிகவும் தெளிவற்ற சில சாட்சியங்களை முன்வைத்துள்ளனர். 'சங்கம்' கூட்டங்களை அறிவிக்கும் என்று பிந்தையவர் கூறுகிறார். ஆனால், அது எப்படி அல்லது யார் மூலம் என்று அவர் கூறவில்லை. அது மனுதாரரின் வாயால் இருக்கலாம். அவர் பேசும் இரண்டு சந்தர்ப்பங்களிலும் அடுத்த கூட்டத்திற்கான ஏற்பாடுகளை யார் செய்தார்கள் என்பதை அவரால் சொல்ல முடியவில்லை. மேலும் குறிப்பாக யாரையும் குறிப்பிடாமல் பார்வையாளர்களே அதைத் தீர்த்துக் கொண்டார்கள் என்ற தோற்றத்தை ஏற்படுத்த முயற்சிக்கிறார். அதே நேரத்தில் அரசுத் தரப்பு 2வது சாட்சி, பார்வையாளர்கள் ஒரு குறிப்பிட்ட இடத்தைக் கேட்ட ஒரு சந்தர்ப்பத்தில், மேல்முறையீடு செய்தவர் அங்கு கூட்டம் நடைபெறும் என்று அறிவித்தார் என்பதைத் தெளிவுபடுத்துகிறார் (அச்சிடப்பட்ட சாட்சியத்தின் பக்கம் 18-ஐப் பார்க்கவும்). எதிர்த் தரப்பு சார்பில் இந்தச் சாட்சியம் நம்பத் தகுந்ததாக இல்லை. மேலும் குற்றம் சாட்டப்பட்ட இருவரும் இந்தச் சந்தர்ப்பங்களில் இருந்தனர் என்பதைச் சாட்சி ஒப்புக்கொள்ள வேண்டியிருப்பதால் காவல்துறையின் சாட்சியம் மிகவும் எளிதாக ஏற்றுக் கொள்ளப்படுகிறது.

சுப்பிரமணிய சிவாவுடனான சந்திப்புகளுக்குச் சிதம்பரம் பிள்ளை வழக்கமாக வருவார் என்பதற்கான அரசுத் தரப்பு சாட்சியங்கள் அவ்வளவாக முக்கியத்துவம் பெறவில்லை. அவர் வழக்கமாகத்

தனது அலுவலகம் மூடப்பட்ட பின்னர் தாமதமாக வந்தார் என்பதற்கான சான்றுகள் மறுபுறம் உள்ளன. ஆனால், அது நன்கு நிறுவப்படவில்லை. எதிர்த் தரப்பு 36வது சாட்சி கூறுவது போல, சில மாதங்களுக்கு முந்தைய ஒரு சம்பவத்திற்காகச் சாட்சிகள் தங்கள் நினைவுகளை நம்ப வேண்டும். இது அந்த நேரத்தில் ஒரு குறிப்பிடத்தக்க சம்பவம் அல்ல. 1908ம் ஆண்டு பிப்ரவரி மாதம் 23ம் நாள் அன்று கூட்டத்தின் ஆரம்பத்திலிருந்தே சிதம்பரம் பிள்ளை அங்கு இருக்கவில்லை என்ற உண்மையைப் பலரும் தமது நினைவுகளில் பதிவு செய்திருக்கிறார்கள் என்று கருதுவதில் சில முரண்பாடுகள் உள்ளன. மாலை 6 மணி வரை அவரது அலுவலகம் மூடப்படவில்லை என்பதற்கான பொதுவான ஆதாரம் உள்ளது. அவர் அதனை ஒரு விதியாகப் பின்பற்றவில்லை. ஆனால், துல்லியமாக இருக்க வாய்ப்பு அதிகம். ஆனால், இங்கேகூட பல ஐயங்களுக்கு இடமிருக்கிறது.

சிதம்பரம் பிள்ளை அலுவலகத்தில் எழுத்தராக இருக்கவில்லை. அவர் குறிப்பிட்ட நேரங்களுக்குக் கட்டுப்பட்டவர் என்றும் 1908 பிப்ரவரி அல்லது மார்ச்சில் சில நாட்களில் அவர் தனது கம்பெனியின் நலன்களைத் திறந்தவெளிக் கூட்டங்களில் முன்னிறுத்துவதற்காக முன்கூட்டியே அலுவலகத்தை விட்டு வெளியேறினால், அவரது நடத்தையில் விசித்திரமாக எதுவும் இருக்காது.

1908ம் ஆண்டு பிப்ரவரி மாதம் 19ம் நாள் அவர் மிகவும் தாமதமாகவில்லை என்பது தெளிவாகத் தெரிகிறது. ஏனெனில், அன்று சுப்பிரமணிய சிவா அவர் பேசி முடித்த பின்னர் இரண்டாவது உரையை நிகழ்த்தினார். மார்ச் முதல் தேதி அவர் தாமதமாக வரவில்லை என்பது தெளிவாகிறது. ஏனெனில் 1908ம் ஆண்டு அவர் அன்றைய தினம் நடவடிக்கைகளைத் தொடங்கினார் (காட்சி D மூலம்). 1908ம் ஆண்டு பிப்ரவரி மாதம் 23ம் நாள் அவர் தாமதமாக வந்திருக்கலாம். கூட்டத்தில் அடுத்த தேதி மற்றும் இடம் குறித்த அறிவிப்பு, அரசுத் தரப்பு வாக்குமூலத்தின் அடிப்படையில் வாதிடப்படுகிறது. 2வது சாட்சி (அச்சிடப்பட்ட சாட்சியத்தின் பக்கம் 18), ஒவ்வொரு சந்தர்ப்பத்திலும் கடைசி பேச்சாளரின் கடமை. ஆனால், சிதம்பரம் பிள்ளை தனது அறிவிப்புகளை வெளியிடும்போது வேறு யாரையும் கலந்தாலோசித்தார் என்பதற்கு எந்த ஆதாரமும் இல்லை. கூட்டத்திற்கான இடத்தைப் பார்வையாளர்கள் பரிந்துரைத்ததாகக் கூறப்படும் சந்தர்ப்பத்தில்கூட, சிதம்பரம் பிள்ளை அதற்கேற்ப தனது அறிவிப்புகளை வெளியிடுவதற்கு முன்பு, கூட்டங்களின் ஒருங்கிணைப்பாளராக யாரையும் கலந்தாலோசித்தார் என்று காட்டப்படவில்லை (அச்சிடப்பட்ட

அமர்வு ஆவணங்களின் பக்கம் 18) எப்போதும் அறிவிப்பை வெளியிட்ட கடைசிப் பேச்சாளர் அவர் அல்ல. ஏனெனில் 1908 மார்ச் 1 அன்று பத்மநாப ஐயங்கார் கடைசியாகப் பேசினார். ஆனால், சிதம்பரம் பிள்ளை அடுத்த கூட்டத்தை அறிவித்தார் (அச்சிடப்பட்ட ஆதாரங்களின் பக்கம் 18-ஐப் பார்க்கவும்).

சிதம்பரம் பிள்ளை பெரும்பாலான கூட்டங்களில் கலந்துகொண்டு பல கூட்டங்களில் பேசி அவை தொடர்வதற்கான ஏற்பாடுகளைச் செய்தார் என்பதற்கு நல்ல சான்றுகள் உள்ளன. அவர் நிகழ்ச்சியை ஏற்பாடு செய்தவர்களில் ஒருவர் என்பதைக் குறிக்கவும் அவர் மற்றவர்களுடன் இணைந்து நிகழ்த்தப்பட்ட சொற்பொழிவுகளை நிகழ்த்துவதற்குக் காரணமானவர் என்று நியாயமாக நம்புவதற்கும் இது போதுமானது. இந்த ஆதாரம் சூழ்நிலை சார்ந்த ஆனால், முக்கியமான பிற சான்றுகளுடன் கூடுதலாக உள்ளது. இந்தச் சூழ்நிலைகள் அவர் வெறுமனே ஓர் அனுதாபி என்ற கண்ணோட்டத்தை எதிர்மறையாக்கியது. கூட்டங்களில் சாதாரணமாக கலந்து கொண்டார். எப்போதாவது உரைகளை நிகழ்த்த பிரபலமான பாத்திரமாக அழைப்பு விடுத்தார். இத்தகைய பார்வை ஆதாரங்களை நியாயமான மற்றும் பாரபட்சமற்ற ஆய்வை மேற்கொள்ளும் எவருக்கும் திறந்திருக்காது.

மார்ச் 1, 1908 அன்று அரசுத் தரப்பு 14ஆவது சாட்சியான சார்பு மாஜிஸ்ட்ரேட், சிதம்பரம் பிள்ளையிடம் சந்திப்பு நடைபெறும் இடத்தை மாற்றச் சொன்னார். ஏற்பாடுகளுடன் தனக்கு எந்தத் தொடர்பும் இல்லை என்று அவர் பதிலளிக்கவில்லை. அவர் தனது திட்டத்தை மாற்ற முடியாது என்று கூறினார். அன்றிரவு அவர் அதிகாரிகளுக்கு அவ்வாறு செய்வதாக உறுதியளித்ததால், கூட்டத்தை முன்கூட்டியே முடிப்பதைக் காண்கிறோம். (காட்சி டி). கூட்டங்களை ஒழுங்கமைப்பதில் அவருக்கு அக்கறை இல்லை என்ற குற்றச்சாட்டுடன் இந்த நடத்தை முற்றிலும் முரணானது. இது இந்த வழக்கின் விசாரணையின்போது முதல் முறையாக முன்வைக்கப்பட்ட குற்றச்சாட்டாகும்.

அதேபோன்று, எதிர்த்தரப்பு முன்வைக்கும் வழக்கிற்கு முரணாக இருந்தாலும், ஒரு கூட்டத்தில் தனது சங்க விதிகளைப் பிரகடனப்படுத்தும் தனது நோக்கத்தை அறிவித்த அவரது நடத்தையும், இங்கிலாந்தில் இருந்து செய்திகள் வந்ததன் விளைவாகத் திருத்தம் தேவைப்படுவதால் அவற்றை மேலும் ஒரு கூட்டத்திற்கு நிறுத்தி வைப்பதாக அவர் அறிவித்ததும் ஆகும். மக்களின் கோரிக்கைக்குப் பதிலளிக்கும் வகையில் மட்டும் அவர் பேசியிருந்தால் இந்த அறிவிப்புகள் வந்திருக்காது. இந்தச்

சொற்பொழிவுகளைச் சங்கத்திற்கு ஆட்களைச் சேர்ப்பதற்கான ஒரு வழிமுறையாக அவர் தெளிவாகப் பயன்படுத்தினார். இந்த உண்மையே அவர் சாதாரண பேச்சாளராக மட்டுமே இருந்தார் என்பதைக் குறிக்கிறது. பின்னர்க் கூடுதல் செஷன்ஸ் நீதிபதி சுட்டிக்காட்டியது போல, எதிர்த்தரப்பு சாட்சி ஒருவர் அந்தக் கூட்டங்களைச் சிதம்பரம் பிள்ளை மற்றும் சுப்பிரமணிய சிவாவின் சந்திப்புகள் என்று கூறினார். மற்றொருவர் (எதிர்த்தரப்பு 10வது சாட்சி) சிதம்பரம் பிள்ளை கூட்டங்களுக்குத் 'தலைமை தாங்குகிறார்' என்று கூறினார். ஆனால், 2வது குற்றம் சாட்டப்பட்டவர் சார்பாக நட்பு ரீதியான குறுக்கு விசாரணையில் அவர் மிகவும் நம்பத்தகுந்த முறையில் (அச்சிடப்பட்ட சாட்சியத்தின் பக்கம் 103), குறுக்கு விசாரணையில் எதிர்த்தரப்புக்கான மூன்றாவது சாட்சி (எதிர்த்தரப்பு 27வது சாட்சி) கூட்டங்களை ஏற்பாடு செய்வதில் சிதம்பரம் பிள்ளை 'உதவினார்' என்று கூறினார். ஆனால், மறுபரிசோதனையில் அவர் சிவாவுக்குப் பின்னர் பேசினார் (அச்சிடப்பட்ட அமர்வுப் பதிவேடுகளின் பக்கம் 126) என்று அவர் மிகவும் திருப்திகரமான விளக்கத்தை அளிக்கவில்லை.

இந்த வெளிப்பாடுகளுக்கு நாம் அதிக முக்கியத்துவம் கொடுக்கவில்லை. ஆனால், அவை அனைத்தும் ஒரே திசையைச் சுட்டிக்காட்டுகின்றன. இவ்விவகாரத்தில் சிதம்பரம் பிள்ளை முக்கியப் பங்கு வகித்தார் என்ற நம்பிக்கையைச் சாட்சிகள் முற்றிலுமாக மறைக்க முடியாது.

சுப்பிரமணிய சிவாவும் சிதம்பரம் பிள்ளையும் ஒரே வீட்டில் வாழ்ந்தார்களா என்ற கேள்விக்குக் கூடுதல் செஷன்ஸ் நீதிபதி ஆதாரங்களை ஆராய்ந்து அவர் சரியான முடிவுக்கு வந்துள்ளதாக நாங்கள் கருதுகிறோம். அவர் சுட்டிக்காட்டுவது போல, நடந்தவற்றையெல்லாம் விளக்கியிருக்க வேண்டிய சாட்சிகளான சடகோப ஐயங்கார், ராம ஐயங்கார் ஆகியோர் இல்லாததுதான். ஆனால், சுப்பிரமணிய சிவா உண்மையிலேயே மனுதாரரின் வீட்டில் வாழ்ந்தாரா அல்லது தனது கிணற்றைக் குளிப்பதற்கும், நூலகத்தை வாசிப்பதற்கும் தூங்குவதற்கும் மட்டுமே பயன்படுத்தினாரா? உரைகள் விரிவடைந்த காலகட்டத்தில் இருவரும் மிகவும் நெருக்கமாக இணைந்திருந்தனர் என்பது தெளிவாகிறது.

இதுவரை சாட்சியங்கள் மனுதாரரின் நடத்தைத் தொடர்பானவை. அதை ஒப்புக்கொள்வதற்கு இந்தியச் சாட்சியச் சட்டத்தின் பிரிவு 10 என்பதனைப் பயன்படுத்த வேண்டிய அவசியமில்லை. கூடுதல் செஷன்ஸ் நீதிபதி நம்பும் மற்றொரு சம்பவம், 1908 மார்ச் 9ம் நாள் திருநெல்வேலியில் சுப்பிரமணிய சிவா அளித்த

வாக்குமூலம் ஆகும். இது அவரது தீர்ப்பின் 32வது பத்தியின் முடிவில் அமைக்கப்பட்டுள்ளது. இந்திய ஆதாரச் சட்டத்தின் 10வது பிரிவின் கீழ் இந்தக் கூற்று ஏற்கத்தக்கது என்றால், சதி இருப்பதாக நம்புவதற்கு எந்த நியாயமான முகாந்திரமும் இல்லை என்று திரு.சடகோபாச்சாரியார் பரிந்துரைத்த அடிப்படையில் அதை நிராகரிக்க முடியாது என்பதில் எந்தச் சந்தேகமும் இல்லை. மற்ற சான்றுகள் இந்த நம்பிக்கைக்குப் போதுமான காரணத்தை வழங்குகின்றன. இது பிரிவின் பயன்பாட்டிற்கு உத்தரவாதம் அளிக்கிறது. இந்த அறிக்கை உரைகளை நிகழ்த்துவதற்கான ஒரு பொதுவான வடிவமைப்பைக் குறிக்கிறது. மேலும் இது ஒரு சதி இருப்பதற்கான வலுவான ஆதாரமாக இல்லாவிட்டாலும், ஆதாரமாக உள்ளது. அது ஏற்புடையது என்று நாங்கள் நினைக்கிறோம். இதற்கு முந்தைய எந்தச் சந்தர்ப்பத்திலும் சான்றுகள் காட்டுவதைப் போல, திருநெல்வேலியில் அவரது பார்வையாளர்கள் அவருடன் தொடர்புபடுத்தப்படவில்லை என்பதால்,பேச்சாளர் தன்னையும் அவரது பார்வையாளர்களையும் குறிப்பிட்டார் என்ற கருத்தைக் கொண்டு இதை விளக்க முடியாது. அப்போது மாவட்ட மாஜிஸ்ட்ரேட் முன்பு விசாரணைக்கு உட்படுத்தப்பட்டிருந்த தன்னையும் சிதம்பரம் பிள்ளையையும் குறிப்பிடப்பட்ட மூன்றாவது நபரையும் அது தெளிவாகக் குறிப்பிட்டது. சுப்பிரமணிய சிவாவின் உரைகளுக்கு இணங்க, ஒரு பொதுவான வடிவமைப்பு இருப்பதை எந்த நியாயமான சந்தேகத்திற்கும் இடமின்றி ஆதாரங்கள் நிரூபிக்கின்றன, மேலும் அந்த வடிவமைப்பு இந்தியத் தண்டனைச் சட்டத்தின் பிரிவு 124 ஏ என்பதின் கீழ்க் குற்றங்களை உள்ளடக்கியதா என்பதைப் பார்க்க வேண்டும்.

முதல் குற்றவாளியின் பேச்சுகள் அவரது ‘அனிமஸ்’, நோக்கம் அல்லது அர்த்தத்தை நிரூபிக்க எவ்வளவுதான் ஏற்புடையதாக இருந்தாலும் சிதம்பரம் பிள்ளையின் பேச்சுகள் தூண்டுதலை நிரூபிப்பதாக ஏற்றுக்கொள்ள முடியாது என்று திரு. சடகோபாச்சாரியார் அவர்கள் வலியுறுத்தினார். ஆனால், இந்தப் பேச்சுகள் சதியின் நோக்கத்தை நிரூபிப்பதற்கு ஏற்புடையவை என்று நாங்கள் கருதுகிறோம். உடன்படிக்கைக்கு இரு தரப்பினரும் உரை நிகழ்த்தியதைத் தொடர்ந்து ஓர் உடன்படிக்கை இருந்ததாகவும் அந்த உடன்படிக்கையின் நோக்கம் என்ன, அந்த உடன்படிக்கை செய்யப்பட்டதற்கான ‘விஷயம்’ என்ன என்பது மீதியான கேள்வியாகவும் காணப்படுகிறது. தரப்பினர் அல்லது சாட்சிகள் தங்கள் சார்பாக நோக்கங்கள் மற்றும் காரணங்களின் நியாயமான மற்றும் நம்பகமான அறிக்கையைத் தவிர வேறு எந்த ஆதாரமும் இல்லை. உடன்படிக்கைக்கு இணங்க அவர்களின்

வார்த்தைகள் மற்றும் செயல்களால் வழங்கப்பட்டதை விட. இதற்காக 1908ம் ஆண்டு பிப்ரவரி மாதம் 19ம் நாள் தொடக்கம் மார்ச் மாதம் 5ம் நாள் வரை தூத்துக்குடியில் ஆற்றிய தொடர் சொற்பொழிவுகளுடன் நிறுத்திக் கொள்கிறோம். அவர்களைப் பொறுத்தவரை, ஒப்பந்தத்தின்படி அவர்கள் வழக்கமான சொற்பொழிவுகளை உருவாக்கினர் என்பதில் எந்தச் சந்தேகமும் இல்லை. 1908 மார்ச் 9 மற்றும் 11 தேதிகளில் திருநெல்வேலியில் நிகழ்த்தப்பட்ட உரைகள் அநேகமாக அந்தப் பாடத்திட்டத்தின் ஒரு பகுதியாக இருக்கவில்லை. எனவே, அவை ஒப்பந்தத்தின் நோக்கத்தை நிரூபிக்க அனுமதிக்கப்பட முடியுமா என்று சந்தேகிக்கப்படலாம். இருப்பினும் அவற்றில் செய்யப்பட்ட அறிக்கைகள் மற்ற நோக்கங்களுக்காக ஏற்றுக்கொள்ளப்படலாம். எடுத்துக்காட்டாக, இந்தியச் சாட்சியச் சட்டத்தின் பிரிவு 10ன் கீழ்.

பிப்ரவரி 19ம் நாளுக்கு முன்னர் என்ன நடந்திருந்தாலும் அன்றைய தினம் சுப்பிரமணிய சிவா ஆற்றிய உரையில், அவர்கள் எந்த இலக்கை அடைய வேண்டும், பிரிட்டிஷ் மேலாதிக்கத்தைத் தூக்கியெறிவது, அந்நிய நுகத்திலிருந்து இந்தியாவை விடுவிப்பது ஆகியவற்றைத் தனது பார்வையாளர்கள் முன் எளிமையான மொழியில் முன்வைத்தார் என்பது தெளிவாகிறது.

சிதம்பரம் பிள்ளை அன்று கூட்டத்திற்குத் தாமதமாக வந்தார் என்பதற்கு எந்த ஆதாரமும் இல்லை. ஆனால், அவர் அவ்வாறு செய்தார் என்று வைத்துக் கொண்டால், இந்தக் காலகட்டத்தில் சுப்பிரமணிய சிவாவுடன் நெருக்கமான தொடர்பு இருந்தபோதிலும் இந்தச் சந்திப்புக்குப் பின்னர் என்ன சொல்லப்பட்டது என்பது அவருக்குத் தெரியாது என்று கருதுவது தவறு. ஆனால், 1908 பிப்ரவரி 19ம் நாள் சிதம்பரம் பிள்ளை காலதாமதம் ஆகாமல், தனது உரைக்குப் பின்னர் சுப்பிரமணிய சிவா இரண்டாவது உரையை நிகழ்த்த முடிந்தது.

இப்போது சிதம்பரம் பிள்ளை சுப்பிரமணிய சிவாவைத் தொடர்ந்து ஓர் உரையை நிகழ்த்தினார். இதில் சுப்பிரமணிய சிவாவின் கருத்துகளில் மாற்றுக் கருத்து இல்லை. ஆனால், அது முக்கியமாகச் சங்கம் அல்லது சங்கத்தை வளர்ப்பதில் ஈடுபட்டுள்ளது. அதன் உறுப்பினர்கள் இந்தியாவில் தயாரிக்கப்பட்ட பொருட்களை மட்டுமே நுகர்வதாக உறுதிமொழி எடுக்க வேண்டும் (அச்சிடப்பட்ட சான்றுகளின் பக்கம் 174-ஐப் பார்க்கவும்). அந்த உரை, சங்கத்தின் சட்டபூர்வத்தன்மை குறித்துப் பேச்சாளருக்கு ஐயம் இருந்தது போலவும் அவரது பார்வையாளர்களுக்கு இதேபோன்ற சந்தேகங்கள் இருப்பதை

அறிந்தது போலவும் உள்ளது. அது சட்ட விரோதமானது அல்ல என்றும் ஐரோப்பியர்களின் அச்சங்கள் அடிப்படையற்றவை என்றும் அவர்கள் சேர அச்சப்படக் கூடாது என்றும் ஏதேனும் தவறு நடந்தால் சுமையை அவர் சுமப்பார் என்றும் அவர் கூறுகிறார். இறுதியாக அச்சம் தேவையில்லை (இது இணைப்பு என்று தோன்றுகிறது) ஏனென்றால், எப்படியும் ஒரு வருடத்தில் இறக்கத் துடிக்கும் இந்திய மக்களில் ஒரு பகுதியினர், ஒரேயடியாக இறக்க முடிவெடுத்தால், நாட்டில் உள்ள அனைத்து ஐரோப்பியர்களையும் அழித்துவிட முடியும்.

1908 பிப்ரவரி 22ம் நாள், 'இழந்த எமது நிலையை மீளப் பெறுவதற்கு' மூன்று வழிகளைச் சுட்டிக்காட்டி இந்த விடயத்தைச் சற்று முன்னெடுத்துச் சென்றார். வெளிநாட்டுப் பொருட்களை வாங்க மறுப்பது, அதிகாரிகளிடம் முறையிட மறுப்பது, அரசுப் பள்ளிகளின் கல்வியை மறுப்பது. அவர்கள் சுயராஜ்யம் பெற விரும்பினால் இவற்றைச் செய்ய வேண்டும்.

1908 பிப்ரவரி 23 அன்று இந்த யோசனை மீண்டும் தெளிவுபடுத்தப்பட்டது. இந்தியர்கள் அனைவரும் ஒன்றிணைந்தால், ஐரோப்பியர்கள் நாட்டை விட்டு வெளியேற வேண்டும். நாம் அவர்களை வலுக்கட்டாயமாக விரட்ட முடியும். ஆனால், நாம் அவர்களைப் பற்றி அஞ்சக் கூடாது என்றாலும் வெளிநாட்டுப் பொருட்களைப் புறக்கணிப்பதே அவர்களை வெளியேற்றுவதற்கான நமது முறை.

1908ம் ஆண்டு பிப்ரவரி மாதம் 24ம் நாள், மார்லி பிரபுவின் அனுதாபப் பேச்சின் விளைவாக அவற்றை மாற்ற வேண்டியிருப்பதாகக் கூறி, சங்க விதிகளை உருவாக்காததை அவர் மன்னிக்கிறார். எனவே, சங்கம் அரசியல் சார்ந்தது. வணிக ரீதியானது அல்ல. எந்த வகையிலும் வணிக ரீதியானது அல்ல.

1908ம் ஆண்டு பிப்ரவரி மாதம் 26ம் நாள் மனுதாரரின் உரை மதுர கம்பனி புறக்கணிப்பு மற்றும் கோரல் மில் வேலை நிறுத்தம் தொடர்பானது. புறக்கணிப்பின் மூலம் சுயராஜ்ஜியத்தை அடைவதற்கான மேலதிக ஆலோசனைகள் எதுவும் இல்லை. பின்னர் தனியார் இடங்களில் உரைகளைத் தொடர்ந்து, *1908 பிப்ரவரி 28ம் நாள்* மாவட்ட மாஜிஸ்ட்ரேட் தூத்துக்குடியில் இருந்த நாளில், மனுதாரர் ஆலைக் கைகளை வேலைநிறுத்தத்தைத் தொடரவிடாமல் தடுத்ததைக் காண முடிந்தது. 'வேலைக்குச் செல்லுங்கள்' என்பது அவரது அறிவுரை. 'ஆனால், அதிக ஊதியம் கேளுங்கள்' என்று அறிவுறுத்துகிறார்.

1908ம் ஆண்டு மார்ச் மாதம் 1ம் நாள் மனுதாரரர் உடனிருந்த போதிலும் அன்றைய தினம் சீக்கிரம் கூட்டத்தை முடிப்பது அவசியம் என்பதால் கூட்டத்தை மூடுவதைத் தவிர அவர் பேசவில்லை.

மார்ச் 4, 1908 அன்று, அவர் மீண்டும் தனது போக்கைத் தொடர்கிறார். சுதேசி ஸ்டீம் நேவிகேஷன் கம்பெனி மற்றும் பருத்தி நூற்புத் தொழிலின் எதிர்காலம் குறித்து ஓரளவு நம்பிக்கையூட்டும் வரைபடத்தை அளித்த பின்னர், சுயராஜ்ஜியத்தைப் பெறுவதற்கான வழி சிவில் மற்றும் கிரிமினல் நீதிமன்றங்களைத் தவிர்ப்பதே என்று அவர் மீண்டும் விளக்குகிறார். அப்போது அவை நமக்குத் தேவையில்லை என்பதை அரசாங்கம் கவனிக்கும். நமக்கு வெளிநாட்டு உதவி தேவையில்லை என்பதைக் காட்ட வேண்டும்.

இந்த உரைகள் அனைத்திலும், சுப்பிரமணிய சிவாவின் ‘பரிபூரண சுயராஜ்ஜியம்’ என்ற வழிபாட்டிலிருந்து எந்த மாற்றுக் கருத்தும் இல்லை.மாறாக,இந்த‘பூரண சுயராஜ்ஜியம்’என்பது அதிகாரிகளைப் புறக்கணிப்பதன் மூலமும் புறக்கணிப்பதன் மூலமும் எட்டப்பட வேண்டும். புறக்கணிப்பின் மூலம் சுயராஜ்ஜியம் என்பது உரைகளின் சுமையாகும். மேலும் சுயராஜ்ஜியம் இந்தியாவில் இருந்து அனைத்து வெளிநாட்டினரையும் வெளியேற்றுவதைத் தெளிவாக உள்ளடக்கியது.

சிதம்பரம் பிள்ளையின் சொந்த நோக்கம் ஓரளவிற்கு வணிகரீதியானதாகஇருந்திருக்கலாம்.சுதேசிநீராவிவழிசெலுத்தல் நிறுவனம் மற்றும் பிற தொழில்துறை நிறுவனங்களில் அவர் பெருமளவு ஆர்வம் கொண்டிருந்தார். பிரிட்டிஷ் இந்திய நீராவி வழிசெலுத்தல் நிறுவனம் மற்றும் கோரல் மில்ஸ் போன்ற சக்திவாய்ந்த மற்றும் நீண்டகாலமாக நிறுவப்பட்ட போட்டியாளர்களுக்கு எதிராகச் சாதாரண வணிகப் போட்டி பயனுள்ளதாக இருக்க வாய்ப்பில்லை என்பதை அவர் 1908 பிப்ரவரி 19ம் நாளுக்குள் கண்டுபிடித்திருக்கலாம். தேசபக்தி நோக்கங்களுக்கு அழைப்பு விடுப்பதன் மூலம் தனது நாட்டு மக்களின் கவலைகளைப் பாதுகாப்பதே அவரது வெற்றிக்கான சிறந்த வாய்ப்பு என்று அவர் கூறினார்.

வெற்றி பெற வேண்டுமானால், அந்நிய விஷயங்களின் மீது வெறுப்புணர்வை அவர்கள் மனத்தில் விதைப்பது அவசியமாகிறது. இதுபோன்ற ஏதோவொரு பொருள் அவரை ‘முழுமையான சுயராஜ்யம்’ என்ற அரசியல் திட்டத்தை ஏற்றுக்கொள்வதற்குத்

தூண்டியிருக்கலாம். அந்தத் திட்டத்தை அவர் ஏற்றுக்கொண்டார் என்பதில் அவரது பேச்சுகள் சந்தேகத்திற்கு இடமளிக்கவில்லை.

மற்றொரு வழக்கில் (திருநெல்வேலி கூடுதல் செஷன்ஸ் நீதிபதியின் கோப்பில் 1908ம் ஆண்டின் எஸ்.சி. எண் 2. உயர் நீதிமன்றத்தின் கோப்பில் 1908ம் ஆண்டின் குற்றவியல் மேல்முறையீட்டு எண் 492) அவர் குற்றம் சாட்டினார் மற்றும் ஆதாரங்களைக் கோரினார் என்பது உண்மைதான். (இவ்வழக்கில் நாம் பரிசீலிக்கலாம்) இதற்கு ஆதாரமாக நாம் ஏற்றுக்கொள்ள இயலாத ஆதாரங்களைச் சுப்பிரமணிய சிவாவின் கருத்துகளிலிருந்து எந்த விதத்திலும் அவரது கருத்துகள் வேறுபட்டன என்பதற்கு எந்த ஆதாரமும் இல்லை. வன்முறையைக் குறைத்தார் என்பதற்காக அவரை விசுவாசமின்மையிலிருந்து விடுவிக்க முடியாது. குழப்பங்களை உருவாக்க வேண்டாம் என்று அவர் அறிவுறுத்தியதும் கூட்டத்தை முன்கூட்டியே முடிக்க வேண்டும் என்ற அதிகாரிகளின் வேண்டுகோளுக்கு அவர் இணங்கியதும் கூட்டங்களின் போக்குக்கு இடையூறாக இருக்கக்கூடாது என்ற இயல்பான விருப்பத்தின் காரணமாகும் என்பது எங்கள் கருத்து. சுப்பிரமணிய சிவாவின் கருத்துகளுக்கு ஏற்ப அவரது உரைகள் அமைந்தன. அவர் சுப்பிரமணிய சிவாவுடன் தொடர்ச்சியான உரைகளை ஏற்பாடு செய்தார். அதில் சுப்பிரமணிய சிவாவின் பாத்திரம் அரசியல் பிரசாரகராக இருந்தது. இருவரும் சுட்டிக்காட்டிய குறிக்கோள் அனைத்து வெளிநாட்டினரையும், நாட்டை விட்டு அந்நியப் பொருட்களையும் வெளியேற்றுவதும் அதன் விளைவாக சுயராஜ்யமும் செழிப்பும் அடைவதும் ஆகும்.

1908ம் ஆண்டின் குற்றவியல் மேல்முறையீட்டு எண் 503ல் நாம் கண்டதுபோல, சுப்பிரமணிய சிவாவின் அரசியல் உரைகள் நிகழ்ச்சியின் ஒரு பகுதியாக இருந்தன. அந்த உரைகளின் வழங்கல் அரசாங்கத்திற்கு எதிரான அதிருப்தியின் எழுச்சியை நாங்கள் கண்டோம் என்பதில் எந்த உண்மையான சந்தேகத்திற்கும் ஆதாரங்கள் இடமளிக்கவில்லை. சதித்திட்டத்திற்கு இணங்கச் செய்ய வேண்டிய விஷயங்களில் இதுவும் ஒன்றாகும். அது முடிந்தவுடன், மேல்முறையீடு செய்தவர் குற்றவாளியாக இருந்தார்.

1908 பிப்ரவரி 23, 25 மற்றும் மார்ச் 5 ஆகிய தேதிகளில் சுப்பிரமணிய சிவா ஆற்றிய உரைகள் தொடர்பாக இந்தக் குற்றச்சாட்டுகள் உள்ளன. அனைத்து ஆதாரங்களையும் பரிசிலித்த பின்னரும் மேல்முறையீடு செய்த இருவரின் வழக்கறிஞரின் வாதங்களையும் கேட்ட பின்னரும் அந்த உரைகள் இந்தியத் தண்டனைச் சட்டத்தின் பிரிவு 124 ஏ என்பதின் கீழ்த்

தண்டனைக்குரிய குற்றங்களாக இருப்பதைக் கண்டறிந்தோம். எனவே, மனுதாரர் வ.உ.சிதம்பரம் பிள்ளைக்குச் சரியான தண்டனை விதிக்கப்பட்டது.

தண்டனைப் பிரச்சினையைப் பொறுத்தவரை, 1908ம் ஆண்டின் 503ம் இலக்க குற்றவியல் மேல்முறையீட்டில் உள்ளதைப் போலவே, இந்த வழக்கிலும் சட்டம் 6 (ஆறு) ஆண்டுகள் சிறைத்தண்டனை மூலம் நிரூபிக்கப்படும் என்று நாங்கள் நினைக்கிறோம். இந்தத் தண்டனை மாற்றத்திற்கு உட்பட்டு, வ.உ.சிதம்பரம் பிள்ளையின் மேல்முறையீடு தள்ளுபடி செய்யப்படுகிறது.

(ஆங்கில மூலம்: https://indiankanoon.org/doc/149350/)

துணைபுரிந்தவை

தமிழ் நூல்கள்

1. அரசு, மா. ரா., வ.உ.சி. வளர்த்த தமிழ், உலகத் தமிழாராய்ச்சி நிறுவனம், சென்னை, 2002.

2. அரசு, மா. ரா., இந்திய இலக்கியச் சிற்பிகள் வரிசை நூல்கள், வ.உ.சிதம்பரனார், சாகித்திய அகாதெமி, புது தில்லி, 2005.

3. அரசு, வீ.,வ.உ.சி. நூல் திரட்டு, புதுமைப்பித்தன் பதிப்பகம், சென்னை, 2002.

4. அறிவழகன், அ., தமிழ்ப் பெரியார் வ.உ.சி., பரிசல் புத்தக நிலையம், சென்னை, 2022.

5. ராமசாமி, சு.இலந்தை, இந்தியச் சுதந்திரப் போராட்டம், கிழக்கு பதிப்பகம், சென்னை, 2016.

6. ராமய்யா பிள்ளை, நா., வீர சிதம்பரனார், கல்வி நூற் பதிப்பகம், மதுரை.

7. கண்ணன், எஸ்., வ.உ.சி. ஒரு பன்முகப் பார்வை, உலகத் தமிழாராய்ச்சி நிறுவனம், சென்னை, 2005.

8. கமலா கந்தசாமி, இந்தியச் சுதந்திரப் போராட்ட வீரர்கள் 50 பேர், நர்மதா பதிப்பகம், சென்னை.

9. கலைமணி, என். வி., கப்பலோட்டிய தமிழன் வ.உ.சிதம்பரம், சாந்தி நிலையம், சென்னை, 2001.

10. கலைமணி, என்.வி., கப்பலோட்டிய தமிழன் வ.உ.சிதம்பரம், FreeTamilEbooks.comPublic Domain – CC0.

11. கோபி சரபோஜி, மு, கப்பலோட்டிய தமிழன் வ.உ.சி., விகடன் பிரசுரம், சென்னை, 2010.

12. சக்கரவர்த்தி, சிபி., விடுதலை வீரர் வ.உ.சிதம்பரனார், மலையரசி பதிப்பகம், 2008.

13. சங்கரவள்ளி நாயகம், அ., வ.உ.சி. வாழ்க்கை வரலாறும் இலக்கியப் பணிகளும், மலர் புக்ஸ், 2021.

14. சம்பத், ஆர். என்., மொழிபெயர்ப்பு: மணி, பெ. சு., நவ பாரதச் சிற்பிகள் வரிசை நூல்கள், வ.உ.சிதம்பரம் பிள்ளை, பப்ளிகேஷன்ஸ் டிவிஷன், செய்தி ஒலிபரப்பு அமைச்சகம், இந்திய அரசு, புது தில்லி, 1995,

15. சரவணன், ப., இந்தியச் சுதந்திரப் போராட்ட வீரர்கள், கிழக்கு பதிப்பகம், சென்னை, 2014.

16. சிவசுப்பிரமணியன், ஆ., வ.உ.சி.யும் தொழிலாளர்களின் முதல் வேலை நிறுத்தமும், நியூ செஞ்சுரி புக் ஹவுஸ், சென்னை, 2021.

17. சிவஞானம், மா. பொ., கப்பலோட்டிய தமிழன், பூங்கொடி பதிப்பகம், சென்னை, 1997.

18. சுப்பிரமணிய ஐயர், எம். எஸ்., வீர சிதம்பரனார், ஆசிரியர் நூற்பதிப்புக் கழகம், சென்னை, 1952.

19. சுப்பிரமணிய பிள்ளை, இ. மு., வீர சிதம்பரனார், சிவகாமி பப்ளிஷிங் ஹௌஸ், ஸ்ரீவைகுண்டம், 1950.

20. சுப்பிரமணியம், வ.உ.சி. (பதிப்பாசிரியர்), வ.உ.சி.சுயசரிதை, அமராவதி பதிப்பகம், 2010.

21. செயராமன், பூவை சு., விடுதலைச் சிந்தனையாளர் வ.உ.சிதம்பரனாரின் தமிழியல் பண்புகள், உலகத் தமிழாராய்ச்சி நிறுவனம், சென்னை, 2012.

22. தமிழருவி மணியன், கப்பலோட்டிய தமிழன் செக்கிழுத்த செம்மல் வ.உ.சி., கற்பகம் புத்தகாலயம், 2023.

23. தமிழ்ச் செல்வன், ச, வ.உ.சி.யின் சுதேசிக் கப்பலும் தொழிற்சங்க இயக்கமும், பாரதி புத்தகாலயம், சென்னை, 2011.

24. திவான், செ., வ.உ.சி. புகழ் பாடிய முன்னோடிகள், சுஹைனா பதிப்பகம், பாளையங்கோட்டை, 1999.

25. திவான், செ., வ.உ.சி.யும் பரலி சு.நெல்லையப்பரும், வ.உ.சி. இலக்கியப்பேரவை, திருநெல்வேலி, 1999.

26. திவான், செ., சுதந்திரச் சங்கநாதம் சுப்பிரமணிய சிவா சிறைவாசம், நியூ செஞ்சுரி புக் ஹவுஸ், சென்னை, 2014.

27. தீர்த்தங்கர் ராய், தமிழில் - எஸ்.கிருஷ்ணன், கிழக்கிந்திய கம்பெனி, கிழக்கு பதிப்பகம், சென்னை, 2015.

28. நிக் ராபின்ஸ், தமிழில் - ராமன் ராஜா, கிழக்கிந்திய கம்பெனி ஒரு வரலாறு, கிழக்கு பதிப்பகம், 2012.

29. நெல்லையப்பர், பரலி சு., வ.உ.சிதம்பரம் பிள்ளை சரித்திரம், சக்தி காரியாலயம், சென்னை, 1944.

30. பாரி பரமேஸ்வரன், சு, இந்திய அரசியல் அமைப்பு வரலாறு, ஷான்லாக்ஸ் பதிப்பகம், 2015.

31. பாலசுப்பிரமணியன், மா., வளையாத நெஞ்சன் வ.உ.சி., வ.உ.சி நூலகம்.

32. பிச்சமூர்த்தி, கி., வ.உ.சி.யின் வீரகர்ஜனை, சமதர்ம நிலையம், திருச்சி, 1947.

33. முத்தையா, முல்லை, தளபதி வ.உ.சிதம்பரனார், இன்ப நிலையம், சென்னை, 1972.

34. மோகன்ராம், கா. 1857 எழுச்சியின் பேரோசை, வாசல் வெளியீடு, சென்னை, 2008.

35. ராமலிங்கம், அரங்க., வ.உ.சி. கண்ட மெய்ப்பொருள், வானதி பதிப்பகம், சென்னை, 2010.

36. ரோமா, வி. எஸ்., இந்தியச் சுதந்திரப் போராட்ட வீரர்கள், நோஷன் பிரஸ்.

37. லீலாவதி, தி., தமிழ் தந்த வ.உ.சி., உலகத் தமிழாராய்ச்சி நிறுவனம், சென்னை, 1986.

38. வரா., தமிழ்ப் பெரியார்கள், விகடன் பிரசுரம், சென்னை, 2015.

39. வள்ளிநாயகம், தி. நெ., செக்கிழுத்த செம்மல் சிதம்பரனார், உலகத் தமிழாராய்ச்சி நிறுவனம், சென்னை, 1985.

40. வாய்மைநாதன், கப்பலுக்கொரு காவியம் - வ.உ.சி. வரலாறு – கவிதையில், நியூ செஞ்சுரி புக் ஹவுஸ், சென்னை, 2008.

41. விக்டோரியா, ஜே. எம்., வீரத்தமிழன் வ.உ.சிதம்பரம் பிள்ளை வில்லுப்பாட்டு, தமிழர் முன்னேற்றக் கலா மன்றம், கொழும்பு, 1966.

42. விசுவநாதன், சீனி., சுதேசியத்தின் வெற்றி, பாலாஜி புத்தக நிலையம், சென்னை, 1985.

43. வீர சாவர்க்கர், தமிழில் - ஜெயமணி சுப்பிரமணியம், எரிமலை அல்லது இந்திய சுதந்திர யுத்தம், சக்தி காரியாலயம், 1951.

44. வேங்கடாசலபதி, ஆ. இரா., திருநெல்வேலி எழுச்சியும் வ.உ.சி. யும் - 1908, காலச்சுவடு பதிப்பகம், நாகர்கோவில், 2022.

45. வேங்கடாசலபதி, ஆ. இரா., வ.உ.சி. : வாராது வந்த மாமணி, காலச்சுவடு பதிப்பகம், நாகர்கோவில், 2022.

46. வேங்கடாசலபதி, ஆ. இரா., வ.உ.சி.யும் காந்தியும்: 347 ரூபாய் 12 அணா, காலச்சுவடு பதிப்பகம், நாகர்கோவில், 2022.

47. வேங்கடாசலபதி, ஆ. இரா., வ.உ.சி.யும் பாரதியும், காலச்சுவடு பதிப்பகம், நாகர்கோவில், 2022.

48. வேலாயுதம் பிள்ளை, பி., தேசாபிமானி வ.உ.சிதம்பரம் பிள்ளையவர்களைப் பற்றிய பாடற்றிரட்டு, தூத்துக்குடி, 1935.

49. வேலாயுதனார், பே.க., சங்ககால மன்னர் வரிசை,1998.

ஆங்கில நூல்கள்

1. Kim Ati Wagner, Thuggee: Banditry and the British in Early Nineteenth-Century India. Palgrave Macmillan, Basingstoke, 2007.

2. Padmanabhan, R. A., V.O.Chidambaram Pillai, National Book Trust, New Delhi, 1977.

3. Sampath, R. N. and Mani, Pe. Su.The biography of V.O.Chidambaram Pillai.

4. Sivagnanam, M. P., The great patriot V.O.Chidambaram Pillai, Inbha Nilayam, Madras,1972.

இதழ்கள், மலர்கள், ஆவணங்கள்

1. இந்து தமிழ் திசை
2. இல்லஸ்டிரேட் வீக்லி
3. கப்பலோட்டிய தமிழர் வ.உ.சிதம்பரனார் நூற்றாண்டு விழா மலர், செந்தமிழ்ச் செல்வி இதழ், திருநெல்வேலித்

தென்னிந்திய சைவ சித்தாந்த நூற்பதிப்புக் கழகம், சென்னை, 1972.

4. தமிழரசு இதழ்

5. தினமணி கதிர்

6. தென்னாட்டுத் திலகர், வ.உ.சி.மலர், பம்பாய்த் தமிழ்ச் சங்கம், மாதுங்கா, 1951.

7. வ.உ.சி. மலர், சுடர் இதழ், தில்லித் தமிழ்ச் சங்கம், புது தில்லி, 1964.

8. வ.உ.சி. வாசகர் வட்டம் இரண்டாவது ஆண்டு விழா சிறப்பு மலர், வ.உ.சி. வாசகர் வட்டம், திருநெல்வேலி, 1985.

9. வ.உ.சிதம்பரனார் நூற்றாண்டு மலர் : 1872-1972, சென்னை, 1972.

10. வ.உ.சிதம்பரனார் நூற்றாண்டு விழா மலர் : 1872-1972, தூத்துக்குடி, 1972.

11. விடுதலை வீரர் வ.உ.சி நூற்றாண்டு விழா மலர் : 1872-1972, கோயம்புத்தூர், 1972.

இணையத் தளங்கள்

1. desamaedeivam.blogspot.com

2. hindutamil.in

3. indiankanoon.org

4. madrasreview.com

5. solvanam.com

6. tamildigitallibrary.in

7. thevarkalam.blogspot.com